AF761272

ലോകകപ്പിന്റെ
500 ദിനങ്ങൾ

lokakappinte 500 dinangal

•

john samuvel

•

first edition
june 2018

•

typesetting
star communications, thiruvananthapuram

•

published
chintha publishers, thiruvananthapuram

•

cover
vinod

വിതരണം

ദേശാഭിമാനി ബുക്ക് ഹൗസ്

H O തിരുവനന്തപുരം-695 035
www.chinthapublishers.com
chinthapublishers@gmail.com

ബ്രാഞ്ചുകൾ

ഹെഡ്ഡാഫീസ് ബ്രാഞ്ച് കുന്നുകുഴി • സ്റ്റാച്യു തിരുവനന്തപുരം • കെ എസ് ആർ ടി സി ബസ് സ്റ്റേഷൻ ആലപ്പുഴ • കെ എസ് ആർ ടി സി ബസ് സ്റ്റേഷൻ എറണാകുളം • മച്ചിങ്ങൽ ലെയ്ൻ തൃശൂർ • ഐ ജി റോഡ് കോഴിക്കോട് • എൻ ജി ഒ യൂണിയൻ ബിൽഡിങ് കണ്ണൂർ • സെൻട്രൽ ബസ് ടെർമിനൽ കോംപ്ലക്സ് താവക്കര കണ്ണൂർ

CO - 2677 / 4697
ISBN - 978-93-87842-56-4

ലോകകപ്പിന്റെ 500 ദിനങ്ങൾ

ജോൺ സാമുവൽ

ചിന്ത പബ്ലിഷേഴ്സ്
തിരുവനന്തപുരം-695 035

ജോൺ സാമുവൽ

മാവേലിക്കരയിൽ ജനനം.

35 വർഷത്തെ മാധ്യമ പ്രവർത്തനം. പത്രപ്രവർത്തകനായി തുടങ്ങി ആകാശവാണിയിലൂടെ ദൂരദർശനിൽ. സീനിയർ പ്രൊഡ്യൂസറായി ദൂരദർശനിൽനിന്ന് വിരമിച്ചു. ആയിരത്തിയഞ്ഞൂറോളം കായിക പരിപാടികളും നൂറിലധികം തത്സമയ സംപ്രേക്ഷണങ്ങളും ദൂരദർശനു വേണ്ടി ഒരുക്കി. റിലയൻസ് ലോകകപ്പ് ക്രിക്കറ്റ്, ലോകകപ്പ് ബോക്സിങ്, ലോകകപ്പ് ടേബിൾ ടെന്നീസ് ലോകകപ്പ് പവർ ലിഫ്റ്റിങ്, ഹീറോകപ്പ് ക്രിക്കറ്റ്, ഡൽഹി ഏഷ്യൻ ഗെയിംസ് (ആകാശവാണിക്കു വേണ്ടി) ദേശീയ ഗെയിംസുകൾ, നെഹ്റു കപ്പ് ഫുട്ബോൾ, ഫെഡറേഷൻ കപ്പ് - സന്തോഷ് ട്രോഫി ഫുട്ബോൾ മത്സരങ്ങൾ, നെഹ്റു ട്രോഫി ജലോത്സവം തുടങ്ങിയ ദേശീയ-അന്തർദ്ദേശീയ മത്സരങ്ങൾ ഇതിലുൾപ്പെടുന്നു.

സ്പോർട്സ് കോളമിസ്റ്റ്, കമന്റേറ്റർ, കഥാകൃത്ത്, നടൻ എന്നീ നിലകളിൽ ശ്രദ്ധേയനായി. *ആതൻസ് മുതൽ മോസ്കോ വരെ, കലിപ്സോ ക്രിക്കറ്റ് 2007, ലോകകപ്പ് ക്രിക്കറ്റ്, ആതൻസ് മുതൽ ആതൻസ് വരെ*, എന്നിവയാണ് മറ്റ് പ്രധാന സ്പോർട്സ് കൃതികൾ. *ആതൻസ് മുതൽ ആതൻസ് വരെ* മികച്ച കായിക ഗ്രന്ഥത്തിനുള്ള സംസ്ഥാന അവാർഡും, മികച്ച വൈജ്ഞാനിക ഗ്രന്ഥത്തിനുള്ള എൻ പി പുരസ്കാരവും നേടി. സാഹിത്യ രചനകൾക്ക് പി കേശവദേവ് സാഹിത്യപുരസ്കാരം, എസ് ബി ടി ചെറുകഥാ -ബാലസാഹിത്യ പുരസ്കാരങ്ങൾ, ദുബായ് ഗാല കഥാപുരസ്കാരം, ഫൊക്കാന കഥാപുരസ്കാരം, രചന- കൈരളി കഥാപുരസ്കാരം, സംസ്ഥാന ബാലസാഹിത്യ ഇൻസ്റ്റിറ്റ്യൂട്ട് പുരസ്കാരം എന്നിവ ലഭിച്ചു. എട്ട് കഥാസമാഹാരങ്ങൾ, രണ്ട് നോവലുകൾ, അഞ്ച് ബാലസാഹിത്യ കൃതികൾ എന്നിവയാണ് മറ്റു രചനകൾ.

കേരള സാഹിത്യ അക്കാദമി അംഗമായും 2015 ലെ ദേശീയ ഗെയിംസ് മീഡിയ അഡ്വൈസറായും പ്രവർത്തിച്ചു.

ഭാര്യ	:	രാജമ്മ ജോൺ
മക്കൾ	:	സൂരജ്, സെറിൻ
വിലാസം	:	മേടയിൽ, 16/454/2, കൊച്ചാർ റോഡ്, തിരുവനന്തപുരം - 695 014
ഫോൺ	:	9400591919

ഉള്ളടക്കം

പ്രസാധകക്കുറിപ്പ്

കൗതുകങ്ങളുടെയും ആവേശങ്ങളുടെയും ഉൽക്കണ്ഠകളുടെയും കായികോത്സവത്തിന്റെ കഥ പറയുകയാണ് പ്രശസ്ത ഗ്രന്ഥകാരനായ ജോൺ സാമുവൽ. 2018 ജൂൺ 14 ന് അതായത് 21-ാം ലോകകപ്പിന്റെ ഒന്നാം ദിനം മുപ്പത്തിരണ്ടായിരത്തി ഒരുനൂറ്റിപ്പതിനൊന്നു ദിവസം പ്രായമെത്തുന്ന ലോകകപ്പിൽ കളി നടന്ന അഞ്ഞൂറു ദിവസത്തിന്റെയും കഥപറയുന്ന പുസ്തകമാകുന്നു ജോൺ സാമുവലിന്റെ *ലോകകപ്പിന്റെ 500 ദിനങ്ങൾ*. ഈ പുസ്തകം ഫുട്ബോൾ കാണുന്ന പ്രേക്ഷകന്റെ അതേ മാനസികാവസ്ഥ വായനക്കാരിൽ ജനിപ്പിക്കുവാൻ പര്യാപ്തമാണ്.

ലോകകപ്പിന്റെ സമഗ്ര ചരിത്രം ആലേഖനം ചെയ്യുന്ന ഈ ഗ്രന്ഥം കായികപ്രേമികൾക്ക് എന്നും മുതൽക്കൂട്ടായിരിക്കും. ഇത് വലിയ തോതിൽ സ്വീകരിക്കപ്പെടും എന്ന ഉറപ്പോടെ വായനക്കാർക്കായി സമർപ്പിക്കുന്നു.

ചിന്ത പബ്ലിഷേഴ്സ്

കൗതുകങ്ങളുടെ കായികോത്സവം

രണ്ടായിരത്തിപ്പതിനെട്ട് ജൂൺ പതിനാലിന് റഷ്യൻ സമയം വൈകുന്നേരം ആറുമണിക്ക് മോസ്കോയിലെ ലുസ്നിക്കി സ്റ്റേഡിയത്തിൽ ആതിഥേയരായ റഷ്യ സൗദി അറേബ്യയോട് ഏറ്റുമുട്ടുമ്പോൾ ലോകകപ്പ് ഫുട്ബോളിന്റെ പ്രായം മുപ്പത്തിരണ്ടായിരത്തി ഒരുനൂറ്റിപ്പതിനൊന്നു ദിവസമാവും. അതിൽ കളി നടന്നതാവട്ടെ കൃത്യം അഞ്ഞൂറുദിവസവും. 'ലോകകപ്പ്' എന്നാൽ ഫുട്ബോൾ ലോകകപ്പ് എന്നാണല്ലോ അർത്ഥം. മറ്റു ലോകകപ്പുകൾ അറിയപ്പെടുന്നത് അതാത് കായികയിനങ്ങളുടെ പേരുകൂടി ഒപ്പം ചേർത്തുകൊണ്ടാവും. ഫുട്ബോളിന് അതു വേണ്ട. ലോകകപ്പ് എന്നാൽ കായികപ്രേമികളുടെ മനസ്സിൽ നിറയുക ഉറുഗ്വേയിലെ മോൺടേവീഡിയോയിലെ പൊസ്സിറ്റോസ് സ്റ്റേഡിയത്തിൽ ഉരുണ്ടു തുടങ്ങിയ കായിക മാമാങ്കത്തിന്റെ ചിത്രങ്ങൾ തന്നെയാവും. ഓരോ ലോകകപ്പും ഓരോ ചരിത്രപുസ്തകമാണ്. ആവേശവും ആവേഗവും കുതിപ്പും കിതപ്പും നേട്ടങ്ങളും കോട്ടങ്ങളും ആശ്വാസങ്ങളും നിശ്വാസങ്ങളും ഒക്കെക്കൂടി ചേർന്നൊരു ചരിത്ര പുസ്തകം. അതുകൊണ്ടുതന്നെ കൗതുകങ്ങൾ ഏറെയുണ്ട് ഫിഫാ ലോകകപ്പ് ഫുട്ബോളിൽ.

എൺപത്തി നാല് വർഷത്തെ കഥയിൽ ഒട്ടേറെ അവിസ്മരണീയ മുഹൂർത്തങ്ങൾ സൃഷ്ടിക്കപ്പെട്ടു. ഇരുപതു ലോകകപ്പുകളുടെ, നൂറ്റിതൊണ്ണൂറ്റിയൊന്നു വേദികളിലെ പുൽത്തകിടികളിൽ അടർന്നുവീണിട്ടുണ്ടാവുക വിജയങ്ങളുടേതിനേക്കാൾ തോല്വികളുടെ നൊമ്പരം വീഴ്ത്തിയ കണ്ണീർക്കണങ്ങളായിരിക്കണം. ഫൈനലിന്റെ അവസാന വിസിൽ മുഴങ്ങുമ്പോൾ നാലു വർഷത്തെ കാത്തിരിപ്പിനൊടുവിൽ ഒരേ ഒരു ജേതാവ്.

വിജയത്തിന്റെ കണ്ണീർ വീണു കുതിരുന്ന കൂറ്റൻ സ്റ്റേഡിയങ്ങൾ. ഗാലറികൾ ത്രസിച്ചു പ്രകമ്പനം കൊള്ളുമ്പോൾ ഫുട്ബോൾ ആരാധകരുടെ കൺതടങ്ങളിലുമുണ്ട് ജയത്തിന്റെയോ തോല്‌വിയുടെയോ ഒക്കെ കണ്ണീർ ചാലുകൾ. ലോകം ഒരു കണികയിലെത്തി മടങ്ങുകയാണ് ലോകകപ്പിന്റെ അമരത്വം പ്രഖ്യാപിച്ചുകൊണ്ട്.

മൊൺടേ വീഡിയോയിലെ പൊസിറ്റോസ് സ്റ്റേഡിയത്തിൽ ഒന്നാം ലോകകപ്പിന്റെ പന്തുരുണ്ടത് ഒരു ഞായറാഴ്ചയായിരുന്നു- 1930 ജൂലൈ 13 ന്. കൃത്യം 84 വർഷങ്ങൾക്കുശേഷം മറ്റൊരു ജൂലൈ 13 നാണ് ബ്രസീലിലെ റിയോ ഡി ജനീറോയിലെ മാറക്കാന സ്റ്റേഡിയത്തിൽ ഫൈനൽ മത്സരം നിയന്ത്രിച്ച ഇറ്റാലിയൻ റഫറി നിക്കോള റിസ്സോലി നീട്ടിയൂതിയ വിസിലിനുശേഷം പന്തുമായി പവലിനിലേക്കു മടങ്ങിയത്. അന്നും ഒരു ഞായറാഴ്ചയായിരുന്നു.

ലോകകപ്പ് ഫുട്ബോളിന്റെ മുപ്പതിനായിരത്തി അറുനൂറ്റിയെൺപത്തിയൊന്നാം ദിവസമായിരുന്നു അന്ന്. അഞ്ഞൂറാമത്തെ കളി ദിവസം. 425 ടീമുകളാണ് 20 ലോകകപ്പുകളിൽ ഔന്നത്യത്തിനായി പൊരുതിയത്. ആദ്യ നാലു ലോകകപ്പുകളിൽ ടീമുകളുടെ എണ്ണം ഏറിയും കുറഞ്ഞുമിരുന്നു. ആദ്യ ലോകകപ്പിൽ 13 ടീമുകളായിരുന്നെങ്കിൽ ഇറ്റലിയിലെ രണ്ടാം ലോകകപ്പിൽ പതിനാറായി ഉയർന്നു. ഫ്രാൻസിൽ നടന്ന മൂന്നാം ലോകകപ്പിൽ അത് 15 ആയും ബ്രസീൽ ആതിഥ്യം നല്കിയ നാലാം ലോകകപ്പിൽ 13 ആയും കുറഞ്ഞു. സ്വിറ്റ്സർലണ്ട് ആതിഥേയത്വം നല്കിയ അഞ്ചാം ലോകകപ്പു മുതൽ അർജന്റീനയിൽ നടന്ന 11-ാം ലോകകപ്പു വരെ ടീമുകളുടെ എണ്ണം 16 ആയി നിശ്ചയിച്ചു. സ്പെയിനിലെ 12-ാം ലോകകപ്പു മുതൽ അമേരിക്കയിലെ 15-ാം ലോകകപ്പു വരെ 24 ടീമുകളാണ് മത്സരിച്ചത്. 16-ാം ലോകകപ്പു മുതല്ക്കാണ് ടീമുകളുടെ എണ്ണം 32 ആയി ഉയർന്നത്.

നാലു ഭൂഖണ്ഡങ്ങളിലായി 191 വേദികളിലാണ് 20 ലോകകപ്പുകളിലെ 834 മത്സരങ്ങൾ നടന്നത്. ആദ്യ ലോകകപ്പിൽ മൂന്നു വേദികളിലായി 18 കളികളാണ് നടന്നതെങ്കിൽ 20-ാം മേള ബ്രസീലിലെത്തുമ്പോൾ 12 വേദികളിലായി 64 മത്സരങ്ങളിലെത്തി. 78 ലെ അർജന്റീന ലോകകപ്പുവരെ കളികളുടെ എണ്ണത്തിൽ കൃത്യതയുണ്ടായിരുന്നില്ല. ടീമുകളുടെ എണ്ണം 16 ആയി നിശ്ചയിച്ചുവെങ്കിലും മാറ്റങ്ങളുണ്ടായിരുന്നു. ഗ്രൂപ്പ്-നോക്കൗട്ട് ഘട്ടങ്ങളിൽ വരുത്തിയ വ്യത്യാസങ്ങളായിരുന്നു കാരണം. 82 ലെ സ്പെയിൻ ലോകകപ്പു മുതൽ 94 ലെ അമേരിക്കൻ ലോകകപ്പു വരെ ടീമുകളുടെ എണ്ണം 24 ആയിരുന്നു. 98 ൽ ഫ്രാൻസ് ചാമ്പ്യൻഷിപ്പിലാണ് അത് 32 ആയി ഉയർത്തിയത്. കളികൾ അൻപത്തിരണ്ടിൽ നിന്ന് 64 ആയി വർദ്ധിക്കുകയും ചെയ്തു.

വേദികൾ, കാണികൾ

വർദ്ധനവ് സംഘടനാപരമായും നിലവാരപരമായും ലോക ഫുട്ബോൾ നേടിയ വളർച്ചയെ ഉദാഹരിക്കുന്നു. ആദ്യ ലോകകപ്പിൽ പങ്കെടുത്തവർക്ക് താമസസൗകര്യവും വട്ടച്ചെലവും (ചിലർക്ക് യാത്രാ ച്ചെലവും) ആണ് നല്കിയതെങ്കിൽ 20-ാം ലോകകപ്പിലെത്തുമ്പോൾ പ്രൈസ് മണിയായി മാത്രം നല്കിയത് 576 മില്യൺ ഡോളറായിരുന്നു. ടെലിവിഷൻ സംപ്രേഷണാവകാശം മാത്രം പലമടങ്ങ് മില്യൺ ഡോളറുകൾക്കാണ് കരാറായത്. ഉറുഗ്വേയിൽ ആദ്യ ലോകകപ്പിലെ കളികളുടെ എണ്ണം 18 ആയിരുന്നത് ബ്രസീലിൽ 64 ആയി ഉയർന്നു. ടീമുകളുടെ എണ്ണം 13 ൽ നിന്ന് 32 ആയും വേദികൾ 3 ൽ നിന്ന് 12 ആയും ഉയർന്നു. 18 കളികൾക്കുംകൂടി അന്ന് ആകെയുണ്ടായിരുന്നത് 5,96,549 കാണികളായിരുന്നെങ്കിൽ ബ്രസീലിലെ 64 കളികൾ കണ്ടത് 34,29,873 പേരാണ്. ശരാശരി കാണികളുടെ എണ്ണം 33,000 ൽ നിന്ന് 64,000 ആയി ഉയർന്നു. ഗാലറികളിലിരുന്ന് ഇതിനകം ലോകകപ്പ് കണ്ടവരുടെ എണ്ണം മൂന്നേമുക്കാൽ കോടിയിലധികം.

എന്നാൽ ഒരൊറ്റ കളിയിൽ കാണികളുടെ എണ്ണത്തിൽ ഉറുഗ്വേയിലെ സെന്റിനറി സ്റ്റേഡിയത്തിൽ നടന്ന ഉറുഗ്വേ-യൂഗോസ്ലാവ്യ സെമിഫൈനലിനൊപ്പം 2014 ൽ ബ്രസീലിലെ ഒരു കളിയുമെത്തിയില്ല. 93,000 ൽപ്പരം കാണികളാണ് അന്ന് ഗാലറികളിൽ ഇരച്ച് കയറിയത്. ബ്രസീൽ ലോകകപ്പിലാകട്ടെ മാറക്കാനയിൽ നടന്ന ജർമ്മനി- അർജന്റീന ഫൈനൽ കാണുവാനായിരുന്നു ഏറ്റവും കൂടുതൽ കാണികളെത്തിയത് - 74,738 പേർ. എന്നാൽ ലോകകപ്പിന്റെ ചരിത്രത്തിൽ ഒരൊറ്റ കളിക്കെത്തിയ കാണികളുടെ എണ്ണത്തിൽ റിക്കോർഡ് സ്ഥാപിച്ചത്, മാറക്കാന തന്നെയായിരുന്നു. 1950 ലെ നാലാം ലോകകപ്പിൽ ജൂലൈ 16 ന് ഉറുഗ്വേയും ബ്രസീലും തമ്മിൽ നടന്ന അവസാന മത്സരത്തിൽ മാറക്കാന പ്രകമ്പനം കൊണ്ടു. സ്റ്റേഡിയത്തിന് ഉൾക്കൊള്ളാനാവാത്ത തരത്തിൽ 146 പേർ കൂടിയുണ്ടായിരുന്നെങ്കിൽ കാണികളുടെ എണ്ണം രണ്ടുലക്ഷമാകുമെന്നായിരുന്നു കണക്കുകൾ. കായികമേളകളുടെ കാര്യത്തിൽ സർവ്വകാല റിക്കാർഡ്. അത്രയും കാണികളെ സ്റ്റേഡിയം എങ്ങനെ ഉൾക്കൊണ്ടുവെന്ന് സംഘാടകരും അമ്പരന്നു. പക്ഷേ, അന്ന് സ്വന്തം നാട്ടിലെ കാണികൾക്ക് ബ്രസീലിനെ ജയിപ്പിക്കാനായില്ല. 2-1 ന് ഉറുഗ്വേ ജയിച്ചു, ഒപ്പം അവരുടെ രണ്ടാം കിരീടവും. ഫൈനൽ കളി കൂടാതെ ലോകകപ്പ് ജേതാക്കളാൽ തീരുമാനിക്കപ്പെട്ട ലോകകപ്പായിരുന്നു ഇത്. റൗണ്ട് റോബിൻ അടിസ്ഥാനത്തിൽ നടന്ന ഫൈനൽ ഗ്രൂപ്പ് മത്സരത്തിൽ ആദ്യ സ്ഥാനത്തെത്തിയവരായിരുന്നു ജേതാക്കൾ. ഉറുഗ്വേയും ബ്രസീലും തമ്മിൽ നടന്നത് അതിലെ അവസാന മത്സരവും. പിന്നീട് 1978 ലും 1986 ലും നടന്ന ലോകകപ്പുകളിലാണ് കാണികളുടെ എണ്ണം ഒരു കളിയിൽ ലക്ഷം കടക്കുന്നത്.

ലോക കപ്പ്	വർഷം വേദി	വിജയി	രണ്ടാം സ്ഥാനം	സ്കോർ	മൂന്നാം സ്ഥാനം	നാലാം സ്ഥാനം	സ്കോർ
1	1930 ഉറുഗ്വേ	ഉറുഗ്വേ	അർജന്റീന	4-2	അമേ രിക്ക	യൂഗോ സ്ലോവ്യ	ഔദ്യോ ഗിക 3,4 സ്ഥാന ങ്ങളില്ല
2	1934 ഇറ്റലി	ഇറ്റലി	ചെക്കോ സ്ലോവാക്യ	2-1 (എക്സ് ട്രാ ടൈം)	ജർമ്മനി	ഓസ്ട്രിയ	3-2
3	1938 ഫ്രാൻസ്	ഇറ്റലി	ഹംഗറി	4-2	ബ്രസീൽ	സ്വീഡൻ	4-2
4	1950 ബ്രസീൽ	ഉറുഗ്വേ	ബ്രസീൽ	2-1	സ്വീഡൻ	സ്പെയിൻ	3-1
5.	1954 സ്വിറ്റ്സർ ലണ്ട്	പശ്ചിമ ജർമ്മനി	ഹംഗറി	3-2	ഓസ്ട്രിയ	ഉറുഗ്വേ	3-1
6.	1958 സ്വീഡൻ	ബ്രസീൽ	സ്വീഡൻ	5-2	ഫ്രാൻസ്	പശ്ചിമ ജർമ്മനി	6-3
7	1962 ചിലി	ബ്രസീൽ	ചെക്കോ സ്ലോവാക്യ	3-1	ചിലി	യൂഗോ സ്ലാവ്യ	1-0
8.	1966 ഇംഗ്ലണ്ട്	ഇംഗ്ലണ്ട്	പശ്ചിമ ജർമ്മനി	4-2 (എക്സ് ട്രാ ടൈം)	പോർച്ചു ഗൽ	സോവിയറ്റ് യൂണിയൻ	2-1
9.	1970 മെക്സി ക്കോ	ബ്രസീൽ	ഇറ്റലി	4-1	പശ്ചിമ ജർമ്മനി	ഉറുഗ്വേ	1-0
10	1974 പശ്ചിമ ജർമ്മനി	പശ്ചിമ ജർമ്മനി	ഹോളണ്ട്	2-1	പോളണ്ട്	ബ്രസീൽ	1-0
11	1978 അർജന്റീന	അർജ ന്റീന	ഹോളണ്ട്	3-1 (എക്സ് ട്രാ ടൈം)	ബ്രസീൽ	ഇറ്റലി	2-1

12	1982 സ്പെയിൻ	ഇറ്റലി	പശ്ചിമ ജർമ്മനി	3-1	പോളണ്ട്	ഫ്രാൻസ്	3-2
13	1986 മെക്സിക്കോ	അർജന്റീന	പശ്ചിമ ജർമ്മനി	3-2	ഫ്രാൻസ്	ബൽജിയം	4-2 (എക്സ്ട്രാ ടൈം)
14	1990 ഇറ്റലി	പശ്ചിമ ജർമ്മനി	അർജന്റീന	1-0	ഇറ്റലി	ഇംഗ്ലണ്ട്	2-1
15	1994 അമേരിക്ക	ബ്രസീൽ	ഇറ്റലി	3-2 (പെനാൽറ്റി ഷൂട്ടൗട്ട്	സ്വീഡൻ	ബൾഗേറിയ	4-0
16	1998 ഫ്രാൻസ്	ഫ്രാൻസ്	ബ്രസീൽ	3-0	ക്രൊയേഷ്യ	ഹോളണ്ട്	2-1
17	2002 ദക്ഷിണ കൊറിയ ജപ്പാൻ	ബ്രസീൽ	ജർമ്മനി	2-0 0-0	ടർക്കി	ദക്ഷിണ കൊറിയ	3-2
18	2006 ജർമ്മനി	ഇറ്റലി	ഫ്രാൻസ്	5-3 (പെനൽറ്റി)	ജർമ്മനി	പോർച്ചുഗൽ	3-1
19	2010 ദക്ഷിണാഫ്രിക്ക	സ്പെയിൻ	ഹോളണ്ട്	1-0 (എക്സ്ട്രാ ടൈം)	ജർമ്മനി	ഉറുഗ്വേ	3-2
20	2014 ബ്രസീൽ	ജർമ്മനി	അർജന്റീന	1-0 (എക്സ്ട്രാ ടൈം)	ഹോളണ്ട്	ബ്രസീൽ	3-0

70 ലെ ലോകകപ്പിന്റെ ഗ്രൂപ്പ് ഘട്ടത്തിൽ മെക്സിക്കോ-ബൽജിയം മത്സരം കാണാൻ മെക്സിക്കോ സിറ്റിയിലെ അസ്ടെക് സ്റ്റേഡിയത്തിലെത്തിയത് 1,08,192 പേരാണ്. 86 ൽ അതേ സ്റ്റേഡിയത്തിൽ ഫൈനലിൽ അർജന്റീന 3-2 ന് പശ്ചിമ ജർമ്മനിയെ തോല്പിക്കുന്നതിന് 1,14,600 കാണികൾ സാക്ഷികളായിരുന്നു. 94 ൽ അമേരിക്കയിൽ നടന്ന ലോകകപ്പിനുശേഷം ഒരു കളിയിലും തൊണ്ണൂറായിരത്തിനുമേൽ കാണികൾ ഉണ്ടായിരുന്നില്ലെന്നത് കൗതുകകരമായ കാര്യമാണ്. ഏറ്റവുമൊടുവിലത്തെ ബ്രസീൽ ലോകകപ്പിൽ നോക്കൗട്ട് റൗണ്ടിലെ മിക്ക കളികൾക്കും

അരലക്ഷം അടുപ്പിച്ചായിരുന്നു കാണികൾ. മുക്കാൽ ലക്ഷത്തിലെത്തിയത് രണ്ടു കളിക്കു മാത്രം. ജർമ്മനി - ഫ്രാൻസ് ആദ്യ ക്വാർട്ടർ ഫൈനലിനും (1-0) ജർമ്മനി-അർജന്റീന ഫൈനലിനും (1-0) മാത്രം. ടിക്കറ്റ് നിരക്കുകളിലെ ഭാരിച്ച വർദ്ധനവ് ഒരു കാരണമായി പറയുന്നുണ്ടെങ്കിലും മത്സരങ്ങളുടെ നിലവാരപരമായ മേന്മയുടെ അളവുകോലായി ചിലരെങ്കിലും ഇതിനെ കാണുന്നുണ്ട്. എന്നാൽ കാണികളുടെ എണ്ണമാണ് നിലവാരം നിശ്ചയിക്കുന്നതെന്ന വാദത്തോട് യോജിക്കാനുമാവില്ല. നാട്ടിൽ കളി നടക്കുമ്പോൾ സ്വസ്ഥമായിരുന്ന് ടെലിവിഷനിൽ കളി കാണാമെന്ന് ഒരു ഫുട്ബോൾ പ്രേമിയും ആഗ്രഹിക്കുകയില്ല.

ഇവിടെ ഒരുകാര്യം ശ്രദ്ധിക്കേണ്ടതുണ്ട്. അമേരിക്കയിൽ നടന്ന 15-ാം ലോകകപ്പിലെ റിക്കാർഡ് ശരാശരിക്കുശേഷം കുത്തനെയുള്ള ഇടിവാണ് കാണികളുടെ എണ്ണത്തിലുണ്ടായത്: അമേരിക്കയിൽ ഒരു കളിക്ക് ശരാശരി 69,000 പേരെത്തിയെങ്കിൽ തൊട്ടടുത്ത ഫ്രാൻസ് ലോകകപ്പിൽ അത് 43,000 ഉം ദക്ഷിണ കൊറിയയിലും ജപ്പാനിലുമായി നടന്ന പതിനേഴാം ലോകകപ്പിൽ 42,000 വുമായി കുറഞ്ഞു. കനത്ത സാമ്പത്തിക പ്രതിസന്ധിക്കിടയിലും ബ്രസീലിലെ കാണികൾ തങ്ങളുടെ കളിയെ കൈവിട്ടില്ലെന്നാണ് ശരാശരി കണക്കുകൾ വ്യക്തമാക്കുന്നത്. റിയോ-ഡി-ജനീറോയിൽ ശരാശരി 53,592 കാണികളാണ് എത്തിയത്. ശരാശരി കണക്കിലെ രണ്ടാം സ്ഥാനം. മൂന്നാം സ്ഥാനം ദക്ഷിണാഫ്രിക്കയിലെ പത്തൊൻപതാം ലോകകപ്പിനും - അരലക്ഷത്തിനോടടുത്ത്. ജൊഹന്നാസ് ബർഗിലെ സോക്കർസിറ്റി സ്റ്റേഡിയത്തിൽ നടന്ന ഫൈനലിൽ സ്പെയിൻ 1-0 ന് ഹോളണ്ടിനെ തോല്പിക്കുമ്പോൾ കാണികൾ 80,000 ത്തിനടുത്തുണ്ടായിരുന്നു. ലക്ഷത്തിൽ താഴെ കാണികളെത്തിയ മത്സരങ്ങളിൽ നാലാമത്. വിരുദ്ധ പ്രചാരണങ്ങളെന്തു തന്നെയായാലും ഫുട്ബോളിനെ സ്നേഹിക്കുന്നവർ കളികാണാൻ ഗാലറിയിൽ തന്നെയെത്തുമെന്നതിനുദാഹരണം.

	വർഷം വേദി	കളി ദിവ ങ്ങൾ	ടീമു കൾ	സ്റ്റേഡി യങ്ങൾ	പ്രേക്ഷ കർ	പ്രേക്ഷക ശരാശരി	കളി കൾ	ഗോൾ	ഗോൾ ശരാശരി
1	1930 ഉറുഗ്വേ	18	13	3	590549	32.81	18	70	3.89
2	1934 ഇറ്റലി	15	16	8	363000	21.3	17	70	4.12
3	1938 ഫ്രാൻസ്	16	15	10	375700	20.8	18	84	4.67

4	1950 ബ്രസീൽ	23	13	6	1045246	47.5	22	88	4.00
5.	1954 സ്വിറ്റ്സർ ലണ്ട്	19	16	6	768,609	29.5	26	140	5.38
6.	1958 സ്വീഡൻ	22	16	12	819810	23.4	35	126	3.36
7	1962 ചിലി	19	16	4	893172	27.9	32	89	2.78
8.	1966 ഇംഗ്ലണ്ട്	20	16	8	1563135	48.8	32	89	2.78
9.	1970 മെക്സിക്കോ	22	16	5	1604065	50.1	32	95	2.97
10	1974 പശ്ചിമ ജർമ്മനി	25	16	9	1865762	49.0	38	97	2.55
11	1978 അർജന്റീന	25	16	6	1545791	40.6	38	102	2.68
12	1982 സ്പെയിൻ	29	24	17	2109723	40.5	52	146	2.81
13	1986 മെക്സിക്കോ	30	24	12	2394031	46.0	52	146	2.81
14	1990 ഇറ്റലി	31	24	12	2516215	48.3	52	115	2.21
15	1994 അമേരിക്ക	31	24	9	3587538	68.9	52	141	2.71
16	1998 ഫ്രാൻസ്	33	32	10	2784687	43.56	64	171	2.67
17	2002 ദക്ഷിണ കൊറിയ, ജപ്പാൻ	31	32	20	2705197	42.2	64	161	2.52

18	2006 ജർമ്മനി	31	32	12	3359439	52.4	64	147	2.30
19	2010 ദക്ഷിണാഫ്രിക്ക	30	32	10	3178856	49.6	64	145	2.27
20	2014 ബ്രസീൽ	30	32	12	3429873	53.5	64	171	2.67

ഇതിഹാസതാരങ്ങളടക്കമുള്ള കളിക്കാർ കാണികൾക്കു പകരം നല്കുന്നതോ? സ്വന്തം ടീമായാലും ഏതു കാഴ്ചക്കാരനും പെനാൽറ്റികളെ ശപിക്കാറാണുള്ളത്. അവനു വേണ്ടത് മാന്ത്രികക്കാലുകളിലൂടെ ഒഴുകിയെത്തുന്ന ഗോളുകളാണ്. പോയിന്റ് ബ്ലാങ്കിൽ ഒരു ഫിനിഷ്. വായുവിൽ കരണം മറിഞ്ഞൊരു പ്ലേസിങ്. ഇടിമുഴക്കം സൃഷ്ടിക്കുന്നൊരു ഗ്രൗണ്ട് ഷോട്ട്. ഗോൾ വലയത്തിന്റെ മൂലകളിൽ ബാറിനെ തൊട്ടുരുമ്മി ഷട്ടിൽ കോക്ക് കണക്കെ പറന്നിറങ്ങുന്ന പന്തുകൾ. ഒന്നരമണിക്കൂറും അതിലധികവും വിയർപ്പൊഴുക്കി കളിക്കാർ കാണികളെ ത്രസിപ്പിക്കുമ്പോൾ ഇത്തരം സന്ദർഭങ്ങളാണ് കാണികൾ പ്രതീക്ഷിക്കുന്നതെന്ന് കളിക്കാർക്കറിയാം. അതിന് സാധിക്കുന്നുവെങ്കിൽ മാത്രമേ ജഴ്സിയൂരിയെറിഞ്ഞ് നെഞ്ചുവിരിച്ചുകൊണ്ട് അവർക്ക് ഗാലറികളുടെ ഓരത്തേക്ക് ഓടിയണയാൻ കഴിയൂ. ലോകകപ്പിൽ ഒരൊറ്റ ഗോൾ നേടിയാൽത്തന്നെ ചരിത്രത്തിന്റെ ഭാഗമാകുമെന്ന് അവർക്ക് ബോദ്ധ്യമുണ്ട്. അന്ന് 1930 ജൂലൈ 13 ന് പൊസിറ്റോസ് സ്റ്റേഡിയത്തിൽ വെറും മൂവായിരം കാണികൾക്കു മുന്നിൽ കളിയുടെ 19-ാം മിനിട്ടിൽ മെക്സിക്കോക്കെതിരെ മനോഹരമായ ഒരു വോളിയിലൂടെ ഫ്രാൻസിന്റെ ലൂസിയൻ ലോറന്റ് ആദ്യലോകകപ്പ് ഗോൾ നേടിയത് മുതൽ തുടങ്ങുന്നു ആ കഥ. ലോകകപ്പിൽ ലൂസിയന്റെ ഏക ഗോളായിരുന്നു അത്. ലൂസിയനിൽ തുടങ്ങിയ കഥ എത്തി നില്ക്കുന്നത് മറ്റൊരു ജൂലൈ 13 ന് (2014) മാറക്കാന സ്റ്റേഡിയത്തിൽ ജർമ്മനിയുടെ മരിയോ ഗോട്സെ ഫൈനലിന്റെ 113-ാം മിനിട്ടിൽ അർജന്റീനയ്ക്കെതിരെ നേടിയ വിജയഗോളിലാണ്. അന്ന് കാണികളുടെ എണ്ണം മുക്കാൽ ലക്ഷത്തോളമായിരുന്നു. ചരിത്രത്തിന്റെ ഭാഗമാകാൻ കഴിഞ്ഞ ഗോട്സെക്കും ആറു കളികളിൽ നിന്ന് നേടാനായത് ഒരു ഗോൾ മാത്രമാണ്.

ലൂസിയൻ ലോറന്റ്

ഏറ്റവും കൂടുതൽ ഗോളുകൾ സ്കോർ ചെയ്യപ്പെട്ടത് ഫ്രാൻസിൽ നടന്ന 16-ാം ലോകകപ്പിലും ബ്രസീലിലെ 20-ാം ലോകകപ്പിലുമായിരുന്നു- 171 വീതം. നൂറിനുമേൽ ഗോളുകൾ സ്കോർ ചെയ്യപ്പെട്ട മറ്റ് പത്ത് ലോകകപ്പുകൾ കൂടിയുണ്ട്. എന്നാൽ ഗോൾ ശരാശരിയിൽ ആദ്യ നാല് ലോകകപ്പുകളെ മറികടക്കാൻ ഒന്നൊഴികെ മറ്റ് ലോകകപ്പുകൾക്കായില്ല. ശരാശരി 5.38 ഗോളുകൾ പിറന്ന സ്വിറ്റ്സർലണ്ടിൽ നടന്ന അഞ്ചാം ലോകകപ്പാണ് മുന്നിൽ. 26 കളികളിൽനിന്നായി 140 ഗോളുകൾ. ഗോൾ ശരാശരി അതിനുശേഷം താഴേക്കു പോവുകയായിരുന്നു. 62 ൽ ചിലി ആതിഥേയത്വം വഹിച്ച ഏഴാം ലോകകപ്പിനുശേഷം ഒരിക്കൽപ്പോലും ഗോൾ ശരാശരി മൂന്നക്കം കടക്കുകയുണ്ടായില്ല. 18 മത്സരങ്ങളിൽ നിന്നായി 70 ഗോളുകൾ പിറന്ന ആദ്യ ലോകകപ്പു മുതൽ 64 മത്സരങ്ങളിൽ നിന്നായി 171 ഗോളുകൾ വീണ ഇരുപതാം ലോകകപ്പുവരെ ആകെ 2379 തവണയാണ് ഗോൾവലയങ്ങൾ ഭേദിക്കപ്പെട്ടത്. ആകെ 836 കളികൾ ഗോൾ ശരാശരി 2.84.

ലോകത്ത് എട്ടിൽ ഒരാൾ വീതം ലോകകപ്പ് ഫുട്ബോളിന് നേർസാക്ഷികളാണെന്നാണ് (ടെലിവിഷൻ കാഴ്ചയുൾപ്പെടെ). ഏറ്റവും ഒടുവിലത്തെ ലോകകപ്പിനു ശേഷമുള്ള കണക്ക്. മനുഷ്യക്കാഴ്ചയുടെ സമുന്നത സാക്ഷ്യം. 1872 ൽ ഗ്ലാസ്ഗോ നഗരത്തിൽ സ്കോട്ട്ലണ്ടും ഇംഗ്ലണ്ടും തമ്മിൽ നടന്ന ആദ്യത്തേതെന്നു കരുതപ്പെടുന്ന അന്താരാഷ്ട്ര ഫുട്ബോൾ മത്സരത്തിൽനിന്ന് മാറക്കാനയിലെ മഹാത്ഭുതമായി മാറിയ മത്സരമായി ലോകഫുട്ബോൾ വളരുകയോ ഉയരുകയോ ചെയ്തിരിക്കുന്നു. 1928 മെയ് 28 ന് ആംസ്റ്റർഡാമിലെ ഫിഫാ കോൺഗ്രസിൽ രണ്ടു വർഷത്തിനുശേഷം സ്വാതന്ത്ര്യത്തിന്റെ നൂറാം വാർഷികമാഘോഷിക്കുന്ന ഉറുഗ്വേക്ക് ലോകകപ്പ് മത്സരം നടത്താൻ അവസരം നല്കിക്കൊണ്ട് യൂൾറിമേയുടെ നേതൃത്വത്തിലെടുത്ത തീരുമാനം ആയിരം പൂർണ്ണ ചന്ദ്രന്മാരെ കണ്ടതിനുശേഷവും ലേശവും തളരാതെ മുന്നോട്ടാണ്.

രാജ്യങ്ങൾ, വിജയങ്ങൾ

ലോകകപ്പിൽ അവസാന 32 ടീമുകളാകാൻ കൊതിക്കുന്ന 204 രാജ്യങ്ങൾ. കായിക ഔന്നത്യത്തിന്റെ ഉരകല്ലായ ലോകകപ്പിൽ നേടുന്ന വിജയങ്ങൾ ഉന്മാദമായും തോല്വികൾ ദുരന്തങ്ങളായും അനുഭവിക്കാൻ മനസ്സുകൊണ്ട് തയ്യാറെടുക്കുന്ന കാണികളും കളിക്കാരും. ഫുട്ബോൾ അവർക്കൊരു മതമാണ്. അതിൽതന്നെ എട്ടു രാജ്യങ്ങൾക്കാണ് ഇതുവരെയുള്ള ഇരുപതു ലോകകപ്പുകളിൽ കിരീടം നേടാനായത്. ലോകചാമ്പ്യന്മാർക്ക് നല്കിപ്പോന്ന യൂൾറിമേ കപ്പ് ഒമ്പതാം ലോകകപ്പിൽ നേടിയ മൂന്നാം കിരീടവിജയത്തോടെ നാടിന്റെ സ്വത്തായി മുതൽക്കൂട്ടിയ ബ്രസീൽ പതിനഞ്ചാം ലോകകപ്പിലും പതിനേഴാം ലോകകപ്പിലും വിജയമാവർത്തിച്ചു. അഞ്ചുപ്രാവശ്യം ലോകജേതാക്കൾ. 20 ലോകപ്പുകളിലും മത്സരിച്ചുവെന്ന ഖ്യാതി വേറെയും. ജർമ്മനിയും ഇറ്റലിയും നാലു പ്രാവശ്യം വീതവും, അർജന്റീനയും ഉറുഗ്വേയും രണ്ടു തവണ വീതവും

ചാമ്പ്യന്മാരായപ്പോൾ ഇംഗ്ലണ്ട്, ഫ്രാൻസ്, സ്പെയിൻ എന്നീ രാജ്യങ്ങൾ ഓരോ തവണ വീതം ലോകഫുട്ബോൾ രാജാക്കന്മാരായി അവരോധിക്കപ്പെട്ടു.

ലോകചാമ്പ്യന്മാർ

രാജ്യം	കിരീടനേട്ടം	രണ്ടാംസ്ഥാനം	മൂന്നാം സ്ഥാനം	നാലാംസ്ഥാനം
ബ്രസീൽ	5 1958, 1962 1970, 1994, 2002	2 1950, 1998	2 1938, 1978	2 1974, 2014
ജർമ്മനി	4 1954, 1974 1990, 2014	4 1966, 1982 1986, 2002	4 1934, 1970 2006, 2010	1 1958
ഇറ്റലി	4 1934. 1938 1982, 2006	2 1970, 1994	1 1990	1 1978
അർജന്റീന	2 1978, 1986	3 1930, 1990, 2014	- -	- -
ഉറുഗ്വേ	2 1930, 1950	-	-	3 1954, 1970, 2010
ഫ്രാൻസ്	1 1998	1 2006	2 1958, 1986	1 1982
ഇംഗ്ലണ്ട്	1 1966	-	-	1 1990
സ്പെയിൻ	1 2010	-	-	1 1950

യൂറോപ്യൻ-ലാറ്റിനമേരിക്കൻ രാജ്യങ്ങളുടെ പ്രാഭവത്തിനു മുന്നിൽ മറ്റു ഭൂഖണ്ഡങ്ങളിലെ ഫുട്ബോൾ ശൈലികൾക്ക് കടന്നുചെല്ലാനായത് എൺപതുകളുടെ തുടക്കത്തിലാണ്. ആഫ്രിക്കൻ - ഏഷ്യൻ വൻകരകളിൽനിന്നും, വടക്കേ അമേരിക്കയിൽനിന്നുമുള്ള ടീമുകൾക്ക് ഏറിയ പ്രാതിനിധ്യം ലഭിച്ചത് 82 ലെ സ്പെയിൻ ലോകകപ്പിൽ ടീമുകളുടെ എണ്ണം 24 ആയും 98 ലെ ഫ്രാൻസ് ലോകകപ്പിൽ അത് 32 ആയും ഉയർത്തിയതിനു ശേഷമാണ്. അവരിൽ ചിലർ ലോക ഫുട്ബോൾ ശക്തി

കളായി വളരുകയും ചെയ്തു. 86 ൽ മെക്സിക്കോയും 90 ൽ കാമറൂണും, 2002 ൽ സെനഗലും 2010 ൽ ഘാനയും 2014 ൽ കോസ്റ്ററിക്കയും ക്വാർട്ടർ ഫൈനൽഘട്ടം വരെയെത്തിയപ്പോൾ ഏഷ്യൻ വൻകരയിൽനിന്ന് ദക്ഷിണകൊറിയ സെമിഫൈനൽവരെയെത്തി ചരിത്രമെഴുതി. 75-ാം മിനിട്ടിൽ മിഷേൽ ബല്ലാക്ക് നേടിയ ഒരൊറ്റ ഗോളിന് ജർമ്മനിയോട് തോല്ക്കുമ്പോഴും ക്വാർട്ടറിൽ കരുത്തരായ ഇറ്റലിയെ 2-1 ന് അടിയറവു പറയിച്ചതിന്റെ ആരവം ഏഷ്യൻ രാജ്യങ്ങളിൽ കെട്ടടങ്ങിയിരുന്നില്ല. അമേരിക്കയും പോർച്ചുഗലും പോളണ്ടും അടങ്ങിയ ഗ്രൂപ്പിൽ രണ്ടു വിജയവും ഒരു സമനിലയുമായി ഗ്രൂപ്പ് ജേതാക്കളായാണ് ദക്ഷിണ കൊറിയ നോക്കൗട്ട് റൗണ്ടിൽ കടന്നതെന്ന് ഓർക്കേണ്ടതുണ്ട്.

പക്ഷേ, യൂറോപ്യൻ-ലാറ്റിനമേരിക്കൻ ശക്തികൾക്ക് ഒറ്റപ്പെട്ട ഈ നേട്ടങ്ങൾ ഒരു കാലത്തും ഭീഷണിയായിരുന്നില്ല. 1994, 1998, 2006 ലോകകപ്പുകളിൽ അവസാനത്തെ എട്ടു ടീമുകൾ ചാരുതയാർന്ന ഫുട്ബോൾ ശൈലികളുടെ ഉടമകളായിരുന്നു. എല്ലാ ലോകകപ്പുകളുടെയും ഫൈനലിൽ അവർ മാറി മാറി കളിച്ചുകൊണ്ടേയിരുന്നു.

കൗതുകങ്ങൾ... കൗതുകങ്ങൾ...

ലോകകപ്പ് ഫുട്ബോൾ കൗതുകങ്ങൾ അവസാനിക്കുന്നതേയില്ല. ഒന്നുമാറി മറ്റൊന്ന് എന്ന നിലയിൽ ഓരോ ലോകകപ്പിലും കൗതുകങ്ങളുടെ പരമ്പരയാണ് സംഭവിക്കുന്നത്. മൂന്നാം വിജയത്തോടെ ബ്രസീൽ സ്വന്തമാക്കിയ യൂൾ റിമേ കപ്പ് ഇപ്പോൾ എവിടെയാണ്? ബ്രസീലിന്റെ പക്കലുണ്ടാവുമോ ഇപ്പോഴും? ലോകകപ്പ് വിജയികൾക്കു നല്കാനായി ഏർപ്പെടുത്തിയിരുന്ന "കൂപ്പേ ഡുമൊണ്ടേ" (ലോകകപ്പ്) 1970 ൽ എന്നെന്നേക്കുമായി ബ്രസീൽ സ്വന്തമാക്കുമ്പോൾ യൂൾറിമേ കപ്പിനു വേണ്ടിയുള്ള മത്സരങ്ങൾക്ക് തിരശ്ശീല വീണിരുന്നു. ഇറ്റലിക്കാരനായ ശില്പി രൂപകല്പന ചെയ്ത പുതിയ ഫിഫാകപ്പ് 82 ൽ ഇറ്റലിതന്നെ നേടിയതിനു തൊട്ടുപിറകേയാണ് യൂൾ റിമേ കപ്പ് ബ്രസീലിന്റെ പക്കൽനിന്ന് അപ്രത്യക്ഷമാകുന്നത്. ഒരിക്കലും തിരിച്ചെടുക്കാനാവാത്ത വിധം കപ്പിന്റെ ലോഹത്തകിടുകൾ, ഏതോ കൊല്ലന്റെ ആലയിൽ ഉരുകിയൊലിച്ചു. അങ്ങനെ ബ്രസീലിന്റെ സ്വന്തം യൂൾ റിമേ കപ്പ് ചിത്രങ്ങളിൽ മാത്രമായൊതുങ്ങി.

യൂൾറിമേ കപ്പ്

മുപ്പത്തിയാറ് സെന്റീമീറ്റർ ഉയരം.

ഫിഫ കപ്പ്

ആറേകാൽ കിലോ ഭാരം. ലോകത്തെ കൈപ്പിടിയിലൊതുക്കുന്ന രൂപഘടന-എഴുപത്തിയഞ്ചു ശതമാനവും പതിനെട്ട് കാരറ്റ് മൂല്യമുള്ള സ്വർണ്ണത്തകിടുകൊണ്ട് നിർമ്മിച്ച പുതിയ ലോകകപ്പിന് യൂൾ റിമേ കപ്പിന്റെ ഗതിയുണ്ടാകരുതെന്ന് ഫിഫ തീരുമാനമെടുത്തു. വിജയാഘോഷങ്ങൾ തീരുന്നതുവരെ മാത്രം വിജയികളുടെ പക്കൽ ലോകകപ്പ് ഏല്പിക്കുന്ന ഏർപ്പാട് ഇക്കാരണത്താലാണ് നടപ്പിലാക്കിയത്. ലോഹത്തിൽ സ്വർണ്ണം പൂശിയ ലോകകപ്പിന്റെ പകർപ്പ് കൈവശം വെക്കുവാനായി വിജയികൾക്കു നല്കും. സ്വന്തം നാട്ടിൽ സൂക്ഷിക്കുക ഈ പകരവസ്തുവാകും.

ആതിഥേയരെ തുണയ്ക്കുന്നതാണ് ലോകകപ്പ് മത്സരങ്ങളുടെ മറ്റൊരു കൗതുകം. 2014 വരെയുള്ള എട്ട് ചാമ്പ്യന്മാരിൽ ആറുപേരും ഏതെങ്കിലുമൊരു പ്രാവശ്യം സ്വന്തം മണ്ണിൽ കിരീടം നേടിയവരാണ്. രണ്ടു പ്രാവശ്യം വീതം ബ്രസീലിനും ജർമ്മനിക്കും സ്വന്തം മണ്ണിൽ കിരീടം നേടാനായില്ല. ബ്രസീലിന്റെ അഞ്ചു കിരീട നേട്ടങ്ങളും വിദേശ മണ്ണിലായിരുന്നു എന്ന കൗതുകവുമുണ്ട്. നാലാം ലോകകപ്പിൽ ആതിഥേയത്വം വഹിച്ചപ്പോൾ രണ്ടാം സ്ഥാനവും അറുപത്തിനാലു വർഷങ്ങൾക്കുശേഷം ഇരുപതാം ലോകകപ്പിൽ നാലാം സ്ഥാനവുമാണ് ബ്രസീൽ നേടിയത്. കിരീട വിജയം സ്വന്തം നാട്ടിൽ നേടാവാതെ പോയ രണ്ടാമത്തെ ടീം സ്പെയിൻ ആയിരുന്നു. 2010 ൽ ദക്ഷിണാഫ്രിക്കയിലായിരുന്നു സ്പെയിനിന്റെ കിരീടനേട്ടം. ആതിഥേയത്വം നല്കിയ 12-ാം ലോകകപ്പിൽ (1982) ആദ്യ നാലു സ്ഥാനങ്ങളിൽപ്പോലും എത്താൻ സ്പെയിന് കഴിഞ്ഞില്ല.

കിരീടം സ്വന്തം മണ്ണിൽ

1930-ഉറുഗ്വേ	ഉറുഗ്വേ അർജന്റീനയെ തോല്പിച്ചു (4-2)
1934-ഇറ്റലി	ഇറ്റലി ചെക്കോസ്ലോവാക്യയെ തോല്പിച്ചു (2-1)
1966-ഇംഗ്ലണ്ട്	ഇംഗ്ലണ്ട് പശ്ചിമജർമ്മനിയെ തോല്പിച്ചു (4-2)
1974-പശ്ചിമ ജർമ്മനി	പശ്ചിമജർമ്മനി ഹോളണ്ടിനെ തോല്പിച്ചു (2-1)
1978-അർജന്റീന	അർജന്റീന ഹോളണ്ടിനെ തോല്പിച്ചു (3-1)
1998-ഫ്രാൻസ്	ഫ്രാൻസ് ബ്രസീലിനെ തോല്പിച്ചു (3-0)

ഗോളുകളുടെ അടിസ്ഥാനത്തിലാവുമല്ലോ ഫുട്ബോൾ മത്സരങ്ങളുടെ നിലവാരം അളക്കാനാവുക. എത്ര നന്നായി കളിച്ചാലും എതിർ ഗോൾ വലയം ചലിപ്പിക്കാനായില്ലെങ്കിൽ ബാലൻസ് ഷീറ്റിൽ ആ ടീമിന് സ്ഥാനമുണ്ടാവില്ല. ലോകകപ്പ് ഫുട്ബോൾ ചരിത്രത്തിൽ അത്തരം ഒട്ടേറെ കഥകൾ വായിക്കാനാകും. ഇരുപതു ലോകകപ്പുകളിലായി ആകെ സൃഷ്ടിക്കപ്പെട്ട 2379 ഗോളുകൾ 836 കളികളാണ് വീണത്. അതിൽ 70 കളികൾ ഗോൾ രഹിത സമനിലയിലാണവസാനിച്ചത്. 1982, 2006, 2010, 2014 എന്നീ വർഷങ്ങളിലെ ലോകകപ്പുകളിൽ ഏഴുവീതം കളികളിൽ ഒരു ടീമിനും ഗോൾ നേടാനായില്ല. നിലവാരത്തിന്റെ കാര്യത്തിൽ ആ ടീമുകൾ ഒപ്പത്തിനൊപ്പമായിരുന്നുവെന്നു പറയാം. 107 സമനിലകളാണ് ലോകകപ്പിൽ ഇതുവരെയുള്ളത്. ഏകപക്ഷീയ ഏകഗോൾ വിജയങ്ങൾ 157 കളികളിൽ. രണ്ടും മൂന്നും ഗോൾ സ്കോർ ചെയ്യപ്പെട്ട 382 കളികൾ നടന്നപ്പോൾ 102 കളികളിൽ നാലു മുതൽ ആറു ഗോളുകൾവരെ സ്കോർ ചെയ്യപ്പെട്ടു. ഏഴു ഗോളുകൾക്ക് മുകളിൽ സ്കോർ ചെയ്യപ്പെട്ടത് പതിനെട്ടു കളികളിൽ. 1954 ൽ സ്വിറ്റ്സർലണ്ടിൽ നടന്ന അഞ്ചാം ലോകകപ്പ് വൻമാർജിൻ വിജയങ്ങളുടെ കാര്യത്തിൽ വേറിട്ടു നില്ക്കുന്നു. ആകെയുള്ള 26 കളികളിലായി 140 ഗോളുകൾ പിറന്നപ്പോൾ ആറു കളികളാണ് വൻമാർജിന്റെ അടിസ്ഥാനത്തിൽ തീരുമാനമായത്. ഗ്രൂപ്പ് രണ്ടിൽ ദക്ഷിണകൊറിയയെ 9-0 ന് തോല്പിച്ച ഹംഗറിയുടെ പ്രകടനമാണ് കൂട്ടത്തിൽ മുന്നിൽ. ഹംഗറി വീണ്ടും പശ്ചിമ ജർമ്മനിക്കു മേൽ 8-3 ന്റെ വിജയം നേടി. ഓസ്ട്രിയയും സ്വിറ്റ്സർലണ്ടും തമ്മിലുള്ള മത്സരം 7-5 നാണ് ഓസ്ട്രിയക്ക് അനുകൂലമായത്. ഇതേ ലോകകപ്പിൽ ദക്ഷിണ കൊറിയ ടർക്കിയോടും, സ്കോട്ട്ലണ്ട് ഉറുഗ്വേയോടും തോറ്റത് 7-0 നായിരുന്നു.

ഗോളിലെ മുമ്പന്മാർ (10 ഗോളിനു മുകളിൽ)

1.	മിറോസ്ലാവ് ക്ലോസ് - പശ്ചിമജർമ്മനി	16
2.	റൊണാൾഡോ - ബ്രസീൽ	15
3.	ജേർഡ് മുള്ളർ - പശ്ചിമ ജർമ്മനി	14
4.	ജസ്റ്റ് ഫൊണ്ടെയ്ൻ - ഫ്രാൻസ്	13
5.	പെലേ - ബ്രസീൽ	12
6.	ക്ലിൻസ് മാൻ - പശ്ചിമ ജർമ്മനി	11
7.	സാൻഡർ കോക്കിസ് - ഹംഗറി	11

1982 ലെ സ്പെയിൻ ലോകകപ്പിലാണ് ഒരു മത്സരത്തിൽ ഏറ്റവും

കൂടുതൽ ഗോളുകൾ സ്കോർ ചെയ്യപ്പെട്ടത്. ഗ്രൂപ്പ് ബിയിൽ ഹംഗറി എൽസാൽവഡോറിനെ തോല്പിച്ചത് 10-1 ന്. 74-ൽ പശ്ചിമജർമ്മനിയിലെ ലോകകപ്പിൽ യൂഗോസ്ലാവ്യ സയറിനെ തോല്പിച്ചതും ഒൻപതു ഗോളിനായിരുന്നു (9-0).

2002 ൽ ലോകകപ്പ് ഏഷ്യൻ വൻകരയിലെത്തിയപ്പോൾ സപ്പോറോഡോം സ്റ്റേഡിയത്തിൽ ജർമ്മനി സൗദി അറേബ്യക്കെതിരെ നേടിയ 8-0 ന്റെ വിജയമായിരുന്നു മറ്റൊന്ന്. പക്ഷേ, ഇതൊന്നും മാറക്കാനയിലെ സ്വന്തം സ്റ്റേഡിയത്തിൽ ബ്രസീലിന് നേരിടേണ്ടി വന്നൊരു വൻതോല്വിക്ക് ഒപ്പം വെക്കാവുന്നവയല്ല. 1950 ൽ ബ്രസീലിൽ ആദ്യമെത്തിയ ലോകകപ്പിൽ ആതിഥേയ ടീം നേടിയ ഏറ്റവും മികച്ച മാർജിൻ വിജയം അവസാന റൗണ്ടിൽ സ്വീഡനെതിരെ നേടിയ 7-1 ന്റെ വിജയമായിരുന്നു. 64 വർഷങ്ങൾക്കുശേഷം ലോകകപ്പ് മത്സരങ്ങൾ വീണ്ടും ബ്രസീലിലെത്തുമ്പോൾ ലോകകപ്പിൽ ഏറ്റവും കൂടുതൽ വിജയം നേടിയ ടീം സ്വന്തം മണ്ണിൽ നാണംകെട്ട തോല്വിക്ക് അടിപ്പെട്ടത് ചരിത്രം. ആദ്യസെമിയിൽ മിനോറോ സ്റ്റേഡിയത്തിൽ 60,000 ത്തിലധികം കാണികൾക്കു മുൻപിൽ 1-7 ന് ജർമ്മനിയോട് അടിയറവു പറഞ്ഞത് ബ്രസീലിന്റെ ഫുട്ബോൾ കഥയിലെ വിങ്ങുന്ന അദ്ധ്യായമാണ്. ഫൈനൽ വിസിലിനു തൊട്ടു മുൻപ് ഓസ്കർ സമാശ്വാസ ഗോൾ നേടിയിരുന്നില്ലെങ്കിൽ ജർമ്മനിയുടെ വിജയം 7-0 എന്നാകുമായിരുന്നു. ദുർബ്ബലർക്കൊപ്പമാണ് എപ്പോഴും ദൈവം എന്ന് കേവലം തമാശയ്ക്കു വേണ്ടിയായിരുന്നില്ല അന്ന് ഏതോ ഒരു ബ്രസീലിയൻ ഫുട്ബോൾ പ്രേമി ഉറക്കെ വിലപിച്ചത്. ഫൈനലിൽ ജർമ്മനി അർജന്റീനയ്ക്കെതിരെ വിജയം നേടിയപ്പോൾ അയാൾ അതുറപ്പിക്കുകയും ചെയ്തിരിക്കണം. ഫുട്ബോൾ സ്റ്റേഡിയങ്ങളിൽ പുൽത്തുമ്പുകളിൽ തങ്ങി നില്ക്കുന്നത് മഞ്ഞുകണങ്ങളെക്കാളേറെ കണ്ണീർത്തുള്ളികളാണെന്ന യാഥാർത്ഥ്യം വിസ്മരിക്കാനാവുകയില്ലല്ലോ.

അധിക സമയം, പെനൽറ്റി ഷൂട്ടൗട്ട്

അധിക സമയത്തേക്കു നീണ്ട 62 കളികളാണ് 2014 വരെ ലോകകപ്പിൽ നടന്നത്. ആദ്യ ലോകകപ്പിലും പിന്നെ 1962, 1974 ലോകകപ്പുകളിലുമാണ് എസ്ട്രാ ടൈം മത്സരങ്ങൾ ഇല്ലാതിരുന്നത്. എങ്കിലും കൂടുതൽ അധികസമയ കളികൾ നടന്നത് 14-ാം ലോകകപ്പിലും പിന്നെ 20-ാം ലോകകപ്പിലുമാണ്. എട്ട് കളികൾ വീതം. ഇറ്റലി (1934), ഇംഗ്ലണ്ട് (1966) അർജന്റീന (1978), അമേരിക്ക (1994), ജർമ്മനി (2006), ദക്ഷിണാഫ്രിക്ക (2010), ബ്രസീൽ (2014) ലോകകപ്പുകളുടെ ഫൈനൽ അധികമസയത്തേക്ക് നീണ്ടു. 1994, 2006 വർഷങ്ങളിൽ അധികസമയത്തിനുശേഷവും സമനില. പെനാൽറ്റിഷൂട്ടൗട്ട് വേണ്ടിവന്നു വിജയികളെ നിശ്ചയിക്കുവാൻ. ആകെ 26 പെനാൽറ്റി ഷൂട്ടൗട്ടുകൾക്കാണ് ലോകകപ്പ് വേദികൾ സാക്ഷ്യം വഹിച്ചത്. ആദ്യ പെനാൽറ്റി ഷൂട്ടൗട്ട് അരങ്ങേറുന്നത് 1982 സ്പെയിൻ

ലോകകപ്പിന്റെ രണ്ടാം സെമി ഫൈനലിൽ പശ്ചിമ ജർമ്മനിയും ഫ്രാൻസും തമ്മിലുള്ള മത്സരത്തിൽ 1-1 സമനിലയുമായി എക്സ്ട്രാ ടൈമിലേക്കു കളി നീണ്ടെങ്കിലും ഈരണ്ടു ഗോളുകൾ വീതമടിച്ച് 3-3 സമനിലയിൽത്തന്നെ കളി അവസാനിച്ചു. പെനാൽറ്റി ഷൂട്ടൗട്ടിൽ നാലിനെതിരെ അഞ്ചു ഗോളുകൾക്ക് ജർമ്മനി വിജയികളായി. ഫൈനലിൽ ഇറ്റലിയോട് തോല്ക്കുകയും ചെയ്തു (3-1)

ചാമ്പ്യന്മാർ ലോകകപ്പിൽ

സ്ഥാനം	രാജ്യം	ലോകകപ്പ്	ആകെ കളി	വിജയം	സമനില	തോല്വി	അടിച്ച ഗോൾ	വാങ്ങിയ ഗോൾ	കിരീട നേട്ടം
1.	ബ്രസീൽ	20	104	70	17	17	221	102	5
2	ജർമ്മനി	18	106	66	20	20	224	121	4
3	ഇറ്റലി	18	83	45	21	17	128	77	4
4	അർജന്റീന	16	77	42	14	21	131	84	2
5	സ്പെയിൻ	14	59	29	12	18	92	66	1
6	ഇംഗ്ലണ്ട്	14	62	26	20	16	79	56	1
7	ഫ്രാൻസ്	14	59	28	12	19	106	71	1
8	ഉറുഗ്വേ	12	51	20	12	19	80	71	2

പെനാൽറ്റി ഷൂട്ടൗട്ടുകൾ ഒഴിച്ചാൽ ഫൈനൽ മത്സരങ്ങളിൽ ഏറ്റവും മികച്ച സ്കോറിങ് നടന്നത് 58 ലെ സ്വീഡൻ, 70 ലെ മെക്സിക്കോ ലോകകപ്പുകളിലാണ്. മൂന്നു ഗോളുകളുടെ വ്യത്യാസത്തിലാണ് ബ്രസീൽ രണ്ടു പ്രാവശ്യവും ജേതാക്കളായത്. 58 ൽ സ്വീഡനെതിരെ 5-2 നും 70- ൽ ഇറ്റലിക്കെതിരെ 4-1 നും അഞ്ച് ലോകകപ്പുകളുടെ ഫൈനലിൽ വിജയം ഏകപക്ഷീയമായിരുന്നു. ഏകപക്ഷീയ ഒറ്റഗോൾ വിജയങ്ങൾ മൂന്ന്. ജർമ്മനി അർജന്റീനയെയും (1990), സ്പെയിൻ ഹോളണ്ടിനെയും (2010), ജർമ്മനി വീണ്ടും അർജന്റീനയെയും (2014) ആണ് തോല്പിച്ചത്. 1998 ൽ ആതിഥേയരായ ഫ്രാൻസ് ബ്രസീലിനെ 3-0 നും തൊട്ടടുത്ത ലോകകപ്പിൽ ബ്രസീൽ ജർമ്മനിയെ 2-0 നും തോല്പിച്ച് ജേതാക്കളായി.

ലോകകപ്പ് ഫുട്ബോളിലെ ഏക വാക്കോവർ ഫ്രാൻസ് ആതിഥേയത്വം നല്കിയ രണ്ടാം ലോകകപ്പിലായിരുന്നു. ആദ്യ റൗണ്ടിൽ സ്വീഡനെതിരെ മത്സരിക്കുന്നതിൽ നിന്ന് പ്രത്യേക കാരണങ്ങളാൽ അവസാന

നിമിഷം ഓസ്ട്രിയ പിൻമാറിയതോടെ വാക്കോവറുമായി സ്വീഡൻ ക്വാർട്ടർ ഫൈനലിലേക്ക് കടന്നു. 1966 ൽ ഇംഗ്ലണ്ട് എട്ടാം ലോകകപ്പിന് ആതിഥേയത്വം നല്കിയപ്പോൾ അന്ന് സോവിയറ്റ് യൂണിയൻ ആയിരുന്ന റഷ്യ അവസാന നാലു ടീമുകളുടെ സംഘത്തിലെത്തിയിരുന്നു. പോർച്ചുഗലിനോട് 1-2 ന് തോറ്റ് നാലാം സ്ഥാനം നേടിയ സോവിയറ്റ് യൂണിയന്റെ ലോകകപ്പിലെ ഏറ്റവും മികച്ച നേട്ടം ആ നാലാം സ്ഥാനമായിരുന്നു. അവരുടെ നാട്ടിലേക്ക് ഇരുപത്തിയൊന്നാം ലോകകപ്പ് എത്തുമ്പോൾ ഒട്ടേറെ കൗതുകങ്ങൾ ഫുട്ബോൾ പ്രേമികളെ കാത്തിരിപ്പുണ്ടാവും. അവസാനമില്ലാത്ത ആവേശങ്ങൾക്കായി അവരുടെ മനസ്സും ചിന്തയും കണ്ണും കാതുമൊക്കെ ഇനി റഷ്യയിലാവും. റഷ്യ ആതിഥേയത്വം നല്കുന്ന 21-ാം ലോകകപ്പ് ഫുട്ബോൾ.

ഒന്നാം ലോകകപ്പ്
ഉറുഗ്വേ - 1930
13, ജൂലൈ - 30, ജൂലൈ

കായികാസ്വാദനത്തിന്റെ കാര്യത്തിൽ നവഭാവുകത്വം സൃഷ്ടിച്ചൊരു തീരുമാനം ലോകകായിക രംഗത്ത് സംഭവിക്കുന്നത് 1928 മേയ് 28 നായിരുന്നു. അന്നാണ് ഫെഡറേഷൻ ഇന്റർനാഷണൽ ഡി ഫുട്ബോൾ അസോസിയേഷൻ (ഫിഫ) അംഗങ്ങൾ ആംസ്റ്റർഡാമിൽ യോഗം ചേർന്ന് ഫുട്ബോളിനായുള്ള ലോകചാമ്പ്യൻഷിപ്പ് മത്സരങ്ങൾ നടത്തുവാനുള്ള തീരുമാനം കൈക്കൊള്ളുന്നത്. അതിനു മുൻപുള്ള ഒളിമ്പിക് മേളകളിൽ ഫുട്ബോൾ മത്സരങ്ങൾക്കു ലഭിച്ച സ്വീകാര്യതയായിരുന്നു ഫുട്ബോളിൽ ഒരു ലോകകപ്പ് എന്ന ആശയത്തിലേക്ക് ഫിഫ പ്രസിഡന്റ് യൂൾ റിമേയെ എത്തിച്ചത്. ഗ്ലാസ്ഗോയിൽ സ്കോട്ലണ്ടും ഇംഗ്ലണ്ടും തമ്മിൽ 1872 ൽ നടന്ന അന്താരാഷ്ട്ര ഫുട്ബോൾ മത്സരത്തിന്റെ തുടർച്ചയെന്നോണം 1884 ൽ ബ്രിട്ടീഷ് ഹോം ചാമ്പ്യൻഷിപ്പ് നടന്നതും അതിന്റെ വൻവിജയവും ഒളിമ്പിക്സുകളിൽ ഫുട്ബോളിന് സവിശേഷ സ്ഥാനം നല്കിയിരുന്നു. ഫിഫ നിലവിൽ വരുന്നതിനു മുൻപു നടന്ന 1900, 1904 വർഷങ്ങളിലെ ഒളിമ്പിക്സുകളിൽ ഡെമൺസ്ട്രേഷൻ സ്പോർട്ട് എന്ന നിലയിൽ ഫുട്ബോൾ മത്സരം നടത്തപ്പെട്ടുവെങ്കിലും വിജയികൾക്ക് മെഡലുകൾ നല്കിയിരുന്നില്ല. 1908 ലെ ലണ്ടൻ ഒളിമ്പിക്സിലാണ് ഔദ്യോഗിക ഇനമായി ഫുട്ബോൾ ഇടം പിടി

യൂൾ റിമേ

ക്കുന്നത്. ബ്രിട്ടൻ ആയിരുന്നു ഒളിമ്പിക് ഫുട്ബോളിൽ ആദ്യ സ്വർണ്ണം നേടിയത്.

1909 ൽ ടുറിനിൽ നടത്തപ്പെട്ട സർ തോമസ് ലിപ്ടൺ ട്രോഫിക്കു വേണ്ടിയുള്ള ഫുട്ബോൾ ചാമ്പ്യൻഷിപ് ആദ്യ 'ലോകകപ്പ്' ഫുട്ബോൾ മേളയായി കരുതപ്പെട്ടിരുന്നു. ഇറ്റലി, ജർമ്മനി, സ്വിറ്റ്സർലണ്ട് തുടങ്ങിയ രാജ്യങ്ങളിലെ പ്രൊഫഷണൽ ക്ലബ്ബുകൾ പങ്കെടുത്ത ലിപ്ടൺ ട്രോഫി ഫുട്ബോളിന്റെ അന്താരാഷ്ട്ര വളർച്ചയിലെ പ്രധാന ഘടകമായിരുന്നു. പിന്നീട് 1914 ലാണ് ഫിഫ അമചർ ടീമുകൾക്കുള്ള ലോകകപ്പിന്റെ പ്രഖ്യാപനം നടത്തുന്നതും 1920 ലെ ആന്റ് വേപ്പ് ഒളിമ്പിക്സിലാണ് പതിമൂന്നു യൂറോപ്യൻ രാജ്യങ്ങളുടെ ദേശീയ ടീമുകൾക്കൊപ്പം ഈജിപ്തും പങ്കെടുത്ത സമ്പൂർണ്ണ ഒളിമ്പിക് ഫുട്ബോൾ അരങ്ങേറിയത്. 1924 ലെ പാരീസ് ഒളിമ്പിക്സിലും, 1928 ലെ ആംസ്റ്റർഡാം മേളയിലും ഉറുഗ്വേ ആയിരുന്നു ഫുട്ബോൾ ചാമ്പ്യന്മാർ. ആദ്യ ലോകകപ്പ് മത്സരങ്ങൾ ഉറുഗ്വേയിൽ എത്തുന്നതിന് പ്രധാനകാരണം ആ ഒളിമ്പിക് നേട്ടങ്ങളായിരുന്നു.

സ്വാതന്ത്ര്യത്തിന്റെ നൂറാം വാർഷികമാഘോഷിക്കുന്ന ഉറുഗ്വേക്ക് ഫിഫയുടെ സമ്മാനമായിരുന്നു ആദ്യ ലോകകപ്പ് ഫുട്ബോൾ. തയ്യാറെടുപ്പുകൾക്കായി രണ്ടു വർഷം ലഭിച്ച ഉറുഗ്വേ മൊൺടേവിസിയോ നഗരത്തിൽ 18 മത്സരങ്ങൾക്കായി മൂന്നു സ്റ്റേഡിയങ്ങളൊരുക്കി. 90,000 കാണികളെ ഉൾക്കൊള്ളാൻ തരത്തിൽ സെന്റിനറി സ്റ്റേഡിയവും ആയിരം പേർക്ക് ഇരുന്നുകൊണ്ട് കളി കാണാനാവുന്ന പൊസിറ്റോസ് സ്റ്റേഡി

ലൂസിയൻ ലോറന്റ് (ഉറുഗ്വേ)

യവും 20,000 കാണികൾക്ക് പ്രവേശനമുള്ള സെൻട്രൽ ഗ്രാന്റ് പാർക്ക് സ്റ്റേഡിയവുമാണ് ആദ്യ ലോകകപ്പിന്റെ വേദികളായി തയ്യാറായത്.

അനിശ്ചിതത്വം നിറഞ്ഞ നാളുകളായിരുന്നു ചാമ്പ്യൻഷിപ്പിന് തൊട്ടു മുൻപുവരെ. യൂറോപ്പിലെയും അമേരിക്കയിലെയും തെരഞ്ഞെടുക്കപ്പെട്ട ദേശീയ ഫുട്ബോൾ അസോസിയേഷനുകൾക്ക് ചാമ്പ്യൻഷിപ്പിൽ പങ്കെടുക്കുവാനുള്ള ക്ഷണം അയച്ചുവെങ്കിലും അറ്റ്ലാന്റിക് സമുദ്രം കടന്നെത്തുവാനുള്ള യൂറോപ്യൻ രാജ്യങ്ങളുടെ വൈഷമ്യം ശരിക്കും പ്രതിസന്ധി സൃഷ്ടിച്ചു. കടൽയാത്രയ്ക്കു വേണ്ടി വരുന്ന വൻചെലവും അവരെ പിന്തിരിപ്പിച്ചു. ഫിഫയുടെ പ്രസിഡന്റ് യൂൾ റിമേയും സെക്രട്ടറി ഹെന്റി ഡിലോണെയും ഫ്രഞ്ചുകാരായിരുന്നതിനാൽ ഫ്രാൻസിന്റെ പ്രാതിനിദ്ധ്യം ഉറപ്പാക്കുവാൻ കഴിഞ്ഞതോടൊപ്പം റുമേനിയൻ ടീമിനെ അയക്കുമെന്നുള്ള രാജാവ് കാരളിന്റെ ഉറപ്പും ലഭിച്ചു. സമ്മർദ്ദങ്ങളെത്തുടർന്ന് യൂഗോസ്ലാവ്യയും ബൽജിയവും കടൽ കടന്നെത്തി. ലാറ്റിനമേരിക്കയിൽ നിന്നുള്ള ഏഴും, യൂറോപ്പിൽ നിന്നുള്ള നാലും, വടക്കൻ അമേരിക്കയിലെ രണ്ടും ടീമുകൾ എത്തിയതോടെ മത്സരങ്ങൾ തുടങ്ങാമെന്നായി.

13 ടീമുകളെ നാലു ഗ്രൂപ്പുകളായി തിരിച്ചു. ആദ്യ ഗ്രൂപ്പിൽ നാലും മറ്റു ഗ്രൂപ്പുകളിൽ മൂന്നും ടീമുകൾ വീതം. റൗണ്ട് റോബിൻ ലീഗ് അടിസ്ഥാനത്തിൽ നടത്തപ്പെട്ട ഗ്രൂപ്പുകളിലെ ജേതാക്കൾക്ക് നേരിട്ട് സെമിഫൈനൽ നോക്കൗട്ട് റൗണ്ടിലേക്ക് കടക്കാം. രണ്ടു സെമിഫൈനലിലെയും ജേതാക്കൾ ഫൈനലിലിലേക്കും. ഒന്നാം ലോകകപ്പിന്റെ ആദ്യ ദിവസം 1930 ജൂലൈ 13 ന് രണ്ടു മത്സരങ്ങൾ ഒരേ സമയം രണ്ടു സ്റ്റേഡിയങ്ങളിൽ ആരംഭിച്ചു. ഫ്രാൻസും മെക്സിക്കോയും തമ്മിൽ പൊസിറ്റോസ് സ്റ്റേഡിയത്തിലും അമേരിക്കയും ബൽജിയവും തമ്മിൽ സെൻട്രൽ ഗ്രാന്റ് പാർക്ക് സ്റ്റേഡിയത്തിലും. ലോകകപ്പിലെ ആദ്യമത്സരങ്ങൾ. സമനിലയിലെത്തിയാൽ അധിക സമയം അനുവദിച്ചിരുന്നെങ്കിലും രണ്ടു കളികളിലും തൊണ്ണൂറു മിനിട്ടിനുള്ളിൽത്തന്നെ തീരുമാനമുണ്ടായി. 4-1 ന് ഫ്രാൻസ് മെക്സിക്കോയേയും എതിരില്ലാത്ത മൂന്നു ഗോളുകൾക്ക് അമേരിക്ക ബൽജിയത്തെയും തോല്പിച്ചു. അങ്ങനെ ലോകകപ്പിൽ ആദ്യ വിജയം നേടുന്ന ടീമുകളായി ഫ്രാൻസും അമേരിക്കയും. ഫ്രാൻസിന്റെ ലൂസിയൻ ലോറന്റ് ആദ്യ ലോകകപ്പ് ഗോൾ നേടി ചരിത്ര പുരുഷനായി. കളിയുടെ 19-ാം മിനിട്ടിൽ ഇൻസൈഡ് റൈറ്റായി കളിച്ച ലൂസിയൻ മനോഹരമായ ഒരു വോളിയിലൂടെയാണ് ചരിത്രം കുറിച്ച ഗോൾ നേടിയത്.

ആദ്യ റൗണ്ട് - ഒന്നും രണ്ടും സ്ഥാനക്കാർ

ഗ്രൂപ്പ് - 1	അർജന്റീന (6) - ചിലി (4)
ഗ്രൂപ്പ് - 2	യൂഗോസ്ലാവ്യ (4) - ബ്രസീൽ (2)

ഗ്രൂപ്പ് - 3	ഉറുഗ്വേ (4) - റുമേനിയ (2)
ഗ്രൂപ്പ് - 4	അമേരിക്ക (4) - പരാഗ്വേ (2)

എല്ലാ കളികളും ജയിച്ച് ഗ്രൂപ്പ് ഒന്നിൽനിന്ന് അർജന്റീനയും ഗ്രൂപ്പ് രണ്ടിൽ നിന്ന് യൂഗോസ്ലാവ്യയും, മൂന്നിൽനിന്ന് ഉറുഗ്വേയും നാലിൽ നിന്ന് അമേരിക്കയും സെമി ഫൈനലിലെത്തി. സെമി ഫൈനലിൽ സമാന സ്കോറിലാണ് അർജന്റീന അമേരിക്കയുടെ മേലും ഉറുഗ്വേ യൂഗോസ്ലാവ്യയുടെ മേലും ആധികാരിക വിജയങ്ങൾ നേടിയത്. എതിർ ടീമുകളുടെ ഏക ഗോളിനെ നിഷ്പ്രഭമാക്കിക്കൊണ്ട് ഇരു ടീമുകളും ആറു ഗോളുകളാണ് നേടിയത്. 6-1 ന്റെ വിജയങ്ങൾ

സെമി ഫൈനൽ

1.	അർജന്റീന-അമേരിക്ക	അർജന്റീനയ്ക്കു ജയം	6-1
2.	ഉറുഗ്വേ- യൂഗോസ്ലാവ്യ	ഉറുഗ്വേക്കു ജയം	6-1

ആദ്യലോകകപ്പ് ഫൈനൽ 93,000 ത്തോളം വരുന്ന സ്വന്തം നാട്ടുകാർക്കു മുന്നിൽ സെന്റിനറി സ്റ്റേഡിയത്തിൽ ഉറുഗ്വേ കറുത്ത കുതിരകളായി മാറുന്നതിന് 1930 ജൂലൈ 30 ന് വൈകുന്നേരം സാക്ഷ്യം വഹിച്ചു. "വിജയം അല്ലെങ്കിൽ മരണം" എന്ന മുദ്രാവാക്യവുമായി ബോട്ടുകളിൽ പ്ലേറ്റ് നദി കടന്നെത്തിയ അർജന്റീനക്കാരെ കർശനപരിശോധനകൾക്കു ശേഷമാണ് സ്റ്റേഡിയത്തിലേക്ക് പ്രവേശിപ്പിച്ചത്. അർജന്റീനയുടെയും ഉറുഗ്വേയുടെയും ആരാധകർ തമ്മിലുള്ള ഫുട്ബോൾ വൈരം അത്രമേൽ കടുത്തതായിരുന്നു. കളി നിയന്ത്രിച്ച ബൽജിയംകാരൻ റഫറി ജോൺ ലാൻജിനസ്സാണ് കനത്ത സുരക്ഷാപരിശോധന വേണമെന്ന് നിർബ്ബന്ധം പിടിച്ചത്.

*ഗുലിർമോ സ്റ്റെബിൾ (അർജന്റീന)
ആദ്യലോകകപ്പിലെ ടോപ്പ് സ്കോറർ*

സ്വന്തം പന്തുകളുപയോഗിച്ച് കളിക്കണമെന്ന് ഇരു ടീമുകളും വാശി പിടിച്ചത് റഫറിയെയും സംഘാടകരെയും ഒരുപോലെ

സമ്മർദ്ദത്തിലാക്കി. ഓരോ പകുതിയിലും ഓരോ ടീമിന്റെ പന്ത് എന്ന ഒത്തുതീർപ്പിലെത്തിയെങ്കിലും ആദ്യ പകുതിയിൽ ആരുടെ പന്ത് എന്ന ചോദ്യമുയർന്നു. ആദ്യ പകുതിയിൽ സ്വന്തം പന്തുപയോഗിക്കുന്നതിനുള്ള അവകാശം അർജന്റീന ടോസിലൂടെ നേടിയെടുത്തു. ആദ്യ പകുതിയിൽ സ്വന്തം പന്ത് അവരെ തുണയ്ക്കുകയും ചെയ്തു. പാബ്ലോ ദൊറാദോയിലൂടെ കളിയുടെ 12-ാം മിനിട്ടിൽ ഗോൾ നേടിയ ഉറുഗ്വേയ്ക്കെതിരെ ആദ്യ പകുതി അവസാനിക്കുമ്പോൾ അർജന്റീന രണ്ടുഗോൾ നേടി ലീഡ് സ്വന്തമാക്കി. പൊസെല്ലിയും സബൈെല്ലും ആയിരുന്നു സ്കോറർമാർ. സ്വന്തം പന്ത് അസാധാരണമാംവിധം ഉറുഗ്വേയെ തുണയ്ക്കുന്നതാണ് രണ്ടാം പകുതിയിൽ കണ്ടത്. മൂന്ന് ഉജ്ജ്വലഗോളുകൾ സ്കോർ ചെയ്ത് ഉറുഗ്വേ സ്വന്തം മണ്ണിൽ ആദ്യ ലോകകപ്പ് നേടി. 1924, 1928 വർഷങ്ങളിലെ ഒളിമ്പിക് ജേതാക്കളുടെ ആധികാരികത ഉറപ്പിച്ച ലോകകപ്പ് വിജയം.

ഫൈനൽ - 30, ജൂലൈ 1930-
മൊൺടേ വീഡിയോ

ഉറുഗ്വേ - അർജന്റീന
ഉറുഗ്വേയ്ക്ക് ജയം (4-2)
ഉറുഗ്വേയുടെ ആദ്യ ലോകകപ്പ് കിരീടം

ഉറുഗ്വേ - ആദ്യ ലോകകപ്പ് ചാമ്പ്യന്മാർ

18 കളികളിലായി എഴുപതു ഗോളുകളാണ് ആദ്യ ലോകകപ്പിൽ സ്കോർ ചെയ്യപ്പെട്ടത്. 37 കളിക്കാർക്ക് ഗോളുകൾ നേടുവാനായി. എട്ടു ഗോളുകൾ നേടിയ അർജന്റീനയുടെ ഗുലിർമോ സ്റ്റെബിൾ ആയിരുന്നു. ചാമ്പ്യൻഷിപ്പിലെ ടോപ് സ്കോറർ. യൂഗോസ്ലോവ്യക്കെതിരെയുള്ള ഹാട്രിക് അടക്കം അഞ്ചു ഗോളുമായി ഉറുഗ്വേയുടെ പെദ്രോസീയും നാലു ഗോളുമായി അമേരിക്കയുടെ ബെർട്ട് പറ്റേനോഡും രണ്ടും മൂന്നും സ്ഥാന ത്തെത്തി. ലോകകപ്പിൽ ആദ്യ സെൽഫ് ഗോൾ നേടുന്ന കളിക്കാരൻ എന്ന 'ബഹുമതി' മെക്സിക്കോയുടെ മാനുവൽ റോസാസിനാണ്. ഗ്രൂപ്പ് ഒന്നിൽ ചിലിക്കെതിരെ നടന്ന മത്സരത്തിന്റെ ആദ്യ പകുതിയുടെ 31-ാം മിനിട്ടിലാണ് മാനുവൽ സ്വന്തം പോസ്റ്റിൽ ഗോളടിച്ചത്. ആദ്യ ലോക കപ്പ് ഹാട്രിക് ടൂർണമെന്റിലെ ടോപ്പ് സ്കോററായ ഗുലിർമോ സ്റ്റെബി ളിന്റേതായിരുന്നു, ഗ്രൂപ്പ് ഒന്നിൽ മെക്സിക്കോയ്ക്കെതിരെയുള്ള മത്സ രത്തിൽ. കളിച്ച 4 കളികളും ജയിച്ച് തോല്‌വി അറിയാതെയാണ് ഉറുഗ്വേ ആദ്യ ലോകചാമ്പ്യന്മാരായത്. 15 ഗോളുകൾ അടിച്ചു. മൂന്നെണ്ണം തിരികെ വാങ്ങി. രണ്ടാം സ്ഥാനത്തെത്തിയ അർജന്റീനയാവട്ടെ സെമിയടക്കം നാലു കളികളിൽ ജയിച്ചു. ഫൈനലിൽ തോറ്റു. അടിച്ചത് 18 ഗോളുകൾ. മടക്കി വാങ്ങിയത് എട്ടെണ്ണം. മികച്ച മാർജിനിൽ നേടിയ വിജയങ്ങൾ രണ്ടു സെമിഫൈനലുകളിലേതാണ്.

രണ്ടാം ലോകകപ്പ്
ഇറ്റലി - 1934
27, മേയ് - 10 ജൂൺ

രാജകീയമായിരുന്നു ഫുട്ബോളിന്റെ ഈറ്റില്ലമായ ഇറ്റലിയിലേക്കുള്ള ലോകകപ്പ് ഫുട്ബോളിന്റെ വരവ്. രണ്ടാം ലോകകപ്പിന്റെ വേദി തീരുമാനിക്കുന്നതിന് ഫിഫാ കാര്യനിർവ്വാഹകസമിതി യോഗം ചേർന്നത് എട്ടുതവണയാണ്. ഏറെ നീണ്ട ചർച്ചകൾക്കൊടുവിൽ 1932 ഒക്ടോബർ 9 നാണ് ഇറ്റലിക്ക് നറുക്കു വീഴുന്നത്. തീരുമാനം ഏകകണ്ഠമായിരുന്നു എന്നതാണ് പ്രധാനം. സ്വീഡനെ മറികടന്ന് ഇറ്റലിക്ക് ലോകകപ്പ് അനുവദിക്കുന്നതിന് സഹായകരമായത് ഇറ്റാലിയൻ സർക്കാരിന്റെ മൂന്നര മില്യൺ ലീർ ബജറ്റായിരുന്നു. ഒന്നാം ലോകമഹായുദ്ധത്തോടെ, സാമ്പത്തിക അടിത്തറ തകർന്ന മറ്റു പല രാജ്യങ്ങൾക്കും വലിയൊരു ചാമ്പ്യൻഷിപ്പു നടത്തുവാൻ കഴിയുമായിരുന്നില്ല. ആദ്യലോകകപ്പിൽ നിന്നു വിട്ടു നിന്ന ഇറ്റലി മത്സരങ്ങൾ നടത്താൻ മുന്നോട്ടു വന്നപ്പോൾ ഫിഫായ്ക്ക് ശരിക്കും അതൊരാശ്വാസമായിരുന്നു. രണ്ടു വർഷങ്ങൾക്കു ശേഷം നടക്കേണ്ട ബർലിൻ ഒളിമ്പിക്സിനെ രാഷ്ട്രീയ നേട്ടങ്ങൾക്കു വേണ്ടി ഉപയോഗിക്കുന്നതിന് തീരുമാനമെടുത്തിരുന്ന മുസ്സോളിനിക്കും ലോകകപ്പ് ഇറ്റലിയിലേക്കു കൊണ്ടുവരുന്നതിൽ താല്പര്യമുണ്ടായിരുന്നു. ജർമ്മനിയുടെ പൂർണ്ണപിന്തുണ രണ്ടാം ലോകകപ്പിന്റെ വിജയകരമായ നടത്തിപ്പിൽ ഇറ്റലിക്കു ലഭിക്കുകയും ചെയ്തു.

36 രാജ്യങ്ങളാണ് മത്സരങ്ങളിൽ പങ്കെടുക്കുന്നതിന് ആഗ്രഹം പ്രകടിപ്പിച്ചത്. അവസരം 16 ടീമുകൾക്കും. അതിനാൽ യോഗ്യതാ മത്സരങ്ങൾക്കു ശേഷമാണ് 16 ടീമുകളുടെ കാര്യത്തിൽ തീരുമാനമായത്. ഉറുഗ്വേ ആതിഥേയത്വം നല്കിയ ആദ്യലോകകപ്പിൽ മത്സരിക്കുവാൻ വിസമ്മതിച്ച യൂറോപ്യൻ ടീമുകളോടുള്ള പ്രതിഷേധ സൂചകമായി ചാമ്പ്യന്മാരായ ഉറുഗ്വേ വിട്ടു നിന്നു. നിലവിലുള്ള ചാമ്പ്യന്മാർ പങ്കെടുക്കാഞ്ഞ

ഏക ലോകകപ്പ് എന്ന വിശേഷണം രണ്ടാം ലോകകപ്പിന് അങ്ങനെ ലഭിക്കുകയും ചെയ്തു. ഇംഗ്ലണ്ട്, വെയിൽസ്, സ്കോട്ലണ്ട്, അയർലണ്ട് എന്നീ ഇംഗ്ലീഷു ടീമുകളും വിട്ടുനിന്നു. ചിലിയും പെറുവും എത്താഞ്ഞതിനാൽ അർജന്റീനയ്ക്കും ബ്രസീലിനും യോഗ്യതാ മത്സരങ്ങൾ കൂടാതെ തന്നെ പ്രവേശനം ലഭിച്ചു.

ആതിഥേയരായിരുന്നുവെങ്കിലും ഇറ്റലിക്ക് യോഗ്യതാ റൗണ്ടിൽ കളിക്കേണ്ടി വന്നു. ആതിഥേയരാജ്യം യോഗ്യതാ റൗണ്ടിൽ കളിച്ച ഏക ലോകകപ്പും ഇതു തന്നെ. ബ്രസീൽ, അർജന്റീന, അമേരിക്ക എന്നിവർക്കൊപ്പം ആഫ്രിക്കൻ വൻകരയെ പ്രതിനിധീകരിച്ചെത്തിയ ഈജിപ്റ്റും ഫൈനൽ റൗണ്ടിൽ കളിക്കാൻ അർഹത നേടി. ഫൈനൽ റൗണ്ടിലെത്തിയ 12 യൂറോപ്യൻ ടീമുകളിൽ ഒൻപതും അവരുടെ ആദ്യ ലോകകപ്പ് മത്സരത്തിനെത്തിയവരാണ് - ഇറ്റലി, ജർമ്മനി, സ്പെയിൻ, ഹോളണ്ട്, ഹംഗറി, ചെക്കോസ്ലാവാക്യ, സ്വീഡൻ, ഓസ്ട്രിയ, സ്വിറ്റ്സർലണ്ട് എന്നീ ടീമുകൾ

ആദ്യ റൗണ്ട്, സ്കോർ

1.	ഹംഗറി - ഈജിപ്റ്റ്	ഹംഗറിക്ക് ജയം	4-2
2.	സ്വിറ്റ്സർലണ്ട് - ഹോളണ്ട്	സ്വിറ്റ്സർലണ്ടിന് ജയം	3-2
3.	സ്പെയിൻ - ബ്രസീൽ	സ്പെയിനിന് ജയം	3-1
4.	ഇറ്റലി - അമേരിക്ക	ഇറ്റലിക്ക് ജയം	7-1
5.	ചെക്കോസ്ലോവാക്യ-റുമാനിയ	ചെക്കോസ്ലോവാക്യക്ക് ജയം	2-1
6.	സ്വീഡൻ - അർജന്റീന	സ്വീഡന് ജയം	3-2
7.	ഓസ്ട്രിയ-ഫ്രാൻസ്	ഓസ്ട്രിയക്ക് ജയം (എക്സ്ട്രാ ടൈം)	3-2
8.	ജർമ്മനി - ബൽജിയം	ജർമ്മനിക്ക് ജയം	5-2

ആദ്യ റൗണ്ടിലെ എട്ടുമത്സരങ്ങൾ എട്ടു വേദികളിലായി ഒരേ ദിവസം ഒരേ സമയത്തു തന്നെ കിക്കോഫ് ചെയ്ത പ്രത്യേകതയും രണ്ടാം ലോകകപ്പിനുണ്ട്. മിലാൻ, ഫ്ളോറൻസ്, ടൂറിൻ, നേപ്പിൾസ്, റോം, ബൊലോന, ജിനോവ, ട്രീസ്റ്റ എന്നീ നഗരങ്ങളിലെ എട്ടു സ്റ്റേഡിയങ്ങളിൽ മേയ് 27 ന് ഇറ്റാലിയൻ സമയം വൈകുന്നേരം 4.30 നാണ് കിക്കോഫ് നടന്നത്. നോക്കൗട്ട് റൗണ്ടിലെ എട്ടു മത്സരങ്ങളിലും അനുവദനീയ സമയത്തു തന്നെ വിജയികൾ നിശ്ചയിക്കപ്പെട്ടു. ആതിഥേയരായ ഇറ്റലി റോമിലെ

നാഷണൽ സ്റ്റേഡിയത്തിൽ നേടിയ മിന്നുന്ന വിജയം അവരുടെ വിജയ തുടക്കമായിരുന്നു. ഷിയാവിയോയുടെ ഹാട്രിക് അടക്കം 7-1 നാണ് അവർ അമേരിക്കയ്ക്കെതിരെ വിജയം നേടിയത്. റുമേനിയയെ 2-1 ന് തോല്പിച്ച ചെക്കോസ്ലോവാക്യയുടെ വിജയമായിരുന്നു ചെറിയ മാർജിനിലെ വിജയം.

ക്വാർട്ടർ ഫൈനലിലെ നാലു മത്സരങ്ങളും നേരിയ മാർജിൻ വിജയത്തോടെയാണ് അവസാനിച്ചത്. ഒരു മത്സരം റീപ്ലേയിലേക്ക് പോവുകയും ചെയ്തു. രണ്ടാം ക്വാർട്ടറിൽ ഇറ്റലിയും സ്പെയിനും തമ്മിൽ ഏറ്റുമുട്ടിയപ്പോൾ 1-1 ന്റെ സമനിലയായിരുന്നു. റീപ്ലേയിൽ മറുപടിയില്ലാത്ത ഒരു ഗോളിന് സ്പെയിനിനെ തോല്പിച്ച് ആതിഥേയർ ക്വാർട്ടർ കടക്കുകയായിരുന്നു. 11-ാം മിനിട്ടിൽ മീസായാണ് വിജയഗോൾ നേടിയത്. സെമിയിൽ ഹംഗറിയെ തോല്പിച്ചെത്തിയ (2-1) ഓസ്ട്രിയ ആയിരുന്നു എതിരാളികൾ. 1-0 നു തന്നെ അവർക്കെതിരെയും വിജയം നേടി ഫൈനലിലേക്കു കടക്കുമ്പോൾ മിലാൻ സ്റ്റേഡിയത്തിലെ 35,000 ലധികം കാണികൾ ആർത്തു വിളിച്ചു. ഇറ്റലിക്ക് ആദ്യ ലോകകപ്പ് ഫൈനൽ. ഫൈനലിലെ എതിരാളികൾ രണ്ടാം സെമിയിൽ ജർമ്മനിക്കെതിരെ 3-1 ന്റെ വിജയം നേടിയെത്തിയ ചെക്കോസ്ലോവാക്യയും.

ക്വാർട്ടർ ഫൈനൽ

1.	ഓസ്ട്രിയ-ഹംഗറി	ഓസ്ട്രിയയ്ക്ക് ജയം	2-1
2.	ഇറ്റലി-സ്പെയിൻ	റീപ്ലേയിൽ ഇറ്റലിക്ക് ജയം (1-1)	1-0
3.	ജർമ്മനി-സ്വീഡൻ	ജർമ്മനിക്ക് ജയം	2-1
4	ചെക്കോസ്ലോവാക്യ-സ്വിറ്റ്സർലണ്ട്	ചെക്കോസ്ലോവാക്യക്ക് ജയം	3-2

സെമിഫൈനൽ

1.	ഇറ്റലി-ഓസ്ട്രിയ	ഇറ്റലിക്ക് ജയം	1-0
2.	ചെക്കോസ്ലോവാക്യ - ജർമ്മനി	ചെക്കോസ്ലോവാക്യക്ക് ജയം	3-1
	മൂന്നാംസ്ഥാനം		
3.	ജർമ്മനി-ഓസ്ട്രിയ	ജർമ്മനിക്ക് ജയം	3-2

പുതിയ ലോകചാമ്പ്യൻ - ഇറ്റലി

ജൂൺ പത്തിന് റോമിലെ നാഷണൽ സ്റ്റേഡിയത്തിൽ ചെക്കോസ്ലോവാക്യ എത്തിയത് വെറുമൊരു ഫുട്ബോൾ ടീമിനെ മാത്രം എതിരാളികളായി കണ്ടു കൊണ്ടായിരുന്നില്ല. നാട്ടിൽ നിന്നെത്തിയ 1700 ടെലിഗ്രാമുകളാണ് അവർക്ക് ആദ്യ പ്രതിരോധം തീർത്തത്. പിന്നെ രണ്ടു സ്പെഷ്യൽ ട്രെയിനുകളിലും ബസുകളിലും എത്തിയവരുൾപ്പെടെയുള്ള 55,000 വരുന്ന ഫുട്ബോൾ പ്രേമികൾ അവർക്കു മുന്നിൽ മതിൽപോലെ നിലകൊണ്ടു. ഗോൾകീപ്പർമാർ നയിക്കുന്ന ഏക ലോകകപ്പ് ഫൈനൽ എന്ന ബഹുമതിയുമായി വൈകുന്നേരം അഞ്ചരയ്ക്ക് കളി ആരംഭിക്കുമ്പോൾ ഇറ്റലിയുടെ ക്രോസ്ബാറിനു താഴെ കോംബിയും ചെക്കോസ്ലോവാക്യയുടെ കീപ്പറായി പ്ലാനിക്കയും ശക്തരായി നിലകൊണ്ടു.

ആദ്യപകുതി ഗോൾരഹിതം. എങ്കിലും ആധിപത്യം ചെക്കോസ്ലോവാക്യക്കായിരുന്നു. രണ്ടാം പകുതിയുടെ 25-ാം മിനിട്ടിൽ ഇടതുവിംഗറായ അന്റോനിൻ പക്കിലൂടെ ആദ്യഗോൾ നേടിയ ചെക്കോസ്ലോവാക്യ ആതിഥേയരെ ശരിക്കും വിറപ്പിച്ചു. പത്തു മിനിട്ടിനുള്ളിൽ റെയ്മണ്ട് ഒർസിയിലൂടെ ഗോൾ മടക്കി സമനില നേടിയ ഇറ്റലിക്ക് പക്ഷേ, നിശ്ചിത സമയത്തിനുള്ളിൽ ഒരിക്കൽകൂടി ഗോൾവല ചലിപ്പിക്കാനായില്ല. അധിക സമയത്തേക്കു നീണ്ടകളിയുടെ അഞ്ചാം മിനിട്ടിൽ ആഞ്ജലോ ഷിയാവിയോ വിജയഗോൾ നേടി ഇറ്റലിയെ ലോകത്തിന്റെ നിറുകയിലെത്തിച്ചു. മനോഹരമായ ഇറ്റാലിയൻ ഫുട്ബോൾ ശൈലിയുടെ തുടക്കം ആ ഗോളിൽ നിന്നായിരുന്നു. "തീവ്രനൈരാശ്യത്തിന്റെ കരുത്ത്" എന്നാണ് അതിവിദഗ്ദ്ധമായ പ്ലേസിങ്ങിലൂടെ ഷിയാവിയോ നേടിയ ആ ഗോൾ

വിശേഷിപ്പിക്കപ്പെട്ടത്. ആധുനിക ഫുട്ബോളിന്റെ വ്യാകരണം എന്ന അതിസൂക്ഷ്മമായ മറ്റൊരു വിശേഷണംകൂടി ആ ഗോളിൽ ചാർത്തപ്പെട്ടു.

ഫൈനൽ - 10, ജൂൺ 1934 - റോം

ഇറ്റലി - ചെക്കോസ്ലോവാക്യ
അധികസമയത്ത് ഇറ്റലിക്ക് ജയം - 2-1
ഇറ്റലിക്ക് ആദ്യ ലോകകപ്പ് വിജയം

ഇറ്റലി ആദ്യ ലോകകപ്പ് നേടുമ്പോൾ നാലു കളികളിലായി ആകെ 12 ഗോളുകളാണ് എതിർ ഗോൾവലയങ്ങളിലാക്കിയത്. തിരികെ വാങ്ങിയത് മൂന്നും. രണ്ടാം ലോകകപ്പിലെ ഏറ്റവും മികച്ച ഗോൾ നേട്ടം ഇതുതന്നെ. 17 കളികളിൽ നിന്നായി ആകെ 70 ഗോളുകളാണ് രണ്ടാം ലോകകപ്പിൽ സ്കോർ ചെയ്യപ്പെട്ടത്. 45 കളിക്കാരുടെ വകയായിരുന്നു അത്. ചെക്കോസ്ലാവാക്യയുടെ മുന്നേറ്റനിരക്കാരൻ ഓർഡ്റിച്ച് നെജഡ്‌ലി അഞ്ചുഗോളുകളുമായി ടോപ് സ്കോററായി. ജർമ്മനിക്കെതിരെ നേടിയ ഹാട്രിക് അതിലുൾപ്പെടുന്നു. തൊട്ടു പിന്നിൽ നാലുവീതം ഗോളുകളുമായി ഇറ്റലിയുടെ ആഞ്ജലോ ഷിയാവിയോയും ജർമ്മനിയുടെ എഡ്മണ്ട് കോനനും. ഇറ്റലിയുടെ റെയ്മണ്ട് ഓർസി, സ്വിറ്റ്സർലണ്ടിന്റെ ലിയോപോൾ കിലോൾഡ് എന്നിവർ മൂന്നുവീതം ഗോളുകളുമായി മൂന്നാമതെത്തി.

2-ാം ലോകകപ്പിൽ 5 ഗോളുകൾ. ഓർഡ്റിച്ച് നെജഡ്‌ലി (ചെക്കോസ്ലോവാക്യ)

നാലുവർഷങ്ങൾക്കുശേഷം നടക്കാനിരിക്കുന്ന മൂന്നാം ലോകകപ്പിനെപ്പറ്റി ജേതാക്കളായ ഇറ്റലിയുടെ പ്രതീക്ഷകൾ എന്തെല്ലാമായിരുന്നിരിക്കണം? ആതിഥേയർ ആരെന്ന് തീരുമാനിക്കപ്പെട്ടിരുന്നില്ലെങ്കിലും ഇറ്റലിയുടെ കോച്ച് വിറ്റോറിയോ പൊസ്സോയ്ക്ക് തന്റെ ടീമിനെപ്പറ്റി മനസ്സിൽ പല കണക്കുകൂട്ടലുകളുമുണ്ടായിരുന്നു.

മൂന്നാം ലോകകപ്പ്
ഫ്രാൻസ് - 1938
4, ജൂൺ - 19, ജൂൺ

ഇറ്റലിയുടെ തുടർച്ചയായ രണ്ടാം ലോകകപ്പ് വിജയം അവരുടെ പരിശീലകനായ വിറ്റോറിയോ പോസ്സോ മത്സരങ്ങൾ തുടങ്ങുന്നതിനു മുൻപു തന്നെ ഉറപ്പാക്കിയിരുന്നുവെന്നു വേണം കരുതുവാൻ. അതിന് ഒന്നിലേറെ കാരണങ്ങളുണ്ടായിരുന്നു. തുടർച്ചയായി രണ്ടാം തവണയും മത്സരങ്ങൾ യൂറോപ്പിൽ നടത്തുന്നതിനെ ലാറ്റിനമേരിക്കൻ രാജ്യങ്ങൾ എതിർത്തതായിരുന്നു ആദ്യ കാരണം. വേദിയാകുന്നതിന് അർജന്റീനയ്ക്ക് താല്പര്യമുണ്ടായിരുന്നു. വ്യത്യസ്ത ഭൂഖണ്ഡങ്ങളിൽ മാറിമാറി വേണം ലോകകപ്പ് നടത്തേണ്ടതെന്ന അഭിപ്രായമായിരുന്നു അവർക്ക്. എന്നാൽ ബർലിനിൽ ചേർന്ന ഫിഫാ യോഗം മൂന്നാം ലോകകപ്പ് അനുവദിച്ചത് ഫ്രാൻസിനായിരുന്നു. തീരുമാനത്തിൽ പ്രതിഷേധിച്ച് അർജന്റീനയ്ക്കൊപ്പം ഉറുഗ്വേയും ലോകകപ്പ് ബഹിഷ്കരിച്ചു. യാത്രാക്ലേശങ്ങൾ ഉൾപ്പെടെയുള്ള കാരണങ്ങളാൽ ബ്രസീലും ക്യൂബയും ഒഴിച്ചുള്ള തെക്ക് -വടക്കൻ അമേരിക്കൻ ടീമുകളും മത്സരത്തിനെത്തിയില്ല. രണ്ടാം ലോക മഹായുദ്ധത്തിന്റെ കാഹളം മുഴങ്ങിക്കൊണ്ടിരുന്നത് ലോകകപ്പിന്റെ തിളക്കം കുറയ്ക്കുമെന്ന ഭയം ഫിഫയ്ക്ക് ഉണ്ടായിരുന്നു. യുദ്ധത്തിൽ പങ്കെടുക്കുമെന്ന് പ്രഖ്യാപിച്ച സ്പെയിനും വിട്ടുനിന്നു. നിലവിലുള്ള ജേതാക്കൾ എന്ന നിലയിൽ യോഗ്യതാ മത്സരങ്ങൾ കൂടാതെ തന്നെ ഇറ്റലിക്ക് ഫൈനൽ റൗണ്ടിലേക്ക് എത്താൻ കഴിഞ്ഞു. ഒപ്പം ആതിഥേയരെന്ന നിലയിൽ ഫ്രാൻസിനും.

വിറ്റോറിയോ പോസ്സോയ്ക്ക് പ്രതീക്ഷ നല്കിയത് ഇക്കാരണങ്ങളായിരുന്നു. മുൻലോകകപ്പിന്റെ സെമിഫൈനലിലെ എതിരാളികളായിരുന്ന ഓസ്ട്രിയയുടെ വിട്ടുനില്ക്കാനുള്ള തീരുമാനവും പോസ്സോയ്ക്ക് വലിയ പ്രതീക്ഷയാണ് നല്കിയത്. അന്ന് 1-0 ന് കഷ്ടിച്ച് വിജയം നേടി

വിറ്റോറിയോ പോസ്സോ - ഇറ്റലി കോച്ച്

യായിരുന്നുവല്ലോ ഇറ്റലി ഓസ്ട്രിയയെ തോല്പിച്ച് ഫൈനലിലെത്തിയത്. എന്നാൽ പോസ്സോയെ ഭയപ്പെടുത്തിയതും ഓസ്ട്രിയയുടെ പിന്മാറ്റമായിരുന്നു. യോഗ്യതാമത്സരങ്ങളിൽ ഓസ്ട്രിയയ്ക്കു താഴെ രണ്ടാം സ്ഥാനത്തെത്തിയ ലാത്വിയ ലോകകപ്പിനെത്തുമെന്ന പ്രതീക്ഷയായിരുന്നു. പോസ്സോക്ക് ഉണ്ടായിരുന്നത്. പക്ഷേ, സംഘാടകർ ലാത്വിയയെ ക്ഷണിച്ചില്ല. അങ്ങനെ ആദ്യ റൗണ്ട് കളിക്കാതെ തന്നെ സ്വീഡൻ ക്വാർട്ടർ ഫൈനലിൽ കടന്നു. ആദ്യമായി ലോകകപ്പ് ഫൈനൽ റൗണ്ടിൽ കളിക്കുന്ന നോർവേയും പോസ്സോയെ ഭയപ്പെടുത്തി. പ്രാഥമിക റൗണ്ടിന്റെ രണ്ടാം മിനിട്ടിൽ ഫെറാറിസ്സിലൂടെ ആദ്യ ഗോൾ നേടിയ നിലവിലുള്ള ചാമ്പ്യന്മാരെ നോർവെ ശരിക്കും വെള്ളം കുടിപ്പിച്ചു. കളി അവസാനിക്കാൻ ഏഴു മിനിട്ടുള്ളപ്പോൾ ഗോൾ മടക്കി സമനില നേടിയതോടെ കളി അധികസമയത്തേക്കു നീണ്ടു. പയോള നേടിയ രണ്ടാം ഗോളിലൂടെ വിജയം ഉറപ്പിച്ചുവെങ്കിലും പോസ്സോ ശരിക്കും വിയർക്കുക തന്നെ ചെയ്തു. കൃത്യം ഒരാഴ്ചയ്ക്കു ശേഷം നടന്ന ക്വാർട്ടർ ഫൈനലിൽ സിൽവിയോ പയോളയുടെ ഇരട്ട ഗോളോടെ ആതിഥേയർക്കെതിരെ 3-1 ന്റെ വിജയം നേടി സെമിയിൽ കടക്കാനായതോടെയാണ് പോസ്സോയ്ക്ക് ശ്വാസം നേരെ വീണത്.

ആദ്യ റൗണ്ട്

1.	സ്വിറ്റ്സർലണ്ട് - ജർമ്മനി	(1-1) റീപ്ലേയിൽ സ്വിറ്റ്സർലണ്ടിന് ജയം	4-2
2.	ഹംഗറി-ഡച്ച് ഈസ്റ്റ് ഇൻഡീസ്	ഹംഗറിക്കു ജയം	6-0
3.	സ്വീഡൻ-ഓസ്ട്രിയ	സ്വീഡന് വാക്കോവർ	
4.	ക്യൂബ-റുമേനിയ	(3-3) റീപ്ലേയിൽ ക്യൂബയ്ക്ക് ജയം	2-1
5.	ഫ്രാൻസ്-ബൽജിയം	ഫ്രാൻസിന് ജയം	3-1

6.	ഇറ്റലി-നോർവെ	ഇറ്റലിക്ക് ജയം	2-1
7.	ബ്രസീൽ - പോളണ്ട്	ബ്രസീലിന് ജയം (എക്സ്ട്രാ ടൈം)	6-5
8.	ചെക്കോസ്ലോവാക്യ-ഹോളണ്ട്	ചെക്കോസ്ലോവാക്യക്ക് ജയം (എസ്ക്ട്രാടൈം)	3-0

പോസ്സോയുടെ മാനസികാവസ്ഥയായിരുന്നു ആദ്യ റൗണ്ടിൽ മറ്റു ടീമുകളുടെ കോച്ചുകൾക്കും. രണ്ടാം മത്സരമൊഴികെ എല്ലാം ഒപ്പത്തിനൊപ്പമുള്ള കളികളായിരുന്നു. ആദ്യ റൗണ്ടിലെ ഏഴിൽ നാലു കളികളിലും അനുവദനീയ സമയത്ത് തീരുമാനമുണ്ടായില്ല. രണ്ടു കളികൾ റീപ്ലേയിലാണ് തീരുമാനമായത്. ഓസ്ട്രിയയുടെ വിട്ടു നില്ക്കൽ സ്വീഡന് ലോകകപ്പിന്റെ ചരിത്രത്തിലെ ഏക വാക്കോവർ നല്കുകയും ചെയ്തു. സെമിഫൈനലിലെത്തുന്നതിന് രണ്ടാം ക്വാർട്ടറിൽ സ്വീഡൻ നേടിയ വൻവിജയമൊഴിച്ചാൽ മറ്റു മൂന്നു മത്സരങ്ങളും ഒപ്പത്തിനൊപ്പമായിരുന്നു. ക്യൂബയെ 8-0 നാണ് സ്വീഡൻ തോല്പിച്ചത്. രണ്ടു ഗോൾ വ്യത്യാസത്തിൽ ഹംഗറിയും ഇറ്റലിയും സ്വിറ്റ്സർലണ്ടിനും (2-0) ഫ്രാൻസിനുമെതിരെ (3-1) വിജയം നേടിയപ്പോൾ ബ്രസീൽ-ചെക്കോസ്ലാവാക്യ മത്സരം അധികസമയം കഴിഞ്ഞിട്ടും 1-1 ന് സമനിലയിലായിരുന്നു. റീപ്ലേയിലെത്തിയ മത്സരത്തിൽ ബ്രസീൽ ചെക്കോസ്ലോവാക്യക്കെതിരെ വിജയം നേടിയത് ഒരൊറ്റ ഗോൾ വ്യത്യാസത്തിൽ (2-1)

ക്വാർട്ടർ ഫൈനൽ

1.	സ്വിറ്റ്സർലണ്ട് - ഹംഗറി	ഹംഗറിക്ക് ജയം	2-0
2.	സ്വീഡൻ - ക്യൂബ	സ്വീഡന് ജയം	8-0
3.	ഫ്രാൻസ് - ഇറ്റലി	ഇറ്റലിക്ക് ജയം	3-1
4.	ബ്രസീൽ - ചെക്കോസ്ലോവാക്യ	(1-1) റീപ്ലേയിൽ ബ്രസീലിന് ജയം	2-1

പോസ്സോയെ വീണ്ടും അത്ഭുതപ്പെടുത്തിയത് ബ്രസീൽ കോച്ച് നിക്കോളാസ് പെരാസിയോവിന്റെ ഒരേ സമയം അവിശ്വസനീയതയും ഒപ്പം അത്ഭുതപ്പെടുത്തുന്നതുമായ ഒരു തീരുമാനമായിരുന്നു. ഇറ്റലിക്കെതിരെ ബ്രസീൽ വിജയം നേടുമെന്ന് ഉറപ്പിച്ചുകൊണ്ടുള്ള ആ തീരുമാനമായിരുന്നു അവരെ തോല്വിയിലേക്ക് നയിച്ചത്. ആദ്യ സെമിയിൽ സ്വീഡനെതിരെ ഹംഗറി നേടിയ വിജയം സെമിയിൽ ഇറ്റലിക്കുമേൽ നേടുന്ന

വിജയത്തേക്കാൾ, ഫൈനലിൽ ഹംഗറിക്കെതിരെ എങ്ങനെ കളിക്കണമെന്ന കണക്കുകൂട്ടലിലേക്കാണ് നിക്കോളാസിനെ നയിച്ചത്. മൂന്നാം ലോകകപ്പ് കണ്ട ആക്രമണനിരയിലെ ഏറ്റവും മികച്ച കളിക്കാരായ ലിയോനിഡസ് ഡിസിൽവയ്ക്കും റോബർട്ടോ ടിമ്മിനും വിശ്രമം നല്കിയാണ് ഇറ്റലിക്കെതിരെ സെമിയിൽ കളിക്കാൻ ബ്രസീൽ ഇറങ്ങിയത്. ലിയോനിഡഡ് ഏഴു ഗോളുകളുമായി ടോപ് സ്കോറർ ആയിരുന്നിട്ടും നിർണ്ണായക മത്സരത്തിൽ കരയ്ക്കിരിക്കുകയായിരുന്നു. ഫൈനലിലേക്ക് ലിയോനിഡസിനെ കോച്ച് കരുതിവെക്കുകയായിരുന്നുവത്രേ. പക്ഷേ, തങ്ങളുടെ ടീമിന്റെ തോല്‌വി നിസ്സഹായരായി കണ്ടുകൊണ്ടിരിക്കാനായിരുന്നു അവരുടെ വിധി. ലോകകപ്പിന്റെ ചരിത്രത്തിലെ വമ്പൻ മണ്ടത്തരങ്ങളിലൊന്നായാണ് ഇപ്പോഴും ഈ നടപടി "വാഴ്ത്ത"പ്പെടുന്നത്. സെമിയിൽ ഫുൾബാക്ക് ഡൊമിൻഗസ് ഗിയായുടെ ഉജ്ജ്വല പ്രകടനത്തോടെ ഇറ്റലി ഫൈനലിലെത്തിയതോടെ മറ്റൊരു ലോകകപ്പ് വിജയം സ്വപ്നം കണ്ട പോസ്സോയെ മറ്റേ സെമിയിൽ സ്വീഡനെതിരെ 5-1 ന്റെ മിന്നുന്ന വിജയം നേടിയ ഹംഗറിയുടെ പ്രകടനം ഉലയ്ക്കുകയുണ്ടായി. ഹംഗറിയുടെ ആക്രമണ നിരയിലെ ടിട്കോസ്, സറോസി എന്നിവരെ തളയ്ക്കുന്നതിനെപ്പറ്റിയുള്ള മാർഗ്ഗങ്ങളെപ്പറ്റിയാണ് പോസ്സോ ഫൈനലിനു മുമ്പ് തന്റെ കളിക്കാരെ ഓർമ്മിപ്പിച്ചുകൊണ്ടിരുന്നത്.

സെമിഫൈനൽ

1.	ഹംഗറി - സ്വീഡൻ	ഹംഗറിക്ക് ജയം	5-1
2.	ഇറ്റലി - ബ്രസീൽ	ഇറ്റലിക്ക് ജയം	2-1
	മൂന്നാം സ്ഥാനം		
	സ്വീഡൻ-ബ്രസീൽ	ബ്രസീലിന് ജയം	4-2

പാരീസിലെ കൊളംബസ് സ്റ്റേഡിയത്തിൽ ഹംഗറിക്കെതിരെയുള്ള ഫൈനലിന്റെ തലേന്ന് പോസ്സോയേയും സംഘത്തെയും ഞെട്ടിച്ചുകൊണ്ട് ഒരു ടെലിഗ്രാം എത്തിയിരുന്നുവെന്ന് ചരിത്രം പറയുന്നു. "വിൻസീർ ഒ മൊറീർ' എന്നായിരുന്നുവത്രെ ടെലിഗ്രാമിന്റെ ഉള്ളടക്കം. 'ജയിക്കുക അല്ലെങ്കിൽ മരിക്കുക' എന്ന് പരിഭാഷ. അയച്ചത് സാക്ഷാൽ മുസ്സോളിനിയാണെന്ന അഭ്യൂഹം പരക്കുകയും ചെയ്തു. ടീമിന് വിജയാശംസകൾ നേർന്നുകൊണ്ടുള്ള സന്ദേശമായിരുന്നു അതെന്ന് ഇറ്റാലിയൻ താരം പിയെട്രോറാവ വിശദീകരണം നല്കിയതോടെ 'മരണഭയം' അവസാനിച്ചുവെങ്കിലും പോസ്സോക്ക് തലേന്ന് ഉറങ്ങാനായില്ല. ഇറ്റലിയുടെ വിജയത്തേക്കാൾ ഹംഗറിയുടെ വിജയം പ്രതീക്ഷിച്ചാണ് നാല്പതിനായിരത്തോളം കാണികൾ കൊളംബസ് സ്റ്റേഡിയത്തിലെത്തിയത്.

വീണ്ടും കിരീടം ഇറ്റലി

മൂന്നാം ലോകകപ്പിൽ ഏറ്റവും കൂടുതൽ കാണികളെത്തിയ മത്സരം.

കളിയുടെ ആറാം മിനിട്ടിൽ ജിനോ കൊളോസി ചാമ്പ്യൻഷിപ്പിലെ തന്റെ മൂന്നാം ഗോളുമായി ഇറ്റലിയെ മുന്നിലെത്തിച്ചുവെങ്കിലും പോസ്സോ അത്യാഹ്ലാദം പ്രകടിപ്പിച്ചില്ല. പോസ്സോയുടെ ആശ്വാസത്തിന് രണ്ടു മിനിട്ടിന്റെ ആയുസ്സേ ഉണ്ടായിരുന്നുള്ളൂ. ടിട്കോബിലൂടെ ഗോൾ മടക്കിയ ഹംഗറിക്കു പക്ഷേ, പിന്നീട് കളിയുടെ നിയന്ത്രണം നഷ്ടപ്പെട്ടു. ആദ്യ പകുതിയിൽ പയോളയുടെ 16-ാം മിനിട്ടിലെയും കൊളോസ്സിയുടെ 35-ാം മിനിട്ടിലെയും ഗോളുകളുമായി മുന്നിട്ടു നിന്ന ഇറ്റലിയെയും പോസ്സോയെയും സരോസി ഒരു ഗോൾ മടക്കി ഭയപ്പെടുത്തിയെങ്കിലും ചാമ്പ്യൻഷിപ്പിലെ മികച്ച താരങ്ങളിലൊരാളായ സിൽവിയോ പയോള തന്റെ നാലാം ഗോളുമായി ഇറ്റലിയുടെ വിജയം ഉറപ്പിച്ചു. വിറ്റോറിയോ പോസ്സോ അങ്ങനെ ലോകകപ്പ് ഫുട്ബോൾ ചരിത്രത്തിലെ ഒറ്റപ്പെട്ട നേട്ടത്തിന്റെ ഉടമയായി. രണ്ടു തവണ സ്വന്തം ടീമിനെ കിരീട നേട്ടത്തിലേക്കു നയിച്ച ഏക കോച്ച്.

ഫൈനൽ - 19, ജൂൺ 1938 - പാരീസ്

ഹംഗറി - ഇറ്റലി
ഇറ്റലിക്ക് ജയം 4-2
ഇറ്റലിക്ക് രണ്ടാം ലോകകപ്പ് കിരീടം

18 കളികളിലായി 84 ഗോളുകളാണ് മൂന്നാം ലോകകപ്പിന്റെ ബാക്കി പത്രം. ലോകകപ്പ് ഫുട്ബോളിലെ ഏറ്റവും മികച്ച ഗോൾ ശരാശരി. 4.67 ശതമാനം. ഏഴു ഗോളുകളുമായി ബ്രസീലിന്റെ ലിയോനിഡസ് വ്യക്തിഗത മികവു കാട്ടിയപ്പോൾ 5 ഗോൾ നേടിയ ഹംഗറിയുടെ ജോർജി

സരോസി രണ്ടാമതെത്തി. സ്വന്തം ടീമിന്റെ വലയത്തിൽ പന്തിട്ട രണ്ടു കളിക്കാർ ഈ ലോകകപ്പിൽ 'ശ്രദ്ധ' നേടി. ഹംഗറിക്കെതിരെയുള്ള മത്സരത്തിൽ സ്വീഡന്റെ സ്വെൻ ജേക്കബ്സൺ ആദ്യത്തെയാൾ. സെമി ഫൈനലിന്റെ ആദ്യ മിനിട്ടിൽ നൈബർഗിലൂടെ ലീഡ് നേടിയ സ്വന്തം ടീമായ സ്വീഡനെതിരെ 19-ാം മിനിട്ടിൽ എതിർ ടീമിന്റെ സമനില ഗോൾ ദാനം ചെയ്തത് ജേക്കബ്സൺ ആയിരുന്നു. ജർമ്മനിക്കെതിരെയുള്ള കളിയിൽ സ്വിറ്റ്സർലണ്ടിനെതിരെ ഗോൾ വീഴ്ത്തിയ സ്വിറ്റ്സർലണ്ടിന്റെ തന്നെ ഏണസ്റ്റ് ലോർട്ഷെർ രണ്ടാമൻ. രണ്ടാം ക്വാർട്ടറിൽ ക്യൂബയെ എതിരില്ലാത്ത എട്ടു ഗോളുകൾക്കു തകർത്ത സ്വീഡന്റെ വിജയമായിരുന്നു വലിയ മാർജിൻ വിജയം. കൂടുതൽ ഗോളുകൾ സ്കോർ ചെയ്യപ്പെട്ടത് ബ്രസീലും പോളണ്ടും തമ്മിലുള്ള ആദ്യ റൗണ്ട് മത്സരത്തിൽ. അധികസമയത്തേക്കു നീണ്ട കളിയിൽ ആകെ വീണത് പതിനൊന്നു ഗോളുകൾ. ബ്രസീൽ 6–5 ന് ജയിച്ചു.

വ്യക്തിഗത മികവ് - ലിയോനിഡസ് (ബ്രസീൽ)

നാലാം ലോകകപ്പ്
ബ്രസീൽ 1950
24, ജൂൺ - 16, ജൂലൈ

നീണ്ട പന്ത്രണ്ടു വർഷത്തെ ഇടവേളയ്ക്കു ശേഷമാണ് ലോകകപ്പ് ഫുട്ബോളിന്റെ ആരവം റിയോ-ഡി-ജനീറോയിലെ മാറക്കാന സ്റ്റേഡിയത്തിൽ ഉയർന്നത്. രണ്ടാംലോകമഹായുദ്ധം താറുമാറാക്കിയ സമ്പദ്ഘടനകൾക്ക് ഒളിമ്പിക്സും ലോകകപ്പ് ഫുട്ബോളും പോലെയുള്ള കായികമാമാങ്കങ്ങൾ സംഘടിപ്പിക്കുന്നതിനുള്ള ശേഷിയുണ്ടായിരുന്നില്ല. യുദ്ധത്തിന്റെ ഇരകളായിരുന്നു ഒളിമ്പിക്സും ലോകകപ്പും എന്ന് വിശേഷിപ്പിക്കാം. ഹെൽസിങ്കിക്ക് അനുവദിച്ച 1940 ലെ 12-ാം ഒളിമ്പിക്സും ലണ്ടനിൽ നടക്കേണ്ടിയിരുന്ന 13-ാം ഒളിമ്പിക്സും റദ്ദാക്കപ്പെട്ടതുപോലെ രണ്ട് ലോകകപ്പ് ഫുട്ബോൾ മത്സരങ്ങൾ കായികഭൂപടത്തിൽനിന്ന് അപ്രത്യക്ഷമായി. 1942 ലെയും 1946 ലെയും ലോകകപ്പുകളാണ് വേണ്ടെന്നുവെച്ചത്. യുദ്ധാനന്തര യൂറോപ്പ് തകർന്നടിഞ്ഞ ശവപ്പറമ്പുകളായിരുന്നെങ്കിലും 14-ാം ഒളിമ്പിക്സിന് ലണ്ടൻ വേദിയായി. ഒളിമ്പിക് പ്രസ്ഥാനത്തിന്റെ മൂന്നാം ജന്മമായിരുന്നു അത്. ഐ ഒ സി യുടെയും ഐ ഒ സിയെ പിന്തുണച്ച ലോകരാഷ്ട്രങ്ങളുടെയും ഇച്ഛാശക്തി ഒളിമ്പിക്പ്രസ്ഥാനത്തെ ഉയിർത്തെഴുന്നേല്പിച്ചു. ലോകരാഷ്ട്രങ്ങളെ ഒരേ കൊടിക്കീഴിൽ അണിനിരത്തുന്നതിനുള്ള ശ്രമത്തിന് എല്ലാ ഭൂഖണ്ഡങ്ങളും പിന്തുണനല്കിയപ്പോൾ ഒളിമ്പിക് ഗയിംസ് നടത്തുന്നതിന് ആറു നഗരങ്ങൾ മുന്നോട്ടുവന്നു. 13-ാം ഗയിംസ് അനുവദിച്ചിരുന്ന ലണ്ടനു തന്നെ യുദ്ധത്തിനു ശേഷമുള്ള ആദ്യ ഒളിമ്പിക്സ് നല്കുവാനായിരുന്നു ഐ ഒ സിയുടെ തീരുമാനം.

എന്നാൽ ലോകകപ്പ് ഫുട്ബോളിന്റെ കാര്യം അത്ര എളുപ്പമായിരുന്നില്ല. ലോകകപ്പിന്റെ ഉയിർപ്പിന്റെ നാളുകൾക്കായി ഫിഫ ഏറെ ആഗ്രഹിച്ചുവെങ്കിലും ഒന്നിനു പിറകേ ഒന്നായി പ്രശ്നങ്ങൾ സൃഷ്ടിക്കപ്പെട്ടത്

ലോകകപ്പിനെ അനിശ്ചിതത്വത്തിലാക്കി. ഒരാതിഥേയരാജ്യത്തെ കണ്ടെത്തുകയെന്നതായിരുന്നു വലിയ വെല്ലുവിളി. സാമ്പത്തിക ഞെരുക്കത്തിൽ വലഞ്ഞ രാജ്യങ്ങൾക്ക് ഒട്ടേറെ അടിയന്തരപ്രശ്നങ്ങളെ നേരിടേണ്ടതുണ്ടായിരുന്നു. ഒരു കായികമേള നടത്തുന്നതിനേക്കാൾ പ്രാധാന്യമുള്ള കാര്യങ്ങൾ. 1946 ലെ ഫിഫ കോൺഗ്രസിലാണ് 1950 ൽ ലോകകപ്പ് നടത്താമെന്ന വാഗ്ദാനവുമായി ബ്രസീൽ മുന്നോട്ടുവന്നത്. 1942 ലെ ലോകകപ്പിനുവേണ്ടി ജർമ്മനിക്കൊപ്പം ബ്രസീൽ മത്സരിച്ചിരുന്നു. രണ്ടു മൂന്നും ചാമ്പ്യൻഷിപ്പുകൾക്ക് ആതിഥേയത്വം വഹിച്ചത് യൂറോപ്യൻ രാജ്യങ്ങളായിരുന്നുവെന്നത് നാലാം ലോകകപ്പിനെ ലാറ്റിനമേരിക്കയിൽ എത്തിക്കുന്നതിന് പ്രേരിപ്പിച്ച ഘടകമായിരുന്നു.

വേദിയുടെ കാര്യത്തിൽ തീരുമാനമായെങ്കിലും പ്രശ്നങ്ങൾ ഉയർന്നുകൊണ്ടേയിരുന്നു. ഘടക രാജ്യങ്ങളുടെ ടീമുകളെ ബ്രസീലിൽ എത്തിക്കുന്നതായിരുന്നു വലിയ പ്രശ്നം. മുൻപുള്ള രണ്ടു ലോകകപ്പുകളിലെയും ചാമ്പ്യന്മാരെന്ന നിലയിൽ വിട്ടു നില്ക്കാനാവാതെ വന്ന ഇറ്റലി കടൽമാർഗ്ഗമാണ് ബ്രസീലിൽ എത്തിയത്. യൂറോപ്പിൽ ജർമ്മനിക്കും ഏഷ്യയിൽ ജപ്പാനും യോഗ്യതാ മത്സരങ്ങളിൽ പങ്കെടുക്കുന്നതിന് അനുമതി നല്കിയിരുന്നില്ല. സോവിയറ്റ് യൂണിയനും ചെക്കോസ്ലോവാക്യയും ഹംഗറിയും യോഗ്യതാ മത്സരങ്ങളിൽ പങ്കെടുക്കുവാൻ വിസമ്മതിച്ചതായിരുന്നു. മറ്റൊരു പ്രതിസന്ധി അർജന്റീന, ഇക്വഡോർ, പെറുടീമുകൾ യോഗ്യതാ റൗണ്ടുകൾ കടന്നുവെങ്കിലും ചാമ്പ്യൻഷിപ്പിൽനിന്ന് അവസാന നിമിഷം പിന്മാറി. ഏഷ്യയിൽനിന്ന് ഫിലിപ്പിൻസ്, ഇന്തൊനേഷ്യ, ബർമ്മ എന്നീ രാജ്യങ്ങളും പിന്മാറി. ചിലി, ബൊളീവിയ, പരാഗ്വേ, ഉറുഗ്വേ എന്നീ രാജ്യങ്ങൾ ദക്ഷിണ അമേരിക്കനിൽനിന്നും ഇന്ത്യ ഏഷ്യയിൽ നിന്നും ചാമ്പ്യൻഷിപ്പിലെത്തുന്നതിന് പ്രമുഖ ടീമുകളുടെ പിൻവലിയൽ കാരണമായിരുന്നു. യൂറോപ്യൻ രാജ്യങ്ങളായ ഓസ്ട്രിയയും ബൽജിയവും ചാമ്പ്യൻഷിപ്പിൽനിന്ന് മാറി നിന്നു.

ഇംഗ്ലണ്ടും സ്കോട്ലണ്ടും തമ്മിലുള്ള അടിയായിരുന്നു മറ്റൊരു പ്രതിസന്ധിയിലേക്ക് നാലാം ലോകകപ്പിനെ എത്തിച്ചത്. യോഗ്യതാ മത്സരത്തിലെ ഒന്നാം സ്ഥാനക്കാരെന്ന നിലയിൽ ബ്രസീലിൽ എത്തുക സ്കോട്ലണ്ട് ആവും എന്ന സ്കോട്ടിഷ് ഫുട്ബോൾ അസോസിയേഷൻ ചെയർമാൻ ജോർജ് ഗ്രഹാമിന്റെ പ്രതിജ്ഞ നടക്കുകയുണ്ടായില്ല. ഇംഗ്ലണ്ടിനു പിറകിൽ രണ്ടാം സ്ഥാനത്തായിപ്പോയ സ്കോട്ട്ലണ്ട് വാശി കാരണം ലോകകപ്പിൽനിന്നു പിന്മാറി. ബ്രസീലിലേക്കുള്ള യാത്രയ്ക്കു പണമില്ലാത്തതിനാൽ ടർക്കിയും വിട്ടുനിന്നു. സ്കോട്ലണ്ടിന്റെയും ടർക്കിയുടെയും ഒഴിവിലേക്ക് യോഗ്യതാ റൗണ്ടുകളിൽ പരാജയപ്പെട്ട പോർട്ടുഗലിനെയും അയർലണ്ടിനെയും ഫ്രാൻസിനെയും ഫിഫ ക്ഷണിച്ചുവെങ്കിലും പോർട്ടുഗലും അയർലണ്ടും ബ്രസീലിലെത്തിയില്ല. ഫ്രാൻസ് ടീമിനെ അയക്കുവാൻ തീരുമാനമെടുത്തു.

ചരിത്രമുറങ്ങുന്ന കളിക്കളം മാറാക്കാന സ്റ്റേഡിയം

1950 മേയ് 22 ന് ലോകകപ്പിന്റെ ഡ്രോ പൂർത്തിയാക്കി നാലു ഗ്രൂപ്പുകളിലായി മത്സരങ്ങൾ പ്രഖ്യാപിച്ചുവെങ്കിലും പ്രതിസന്ധി അവസാനിപ്പിച്ചില്ലെന്നത് സംഘാടകരെ വലച്ചു. ഇന്ത്യയാണ് പുതിയ പ്രതിസന്ധി സൃഷ്ടിച്ചത്. ലോകകപ്പ് ഫുട്ബോളിൽ പങ്കെടുക്കുന്നതിന് വീണുകിട്ടിയ അവസരം മുതലാക്കുവാൻ ഇന്ത്യക്ക് കഴിയാതെ പോയി. യാത്രാച്ചെലവ് വഹിക്കാമെന്ന് ഫിഫ ഉറപ്പു നല്കിയെങ്കിലും അതേ കാരണത്താൽ ചാമ്പ്യൻഷിപ്പിൽനിന്ന് പിൻവലിയാനാണ് ഇന്ത്യൻ ഫുട്ബോൾ ഫെഡറേഷൻ തീരുമാനിച്ചത്. പരിശീലനത്തിന് വേണ്ടത്ര സമയം കിട്ടിയില്ലെന്നതും, ഒളിമ്പിക്സിന് ടീമിനെ അയക്കുന്നതിനാണ് പ്രാധാന്യം എന്നുമുള്ള മുട്ടാപ്പോക്കുകൾ മുന്നോട്ടുവച്ചാണ് ഏഷ്യൻ വൻകരയെ പ്രതിനിധീകരിക്കുവാനുള്ള അവസരം നാം വേണ്ടെന്നു വെച്ചത്. ഫ്രാൻസും അവസാനനിമിഷം പിന്മാറി. ഒടുവിൽ നാലാം ഗ്രൂപ്പിൽ രണ്ടു ടീമുകളുമായി നാലാം ലോകമത്സരങ്ങൾക്ക് മാറക്കാനയിൽ തുടക്കമായി. പ്രാഥമിക റൗണ്ടിനുശേഷം റൗണ്ട് റോബിൻ ലീഗ് അടിസ്ഥാനത്തിൽ രണ്ടാം ഘട്ടം നടത്തണമെന്ന ബ്രസീലിന്റെ നിർദ്ദേശത്തെ ഫിഫ എതിർത്തുവെങ്കിലും ആതിഥേയത്വം പിൻവലിക്കുമെന്നുള്ള ഭീഷണിക്കു മുൻപിൽ ഫിഫ വഴങ്ങി. അങ്ങനെയാണ് 13 ടീമുകൾക്കും കൂടി 22 കളികൾ നടത്തപ്പെട്ടത്. ഗ്രൂപ്പ് ഘട്ടത്തിനു ശേഷം ഗ്രൂപ്പ് വിജയികൾ പരസ്പരം ഏറ്റുമുട്ടുന്ന ഫൈനൽ റൗണ്ട്. സെമി ഫൈനലുകളും ഫൈനലും ഇല്ലായിരുന്നെങ്കിലും വിജയികൾ ആരെന്നറിയുന്നതിന് അവസാന കളിവരെ കാക്കേണ്ടിവന്ന ആവേശം തികച്ചും യാദൃച്ഛികമായിരുന്നുവെന്നു വേണം പറയുവാൻ.

ഗ്രൂപ്പ് ഘട്ടം - ഒന്നും രണ്ടും സ്ഥാനക്കാർ

ഗ്രൂപ്പ് - 1	ബ്രസീൽ (5) യൂഗോസ്ലോവ്യ (4)
ഗ്രൂപ്പ് - 2	സ്പെയിൻ (6), ഇംഗ്ലണ്ട് (2)
ഗ്രൂപ്പ് - 3	സ്വീഡൻ (3), ഇറ്റലി (2)
ഗ്രൂപ്പ് - 4	ഉറുഗ്വേ (2), ബൊളീവിയ (0)

ആതിഥേയർ ആദ്യകളിയിൽതന്നെ തകർപ്പൻ വിജയം നേടിയത് ചാമ്പ്യൻഷിപ്പിന് ആവേശകരമായ തുടക്കം നല്കി. ഗ്രൂപ്പ് ഒന്നിൽ രണ്ടു വിജയങ്ങളും ഒരു സമനിലയുമായി ജേതാക്കളാകുവാൻ ബ്രസീലിനു കഴിഞ്ഞു. ഗ്രൂപ്പ് രണ്ടിൽ മൂന്നു കളികളും ജയിച്ചു സ്പെയിനും, ഗ്രൂപ്പ് മൂന്നിൽ ആകെയുള്ള രണ്ടു കളികളിൽ ഒരു വിജയവും ഒരു സമനിലയുമായി സ്വീഡനും, ഗ്രൂപ്പ് നാലിലെ ഏക മത്സരവിജയവുമായി ഉറുഗ്വേയും ഫൈനൽ റൗണ്ടിലെത്തി.

റിയോ-ഡി-ജനീറോയിലെ 'എസ്റ്റാഡിയോ ദൊ' മറക്കാന എന്ന അത്ഭുതം രണ്ടുലക്ഷത്തോളം ഫുട്ബോൾ പ്രേമികളെ ഉൾക്കൊണ്ട് 1950 ജൂലൈ 16 ന് നിശ്ചയിച്ച ബ്രസീൽ ഉറുഗ്വേ അവസാന മത്സരത്തിനായി ഒരുങ്ങി നില്ക്കവേ ആതിഥേയർ വിജയകിരീടം അണിയുമെന്ന് ഏറക്കുറെ തീർച്ചയായിരുന്നു. റൗണ്ട് റോബിനിൽ ബ്രസീൽ സ്വീഡനും (7 -1) സ്പെയിനും (6-1) എതിരെ തകർപ്പൻ വിജയം നേടിയപ്പോൾ ഉറുഗ്വേ ഇരുവർക്കുമെതിരെ കടന്നുകൂടുകയായിരുന്നു. സ്പെയിനിനോട് 2-2 ന്റെ സമനിലയും സ്വീഡനെതിരെ 3-2 ന്റെ വിജയവും. പക്ഷേ, മാറക്കാന ബ്രസീലിന് സമ്മാനിച്ചത് ദുഃഖമായിരുന്നു. മൂന്നാം ലോകകപ്പിൽ സംഭവിച്ചതുപോലെ ആയിരുന്നില്ലെന്നു മാത്രം. നിലവാരപരമായി ബ്രസീലിനൊപ്പം നില്ക്കില്ല ഉറുഗ്വേ എന്ന് നിരീക്ഷകർ ഉറപ്പിച്ചിരുന്ന അവസാന മത്സരത്തിൽ ഒരു സമനില മതിയാകുമായിരുന്നു ബ്രസീലിന് തങ്ങളുടെ ആദ്യലോകകപ്പ് കിരീടവിജയത്തിന്. ഫിഫ പ്രസിഡന്റായി കാൽനൂറ്റാണ്ട് പൂർത്തിയാക്കിയ യൂൾ റിമേയോടുള്ള ആദരസൂചകമായി ട്രോഫിക്ക് യൂൾ റിമേ കപ്പ് എന്നു പേരു നല്കിയത് നാലാം ലോകകപ്പു മുതല്ക്കായിരുന്നു. യൂൾ റിമേ കപ്പിന്റെ ആദ്യ വിജയി എന്ന അഭിമാനത്തിലേക്കു ഗോൾരഹിതമായ ആദ്യ പകുതിക്കുശേഷം രണ്ടാം പകുതിയുടെ രണ്ടാം മിനിട്ടിൽ തന്നെ ലോകകപ്പിലെ ആദ്യ ഗോളുമായി ഫ്രെയ്ക ബ്രസീലിനെ എത്തിക്കുകയും ചെയ്തു. പിന്നെ കളിയുടെ നിയന്ത്രണം ഉറുഗ്വേ ഏറ്റെടുക്കുന്നതാണ് കണ്ടത്. ആദ്യ പകുതിയിൽ കുന്തമുനയായിരുന്ന സിസിനോ- അഡേമിർ - ജെയ്ർ ഫോർ വേർഡ് ത്രയത്തെ ഉറുഗ്വേയുടെ ഒഡൂലിയോ വറേല, റോഡ് റിഗസ് എന്നിവരടങ്ങിയ പ്രതിരോധ നിര തീർത്തും അവിശ്വസനീയമായി പിടിച്ചുകെട്ടിയതായിരുന്നു ഉറു

ഗ്വേയെ രണ്ടാം പകുതിയിൽ മികവിലേക്കു നയിച്ചത്. ഒപ്പം വായുവിൽ നൃത്തമാടി പന്തുകൾ പ്രതിരോധിച്ച ഗോളി മാസ് പോളിയുടെ അസാമാന്യ പ്രകടനവും ഉറുഗ്വന്‍ പ്രതിരോധം ബ്രസീലിന്റെ പകുതിയിലേക്ക് തുടരെത്തുടരെ പന്തുകളെത്തിച്ചതോടെ ആക്രമണനിരയിലെ കരുത്തരായ ഷിയാഫിനോയും ഗിഗിയയും മിഗ്യൂസും പെരേസും അവസരത്തിനൊത്തുയർന്നു. കളിയുടെ 66-ാം മിനിട്ടിൽ ആക്രമണനിരയിലേക്കെത്തിയ വറേല നല്കിയ പന്തിൽ ഷിയാഫിനോയുടെ വക സമനില ഗോൾ. മാറക്കാന സ്റ്റേഡിയത്തിൽ ഇരമ്പം സൃഷ്ടിച്ചുകൊണ്ടിരുന്ന ഗാലറികളെ നിശ്ശബ്ദരാക്കിക്കൊണ്ട് കളി അവസാനിക്കുന്നതിന് പതിനൊന്നു മിനിട്ടുമുൻപ് ഗിഗയയുടെ വക രണ്ടാം ഗോളും. യൂൾ റിമേ കപ്പിൽ ആദ്യലോകകപ്പ് ജേതാക്കൾ നേടിയ വിജയം അങ്ങനെ അവിശ്വസനീയതയുടെ പ്രതീകമായി മാറി. ഉറുഗ്വേയാണ് ലോകകപ്പ് നേടിയതെന്ന് അവരുടെ നായകൻ വറേലയ്ക്കു പോലും വിശ്വസിക്കാനായില്ല. നൂറു കളികളെടുത്താൽ ഈ അവസാന മത്സരമൊഴികെ മറ്റ് തൊണ്ണൂറ്റിയൊൻപതിലും ജയിക്കാൻ അർഹത ബ്രസീലിനാണെന്നാണ് കളിക്കുശേഷം വറേല പറഞ്ഞത്.

യൂൾ റിമേ കപ്പ്

ഫൈനൽ റൗണ്ട്

1.	ഉറുഗ്വേ - സ്പെയിൻ	സമനില	2-2
2.	ബ്രസീൽ- സ്വീഡൻ	ബ്രസീലിന് വിജയം	7-1
3.	ബ്രസീൽ - സ്പെയിൻ	ബ്രസീലിന് വിജയം	6-1
4.	ഉറുഗ്വേ - സ്വീഡൻ	ഉറുഗ്വേക്ക് വിജയം	3-2
5.	സ്വീഡൻ - സ്പെയിൻ	സ്വീഡന് വിജയം	3-1
6.	ഉറുഗ്വേ - ബ്രസീൽ	ഉറുഗ്വേക്ക് വിജയം	2-1

ഉറുഗ്വേക്ക് രണ്ടാം ലോകകപ്പ് കിരീടം

22 കളികളിൽ ആകെ വീണതു 88 ഗോളുകൾ. ഗോൾ ശരാശരി

രണ്ടാം കിരീടനേട്ടം - ഉറുഗ്വേ

നാലിൽ നിലനിർത്തുവാൻ നാലാം ലോകകപ്പിനായി. പത്തരലക്ഷം കാണികളാണ് നാലാം ലോകകപ്പിന്റെ വേദികളിൽ ഇരച്ചുകയറിയത്. 66 ലെ എട്ടാം ലോകകപ്പു വരെ ഈ റിക്കാർഡ് അഭേദ്യമായി നിലകൊണ്ടു. സ്വീഡനും (7–1) സ്പെയിനുമെതിരെ (6–1) തിളക്കമാർന്ന വിജയങ്ങൾ നേടുവാൻ ബ്രസീലിനു കഴിഞ്ഞുവെങ്കിലും ഗ്രൂപ്പ് നാലിലെ ഏക മത്സരത്തിൽ ബൊളീവിയയ്ക്കെതിരെ ഉറുഗ്വേ നേടിയ 8–0 ന്റെ വിജയമായിരുന്നു മികച്ച മാർജിൻ. എട്ടു ഗോളുകളുമായി ബ്രസീലിന്റെ അഡേമിർ ടോഡ് സ്കോററായി. രണ്ടാം സ്ഥാനത്ത് അഞ്ചു ഗോളുകൾ നേടിയ ഉറുഗ്വേയുടെ ഓസ്കർ മി-ഗ്യൂസും. സ്വന്തം ടീമിനെതിരെ ഗോൾ നേടി സ്പെയിനിന്റെ ജോസ് പരാ 'അവിസ്മരണീയ'നായി. റൗണ്ട് റോബിൻ ഫൈനൽ റൗണ്ടിൽ ഒരു കളിയിലും ജയിക്കാഞ്ഞ സ്പെയിനിന്റെ ഗോൾ വലയത്തിൽ വീണ 11 ഗോളുകളിൽ മൂന്നാമത്തേതായിരുന്നു അത്.

അഞ്ചാം ലോകകപ്പ്
സ്വിറ്റ്സർലണ്ട് - 1954
16, ജൂൺ - 4 ജൂലൈ

പ്രകൃതിരമണീയതയുടെ നാട്ടിലെ ആറു സ്റ്റേഡിയങ്ങൾ - അര ലക്ഷത്തിലധികം കാണികളെ ഉൾക്കൊള്ളാൻ തരത്തിൽ ബേസിൽ, ബേൺ, ലുസെയ്ൻ എന്നീ നഗരങ്ങളിലായി മൂന്നും മുപ്പത്തിയയ്യായിര ത്തോളം പേർക്കിരിക്കാവുന്ന ജനീവ, ലുഗാണോ, സൂറിച്ച് എന്നീ നഗര ങ്ങളിലായി മൂന്നും. മത്സരങ്ങൾക്കായി തയ്യാറെടുപ്പു നടത്താൻ ലഭിച്ചത് എട്ടു വർഷങ്ങൾ. നാലു കോൺഫെഡറേഷനുകളിൽ നിന്നായി 16 ടീമു കൾ. പത്തൊൻപതു ദിവസത്തെ മത്സരങ്ങൾ. ആകെ 26 കളികൾ. യുദ്ധ മേല്പിച്ച മുറിവുകളിൽനിന്ന് വിടുതൽ ലഭിച്ച ലോകകപ്പിന്റെ അഞ്ചാം എഡിഷൻ സ്വിറ്റ്സർലണ്ടിൽ ആരംഭിച്ചത് ആഹ്ലാദഭരിതമായ അന്തരീ ക്ഷത്തിലായിരുന്നു.

ഒട്ടേറെ സവിശേഷതകളുണ്ടായിരുന്നു സ്വിറ്റ്സർലണ്ട് ലോകകപ്പിന്. ഇനിയും ഭേദിക്കപ്പെട്ടിട്ടില്ലാത്ത ഒരു റിക്കാർഡാണ് അതിൽ പ്രധാനം. 16 കളികളിൽ നിന്നായി ആകെ 140 ഗോളുകൾ സ്കോർ ചെയ്യപ്പെട്ടപ്പോൾ ശരാശരി 5.38 ഗോളുകളുമായി അഞ്ചാം ലോകകപ്പ് സ്ഥാപിച്ച റിക്കാർഡ് ഇന്നും നിലനില്ക്കുന്നു. പുതിയ ലോക ചാമ്പ്യൻ. ഒരു ലോകകപ്പിൽ ഏറ്റവുമധികം ഗോൾ നേടിയ രാജ്യം - ഹംഗറി (27 ഗോളുകൾ). ഗോൾ ശരാശരിയിൽ മികവു കാട്ടിയ രാജ്യം - ഹംഗറി (5.4) ഗോൾ വ്യത്യാസ ത്തിലെ മികവ് - ഹംഗറി (17 ഗോളുകൾ), കിരീടം നേടിയ ടീമിന്റെ മിക വച്ച ഗോൾ നേട്ടം (പശ്ചിമജർമ്മനി-25 ഗോളുകൾ) മികച്ച ഗോൾ ശരാ ശരി നേടിയ ചാമ്പ്യൻ ടീം - പശ്ചിമ ജർമ്മനി (4.17) ഏറ്റവുമധികം ഗോൾ വഴങ്ങിയ ചാമ്പ്യൻ ടീം - പശ്ചിമജർമ്മനി (14 ഗോളുകൾ). ഏറ്റവുമധികം ഗോൾ വഴങ്ങിയ ടീം - ദക്ഷിണകൊറിയ (16 ഗോൾ) ഒരൊറ്റ കളിയിൽ പെനാൽറ്റി കൂടാതെ) ഏറ്റവുമധികം ഗോളുകൾ - 12 (ഓസ്ട്രിയ - 7,

സ്വിറ്റ്സർലണ്ട്-5) ഏറ്റവും വലിയ മാർജിൻ വിജയം - ഹംഗറി (ദക്ഷിണ കൊറിയയ്ക്കെതിരെ 9-0)

തീർന്നില്ല സവിശേഷതകൾ. ഹംഗറിയുടെ സാൻഡോർ കോക്സിന് നേടിയ പതിനൊന്നു ഗോളുകൾ ലോകകപ്പിൽ അതുവരെയുള്ള ഏറ്റവും മികച്ച വ്യക്തിഗതനേട്ടമായി. ഗ്രൂപ്പ് മത്സരങ്ങളിൽ തോറ്റ ടീം ചാമ്പ്യന്മാരാകുന്നതിന് സാക്ഷ്യം വഹിച്ച ആദ്യ ലോകകപ്പ് (പശ്ചിമ ജർമ്മനി ഹംഗറിയോട് 8-3 ന് തോറ്റിരുന്നു) മത്സരത്തിന്റെ ഘടനയിലുമുണ്ടായിരുന്നു സ്വിസ് സവിശേഷത. 16 ടീമുകളെ നാലു ഗ്രൂപ്പുകളായി തിരിച്ച് നടത്തപ്പെട്ട മത്സരങ്ങളിൽ ഓരോ ഗ്രൂപ്പിലും ആദ്യരണ്ടു ടീമുകൾ സീഡ് ചെയ്യപ്പെട്ടവയും മറ്റുരണ്ടു ടീമുകൾ സീഡ് ചെയ്യപ്പെടാത്തവയുമായിരുന്നു. അവർ പരസ്പരം മത്സരിച്ചതോടെ കളികളുടെ എണ്ണം റൗണ്ട് റോബിനിൽ ആറിൽനിന്ന് നാലായി കുറഞ്ഞു. നിശ്ചിത സമയത്തിനുള്ളിൽ കളികൾ സമനിലയിൽ അവസാനിച്ചാൽ പോയിന്റുകൾ പങ്കിടുന്ന രീതി മാറ്റി അധിക സമയം അനുവദിച്ചു. അധികസമയത്തും സമനിലയാണെങ്കിൽ വിജയികളെ നറുക്കെടുപ്പിലൂടെ കണ്ടെത്തും. ഓരോ ഗ്രൂപ്പിലും ആദ്യ രണ്ടു ടീമുകൾ നോക്കൗട്ടിൽ പോയിന്റുകൾ തുല്യമാണെങ്കിൽ പ്ലേ ഓഫ്. ഗ്രൂപ്പ് മത്സരങ്ങളിൽ രണ്ട് പ്ലേ ഓഫ് മത്സരങ്ങളും രണ്ട് നടുക്കെടുപ്പും വേണ്ടി വന്നത് അങ്ങനെയാണ്. സീഡ് ചെയ്യപ്പെടാത്ത ടീമായി ലോകകപ്പിനെത്തിയ സ്വിറ്റ്സർലണ്ട് ഇറ്റലിക്കെതിരെയും, പശ്ചിമ ജർമ്മനി ടർക്കിക്കെതിരെയും വിജയം നേടി. അടുത്ത റൗണ്ടിലെത്താൻ ഈ രീതി സഹായകമായി. ഓസ്ട്രിയയ്ക്കെതിരെ ഉറുഗ്വേയും യൂഗോസ്ലാവാക്യക്കെതിരെ ബ്രസീലും നറുക്കെടുപ്പു വിജയങ്ങളിലൂടെയാണ് നോക്കൗട്ട് ഘട്ടത്തിലെത്തിയത്.

മത്സരഘടനയുടെ അടുത്ത പ്രത്യേകത നോക്കൗട്ട് റൗണ്ടിൽ ആദ്യ സ്ഥാനക്കാരായവർ തമ്മിലുള്ള മത്സരങ്ങളിൽനിന്ന് ഫൈനലിൽ കടക്കുന്ന ആദ്യ ടീമിനെ കണ്ടെത്തുന്നതായിരുന്നു. രണ്ടാം സ്ഥാനക്കാരിൽ നിന്ന് രണ്ടാമത്തെ ഫൈനലിസ്റ്റിനെയും. തുടർന്നുള്ള ലോകകപ്പുകളിലാണ് നോക്കൗട്ട് റൗണ്ടിൽ ഒരു ഗ്രൂപ്പിലെ ജേതാവ് അടുത്ത ഗ്രൂപ്പിലെ രണ്ടാം സ്ഥാനക്കാരെ നേരിടുന്ന രീതി നടപ്പിലായത്. നിശ്ചിത സമയത്തിനുശേഷമുള്ള അധികസമയം കളിയും നറുക്കെടുപ്പും നോക്കൗട്ട് ഘട്ടത്തിലും ഉണ്ടായിരുന്നു. ഫൈനലിൽ അധികസമയത്തും ഗോൾ വീണില്ലെങ്കിൽ വീണ്ടും കളിക്കണമെന്നായിരുന്നു തീരുമാനം. എന്നിട്ടും വിജയം കണ്ടെത്താനായില്ലെങ്കിൽ നറുക്കെടുപ്പിലൂടെ ജേതാക്കളെ നിശ്ചയിക്കുക. എന്നാൽ നോക്കൗട്ട് ഘട്ടത്തിലും ഫൈനലിലും അതു വേണ്ടി വന്നില്ല.

അവിസ്മരണീയമായ ചില മത്സരങ്ങൾക്ക് സ്വിറ്റ്സർലണ്ട് ലോകകപ്പ് സാക്ഷ്യം വഹിച്ചു. സീഡു ചെയ്യപ്പെടാതെ എത്തിയ പശ്ചിമ ജർമ്മനി ബേണിലെ വാങ്ക് ഡോർഫ് സ്റ്റേഡിയത്തിൽ ടർക്കിക്കെതിരെ നേടിയ 4-1 ന്റെ വിജയമായിരുന്നു ആദ്യത്തേത് മറ്റൊരു ടീമായ ഹംഗറിയാകട്ടെ രണ്ടു കളികളും ജയിച്ച് ഗ്രൂപ്പ് ജേതാക്കളായിരുന്നു.

ആദ്യറൗണ്ട് - ഒന്നും രണ്ടും സ്ഥാനക്കാർ

ഗ്രൂപ്പ് - 1	ബ്രസീൽ (3), യൂഗോസ്ലാവ്യ (3)
ഗ്രൂപ്പ് - 2	ഹംഗറി (4), പശ്ചിമജർമ്മനി (2)
ഗ്രൂപ്പ് - 3	ഉറുഗ്വേ (4) ഓസ്ട്രിയ (4)
ഗ്രൂപ്പ് - 4	ഇംഗ്ലണ്ട് (3), സ്വിറ്റ്സർലണ്ട് (2)

ഹംഗറിക്കും ടർക്കിക്കും ലഭിച്ച മൂന്നാമത്തെ എതിരാളി ദുർബ്ബലരായ ദക്ഷിണ കൊറിയയും. ഹംഗറി 9-0 നും ടർക്കി 7-0 നും ആണ് ദക്ഷിണ കൊറിയയെ തോല്പിച്ചത്. പശ്ചിമ ജർമ്മനിക്ക് ലഭിച്ച എതിരാളികളാവട്ടെ കരുത്തരായ ഹംഗറിയും ടർക്കിയും. 1938 ലെ ഫ്രാൻസ് ലോകകപ്പിൽ ഇറ്റലിക്കെതിരെയുള്ള കളിയിൽ ബ്രസീൽ ടീമിൽ കോച്ച് നിക്കോളാസ് കാട്ടിയ മണ്ടത്തരം പോലെയൊന്ന് ജർമ്മൻ കോച്ച് സെപ് ഹെർബർഗർ ഹംഗറിക്കെതിരെയുള്ള മത്സരത്തിൽ കാട്ടിയത് 8-3 ന്റെ വൻതോല്വിയിലാണ് ജർമ്മനിയെ എത്തിച്ചത്. കൂടുതലും റിസർവ്വ് കളിക്കാരെ ഉൾപ്പെടുത്തിക്കൊണ്ടുള്ള ടീമിനെയായിരുന്നു ഹംഗറിക്കെതിരെ കളിപ്പിച്ചത്. ടർക്കിയുമായി പ്ലേ ഓഫ് മത്സരത്തിന് ജർമ്മനിക്ക് വഴങ്ങേണ്ടിവന്നു. മാക്സ് മൊർലോക്കിന്റെ തകർപ്പൻ ഹാട്രിക്കിന്റെ കരുത്തിൽ രണ്ടിനെതിരെ ഏഴു ഗോളുകൾക്ക് ടർക്കിയെ തോല്പിച്ച് നോക്കൗട്ട് റൗണ്ടിൽ കടക്കുവാൻ ജർമ്മനിക്ക് കഴിഞ്ഞു.

ഫെറൻസ് പുസ്കാസ്
ഹംഗറിയുടെ നായകൻ

ലോക ഫുട്ബോളിന്റെ നെറുകയിലായിരുന്ന താരമായിരുന്നു ഹംഗേറിയൻ നായകൻ ഫെറൻസ് പുസ്കാസ്. രണ്ടാം ഗ്രൂപ്പിലെ ആദ്യ മത്സരത്തിൽ ദക്ഷിണ കൊറിയക്കെതിരെ പുസ്കാസ് നേടിയ ആദ്യ ഗോളിലൂടെയാണ് ഹംഗറി ഗോൾവേട്ട തുടങ്ങിയത്. കളി അവസാനിക്കുന്നതിന് തൊട്ടു മുൻപ്

പുസ്കാസ് തന്റെ രണ്ടാമത്തെ ഗോളും നേടി. 9-0 ന്റെ ത്രസിപ്പിക്കുന്ന വിജയം. രണ്ടു ദിവസങ്ങൾക്കുശേഷം ബേസിലിലെ ജക്കോബ് സ്റ്റേഡിയത്തിൽ 17-ാം മിനിട്ടിൽ പുസ്കാസ് നേടിയ രണ്ടാമത്തെ ഗോളിലൂടെ ഹംഗറി ലീഡിലേക്കു കുതിക്കുമ്പോഴാണ് പശ്ചിമ ജർമ്മനിയുടെ പ്രതിരോധനിരക്കാരൻ വെർനർ ലീബ്രിക് പുസ്കാസിനെ ചവുട്ടി വീഴ്ത്തുന്നത്. ഇംഗ്ലീഷുകാരനായ റഫറി വില്യം ലിംഗ് കുറ്റം കൈയോടെ പിടികൂടിയെങ്കിലും സാരമായി പരിക്കേറ്റ പുസ്കാസിന് ക്വാർട്ടറിൽ ബ്രസീലിനെതിരെയും സെമിയിൽ ഉറുഗ്വേക്കെതിരെയും കളിക്കാനായില്ല. സാൻഡൊർ കോക്സിസിന്റെ ഇരട്ട ഗോളുകലുടെ കരുത്തിൽ ബ്രസീലിനെതിരെയും, പിന്നെ ഉറുഗ്വേയ്ക്കെതിരെയും (4-2 വീതം) വിജയം നേടിയ ഹംഗറിയെ നയിക്കാൻ പരിക്കുമൂലം അവശനായിരുന്നെങ്കിലും പുസ്കാസ് എത്തി. തന്റെ നാലാം ഗോളിലൂടെ ഹംഗറിയെ മുന്നിലെത്തിക്കാനായെങ്കിലും കിരീടം നഷ്ടമാകുന്നതു കാണാനായിരുന്നു പുസ്കാസിന്റെ വിധി (3-2) അവിസ്മരണീയമായിരുന്നു ഈ ലോകകപ്പ് ഫൈനൽ.

ക്വാർട്ടർ ഫൈനൽ

1.	ഓസ്ട്രിയ-സ്വിറ്റ്സർലണ്ട്	ഓസ്ട്രിയക്ക് ജയം	7-5
2.	ഉറുഗ്വേ - ഇംഗ്ലണ്ട്	ഉറുഗ്വേക്ക് ജയം	4-2
3.	പശ്ചിമജർമ്മനി-യൂഗോസ്ലാവ്യ	പശ്ചിമജർമ്മനിക്ക് ജയം	2-0
4.	ഹംഗറി - ബ്രസീൽ	ഹംഗറിക്ക് ജയം	4-2

വാങ്ക് ഡോർഫ് സ്റ്റേഡിയത്തിൽ നടന്ന ബാറ്റിൽ ഓഫ് ബേൺ എന്ന് കുപ്രസിദ്ധി നേടിയ ഹംഗറി-ബ്രസീൽ അവസാന ക്വാർട്ടർ ഫൈനൽ മത്സരത്തിൽ അക്രമം അഴിഞ്ഞാടുകയുണ്ടായി. ആദ്യ പകുതിയുടെ തുടക്കത്തിൽ രണ്ടു ഗോളിനു മുന്നിട്ടുനിന്ന ഹംഗറിക്കെതിരെ 18-ാം മിനിട്ടിൽ ബ്രസീൽ അവരുടെ ആദ്യ ഗോൾ പെനാൽട്ടിയിലൂടെ നേടുമ്പോൾ തുടങ്ങിയ അസ്വാരസ്യം രണ്ടാം പകുതിയുടെ 15-ാം മിനിട്ടിൽ ഹംഗറിക്കനുവദിച്ച പെനാൽട്ടിയിലെത്തുമ്പോൾ റഫറി ആർതർ എല്ലിസിന് കളി നിയന്ത്രിക്കാനാവാതെ വന്നു. ഹംഗറി 3-2 ന് ലീഡ് ചെയ്യുമ്പോഴാണ് വിജയമുറപ്പിച്ചുകൊണ്ടുള്ള നാലാം ഗോൾ കളിയുടെ അവസാന നിമിഷങ്ങളിൽ കോക്സിസ് നേടുന്നത്. കളിക്കളത്തിൽ നിന്ന് ഗാലറിയിലേക്കു പടർന്ന അക്രമം ലോകഫുട്ബോൾ ചരിത്രത്തിലെ കറുത്ത ഏടുകളിലൊന്നായി.

സെമിഫൈനൽ

1.	പശ്ചിമ ജർമ്മനി-ഓസ്ട്രിയ	പശ്ചിമജർമ്മനിക്ക് ജയം	6-1
2.	ഹംഗറി- ഉറുഗ്വേ	ഹംഗറിക്ക് ജയം (എക്സ്ട്രാ ടൈം)	4-2
	മൂന്നാം സ്ഥാനം		
	ഓസ്ട്രിയ-ഉറുഗ്വേ	ഓസ്ട്രിയക്ക് ജയം	3-1

ആദ്യ സെമിഫൈനലിൽ വാക്കോവർ കണക്കെ പശ്ചിമ ജർമ്മനി, ഓസ്ട്രേലിയയെ തോല്പിച്ചപ്പോൾ (6-1) ലോക ഫുട്ബോളിലെ ഏറ്റവും മനോഹരമായ കളിയെന്ന് വാഴ്ത്തപ്പെട്ടതായിരുന്നു ഹംഗറിയും ഉറുഗ്വേയും തമ്മിലുള്ള രണ്ടാം സെമി ഫൈനൽ. ലുസേനിലെ ഒളിമ്പിക് സ്റ്റേഡിയത്തിൽ നടന്ന കളി ഉജ്ജ്വല ഫുട്ബോളിന്റെ മാതൃകയായി ഇന്നും വിശേഷിപ്പിക്കപ്പെടുന്നു. ക്വാർട്ടറിൽ കളിച്ച ഹംഗറിയായിരുന്നില്ല സെമി കളിച്ച ഹംഗറി. ആദ്യ പകുതിയിലെ ഏക ഗോളിന്റെ ലീഡ് രണ്ടാം പകുതിയുടെ ആദ്യ നിമിഷത്തിൽ തന്നെ രണ്ടായി വർദ്ധിപ്പിക്കുവാൻ ഹംഗറിക്കു കഴിഞ്ഞുവെങ്കിലും കളിയുടെ അവസാന 15 മിനിട്ടിനുള്ളിൽ ഹൊബേർഗിന്റെ രണ്ടു ഗോളുകളിലൂടെ കടം വീട്ടി മത്സരം സമനിലയിലെത്തിക്കുവാൻ ഉറുഗ്വേക്കു കഴിഞ്ഞു. അധികസമയത്ത് കോക്സിസ് അപകടകാരിയായി. അവസാന പത്തു മിനിട്ടിൽ കോക്സിസ് തുടരെ നേടിയ രണ്ടു ഗോളുകൾ മുൻ ലോകചാമ്പ്യന്മാരുടെ പതനത്തിലേക്ക് വഴിതെളിച്ചു. മൂന്നാം സ്ഥാനത്തിനു വേണ്ടിയുള്ള മത്സരങ്ങളിലും ഓസ്ട്രിയയ്ക്കെതിരെ തോല്ക്കാനായിരുന്നു ഉറുഗ്വേയുടെ വിധി (3-1)

ഫൈനൽ - 4, ജൂലൈ 1954, ബേൺ

പശ്ചിമ ജർമ്മനി - ഹംഗറി
പശ്ചിമജർമ്മനിക്ക് ജയം 3-2
പശ്ചിമജർമ്മനിക്ക് ആദ്യ ലോകകപ്പ് കിരീടം

ഫൈനലിലാകട്ടെ കളിയുടെ ആദ്യ നിമിഷങ്ങളിൽ പുസ്കാസും സിബോറും തുടരെ നേടിയ ഗോളുകളോടെ ലീഡ് ചെയ്ത ഹംഗറി, ഹെൽമുട്ട് റാനിന്റെ ഇരട്ട ഗോളുകൾക്കു മുന്നിൽ പതറി. മൊർലോക്ക് തുടങ്ങി വെച്ചത് റാൻ പൂർത്തിയാക്കുകയായിരുന്നു. പശ്ചിമ ജർമ്മനിയുടെ വിജയം ചരിത്രത്താളുകളിൽ ഇടം പിടിച്ചത് അങ്ങനെയാണ്.

പശ്ചിമ ജർമ്മനിക്ക് ആദ്യ ലോകകപ്പ്

പശ്ചിമ ജർമ്മനിയുടെ കായികചരിത്രത്തിലെ തിളക്കമാർന്ന അദ്ധ്യായം. സീഡ് ചെയ്യപ്പെടാത്തൊരു ടീം നേടുന്ന ലോകകപ്പ്. ഗ്രൂപ്പ് മത്സരത്തിൽ തോല്ക്കുകയും പ്ലേ ഓഫിലൂടെ ക്വാർട്ടറിൽ കടക്കുകയും ചെയ്ത ടീം. ക്വാർട്ടറിലും സെമിയിലും നേടിയ ആധികാരിക വിജയങ്ങളാണ് ഫൈനലിൽ ശക്തരായ ഹംഗറിക്കെതിരെ വിജയം നേടുന്നതിന് ആത്മവിശ്വാസം പകർന്നത്.

ഹാട്രിക് അടക്കം പതിനൊന്നു ഗോളുകൾ നേടിയ ഹംഗറിയുടെ സാൻഡർ കോക്സിസ് ആയിരുന്നു ടോപ് സ്കോറർ. ആറു ഗോളുകൾ വീതം നേടി മൂന്നുപേർ രണ്ടാം സ്ഥാനത്ത്. ഓസ്ട്രിയയുടെ എറിക് പ്രോബ്സ്റ്റ്, സ്വിറ്റ്സർലണ്ടിന്റെ ജോസഫ് ഹൂഗി, പശ്ചിമ ജർമ്മനിയുടെ മാക്സ് മൊർലോക് എന്നിവർ. നാലുപേർ സ്വന്തം വലയിലേക്ക് ഗോളടിച്ച് ശ്രദ്ധേയരായി. ഇംഗ്ലണ്ടിന്റെ ജിമ്മി ഡിക്കിൻസൺ, മെക്സിക്കോയുടെ റൗൾ കാർഡെനസ്, ഉറുഗ്വേയുടെ ലൂയിസ് ക്രൂസ്, യൂഗോസ്ലാവ്യയുടെ ഹൊർവാത് എന്നിവർ. വലിയ മാർജിൻ വിജയം ഹംഗറി- ദക്ഷിണ കൊറിയ മത്സരത്തിൽ (9-0).

യൂൾ റിമേ കപ്പിന്റെ രണ്ടാമത്തെ അവകാശികൾ എന്ന നിലയിൽ പശ്ചിമ ജർമ്മനിയുടെ ആദ്യ ലോകകപ്പ് കിരീടവിജയം "ബേണിലെ അത്ഭുത"മായിട്ടാണ് വാഴ്ത്തപ്പെട്ടത്. അറുപതിനായിരത്തോളം കാണികൾ ആദ്യ ക്വാർട്ടറിൽ സ്വന്തം ടീം ഓസ്ട്രിയയോട് പൊരുതിത്തോല്ക്കേണ്ടി വന്നത് (7-5) വിസ്മരിച്ചു ഒന്നടങ്കം സ്റ്റേഡിയത്തിലെഴുന്നേറ്റു നിന്ന് ജർമ്മനിയുടെ ദേശീയ ഗാനമാലപിച്ച് അവരുടെ ആഹ്ലാദത്തിൽ പങ്കുചേർന്നു. 2003 ൽ പുറത്തിറങ്ങിയ *ദി മിറക്കിൾ ഓഫ് ബേൺ* എന്ന സിനിമ പശ്ചിമ ജർമ്മനിയുടെ ആദ്യ ലോകകപ്പ് വിജയത്തെ അടിസ്ഥാനമാക്കി നിർമ്മിച്ചതാണ്.

ആറാം ലോകകപ്പ്
സ്വീഡൻ- 1958
8, ജൂൺ - 29 ജൂൺ

മുൻ ലോകകപ്പുകളിൽനിന്നു വ്യത്യസ്തമായി സ്വീഡൻ ആതിഥേയത്വം നല്കിയ ആറാം ലോകകപ്പിന് ചരിത്രപരമായ ഒരു ദൗത്യമുണ്ടായിരുന്നു. പിന്നീട് രാജാവായിത്തീർന്ന ഒരു ഫുട്ബോൾ രാജകുമാരനെ വാഴിക്കുക എന്നതായിരുന്നു അത്. പതിയെ ആയിരുന്നു സ്ഥാനാ

പന്തുകൊണ്ട് കുസൃതി; പെലെയുടെ രംഗപ്രവേശം

രോഹണച്ചടങ്ങുകളുകളുടെ തുടക്കം. കായിക നിരീക്ഷകരെയാകെ അമ്പരപ്പിച്ചുകൊണ്ട് ബ്രസീൽ ടീമിനൊപ്പമെത്തിയ ഒരു പതിനേഴുകാരൻ ലോകകപ്പ് വേദികളിൽ നിറഞ്ഞാടി. ഗ്രൂപ്പ് നാലിൽ സോവിയറ്റ് യൂണിയനെതിരെയുള്ള മത്സരത്തിൽ വേദിയിലെത്തിയ ആ കൗമാരക്കാരൻ ഗരിഞ്ചയെന്ന സഹകളിക്കാരനൊപ്പം ഡ്രിബ്ലിങ്ങിൽ അത്ഭുതങ്ങൾ കാട്ടി ഗ്രൗണ്ടു നിറഞ്ഞു കളിച്ചുവെങ്കിലും ഗോൾ നേടിയിരുന്നില്ല. ഗ്രൂപ്പ് ജേതാക്കളായി നോക്കൗട്ട് ഘട്ടത്തിലെത്തിയ അയാൾ വെയിത്സിനെതിരെ ആദ്യ ഗോൾ നേടിക്കൊണ്ട് തന്റെ സാന്നിദ്ധ്യമുറപ്പിച്ചു. ആ ഒരൊറ്റ ഗോളിനാണ് വെയിത്സിനെ തോല്പിച്ച് ഫ്രാൻസിനെതിരെ ആദ്യ സെമിയിൽ കളിക്കുവാൻ ബ്രസീൽ അർഹത നേടിയത്. സെമിഫൈനലിൽ തുടർച്ചയായി മൂന്നു ഗോളുകളടിച്ച് ഹാട്രിക് നേടിയ പയ്യൻ ഫുട്ബോൾ നിരീക്ഷകർക്കൊപ്പം കാൽലക്ഷം വരുന്ന ഫുട്ബോൾ ആരാധകരെയും തന്റെ സ്വാധീനവലയത്തിലാക്കി. ഫൈനലിൽ കരുത്തരായ സ്വീഡനെതിരെ വീഴ്ത്തിയ അഞ്ചു ഗോളുകളിൽ രണ്ടെണ്ണവും ആ ബൂട്ടുകളിൽ നിന്നായിരുന്നു.

പതിനേഴു വർഷവും 228 ദിവസവുമായിരുന്നു ലോകകപ്പിനിറങ്ങുമ്പോൾ എഡ്സൺ അരാന്റസ് ഡി നാസിമെന്റോ എന്ന പോർച്ചുഗീസ് വംശജനായ ബ്രസീൽ കളിക്കാരന്റെ പ്രായം. ഗ്രൗണ്ടിൽ കുസൃതികൾ കാട്ടുവാൻ തക്കപ്രായം. പന്തുകൊണ്ട് നാസിമെന്റോ മിഡ് ഫീൽഡിൽ കുരുത്തക്കേടുകൾ കാട്ടുകതന്നെ ചെയ്തു. പ്രാഥമിക റൗണ്ടിൽ ഒരൊറ്റ ഗോൾ പോലും വഴങ്ങാതെയുള്ള ബ്രസീലിന്റെ പ്രകടനത്തിന്റെ ആണിക്കല്ല് ആ കുസൃതിച്ചെക്കൻ ആയിരുന്നു. രാജകുമാരനായി അരങ്ങേറിയ നാസിമെന്റോ ലോകഫുട്ബോളിന്റെ രാജാവായി പിന്നീട് അവരോധിക്കപ്പെട്ടു. പെലെ എന്ന ഓമനപ്പേരാണ് ഫുട്ബോൾ ലോകം രാജാവിന് നല്കിയത്. 1363 ലീഗ് മത്സരങ്ങളിൽനിന്ന് 1281 ഗോൾ നേടിയ ആൾ പെലേ ആവുന്നതിനു മുൻപ് തന്റെ 15-ാം വയസ്സിൽ കളി തുടങ്ങുമ്പോൾ വീട്ടുകാർക്കു 'ഡിക്കോ' ആയിരുന്നു. സ്കൂൾ വിദ്യാഭ്യാസകാലത്ത് നാസിമെന്റോയുടെ പ്രിയപ്പെട്ട കളിക്കാരൻ പ്രാദേശിക ഫുട്ബോൾ ക്ലബ്ബായ വാസ്കോ-ഡി-ഗാമയുടെ ഗോൾകീപ്പർ ബിലേ ആയിരുന്നു. നാസിമെന്റോ ഉച്ചരിച്ചതാവട്ടെ പെലേ എന്നും. ബ്രസീലിന്റെ ദേശീയ ടീമിലേക്ക് തൊട്ടടുത്ത വർഷം പ്രവേശനം ലഭിച്ച നാസിമെന്റോക്ക് അങ്ങനെ പെലേ എന്ന ഓമനപ്പേരു വീണു. ആ പെലേക്ക് ലോകതാരം എന്ന അംഗീകാരം നേടിക്കൊടുത്തുവെന്നതായിരുന്നു ഈ ലോകകപ്പ് നിർവ്വഹിച്ച ചരിത്രപരമായ ദൗത്യം.

ലോകകപ്പ് ഫുട്ബോൾ ചരിത്രത്തിലാദ്യമായി, ആതിഥേയരാകുന്നതിന് ഫുട്ബോൾ രാഷ്ട്രങ്ങൾ ചരടുവലികൾ നടത്തുന്നത് കണ്ടത് ആറാം ലോകകപ്പിലായിരുന്നു. സ്വീഡനൊപ്പം മത്സരിച്ചത് അർജന്റീന, ചിലി, മെക്സിക്കോ എന്നീ രാജ്യങ്ങൾ. റിയോ-ഡി- ജനീറോയിൽ നടന്ന ഫിഫ കോൺഗ്രസിൽ വൻപ്രചാരണം നടത്തിയാണ് സ്വീഡൻ ആറാം ലോക

കപ്പിന് ആതിഥ്യമേകുന്നതിനുള്ള അവകാശം നേടിയെടുത്തത്. കളികളുടെ എണ്ണം 35 ആയി ഉയർന്നതിനൊപ്പം വേദികളുടെ എണ്ണത്തിലും വർദ്ധനവുണ്ടായി. ടീമുകളുടെ എണ്ണം 16 ആയിത്തുടർന്നു. നാലു ഗ്രൂപ്പുകളിലായി ആദ്യ റൗണ്ട് ടീമുകൾ പരസ്പരം മത്സരിക്കുന്ന ഘടന. പിന്നീട് ക്വാർട്ടർഫൈനലുകളും സെമിഫൈനലുകളുമടങ്ങുന്ന നോക്കൗട്ട് സ്റ്റേജ്. മൂന്ന് പ്ലേ ഓഫുകൾ കണ്ട ആദ്യ റൗണ്ടിനുശേഷം നോക്കൗട്ട് ഘട്ടത്തിൽ ഒരു മത്സരം പോലും അധികസമയത്തേക്ക് ദീർഘിക്കുകയുണ്ടായില്ല. നാലു ക്വാർട്ടർ ഫൈനലുകളും ഏകപക്ഷീയ വിജയങ്ങളുമായി നിലവാരപരമായ ഔന്നത്യം പുലർത്തി. അയർലണ്ടിനെതിരെ ഫ്രാൻസ് നേടിയ 4-0 ന്റെ വിജയമൊഴിച്ചാൽ മറ്റു മൂന്നു ക്വാർട്ടർ ഫൈനലുകളിലും ഗോൾ ക്ഷാമം അനുഭവപ്പെട്ടു. മൂന്നു ക്വാർട്ടർ മത്സരങ്ങളിൽ ആകെ വീണത് നാലു ഗോളുകൾ.

ആദ്യ റൗണ്ട് - ഒന്നും രണ്ടും സ്ഥാനക്കാർ

ഗ്രൂപ്പ് - 1	പശ്ചിമ ജർമ്മനി (4), നോർത്തേൺ അയർലണ്ട് (3)
ഗ്രൂപ്പ് - 2	ഫ്രാൻസ് (4), യൂഗോസ്ലാവ്യ (4)
ഗ്രൂപ്പ് - 3	സ്വീഡൻ (5), വെയിത്സ് (3)
ഗ്രൂപ്പ് - 4	ബ്രസീൽ (5), സോവിയറ്റ് യൂണിയൻ (3)

എന്നാൽ സെമി ഫൈനൽ മത്സരങ്ങളിലും ഫൈനലിലും മൂന്നാം സ്ഥാനക്കാരെ നിശ്ചയിക്കുന്നതിനുള്ള കളിയിലും ഗോൾവലയങ്ങൾ തുടരെ ഭേദിക്കപ്പെട്ടു. ആദ്യ സെമിയിൽ ഫ്രാൻസിനെതിരെ ബ്രസീലിന്റെ വിജയം 5-2 ന് ആയിരുന്നെങ്കിൽ രണ്ടാം സെമിയിൽ സ്വീഡൻ പശ്ചിമ ജർമ്മനിയെ തോല്പിച്ചത് 3-1ന്. പശ്ചിമ ജർമ്മനിയെ തോല്പിച്ച് ഫ്രാൻസ് മൂന്നാം സ്ഥാനത്തെത്തിയത് 6-3 ന്റെ വിജയത്തോടെ നാല് ക്വാർട്ടർ ഫൈനലുകളിൽ ആകെ വീണത് എട്ടു ഗോളുകളായിരുന്നെങ്കിൽ രണ്ടു സെമിഫൈനലുകളിലും മൂന്നാം സ്ഥാനക്കാരെ നിശ്ചയിക്കുന്നതിനുള്ള മത്സരത്തിലുമായി 20 ഗോളുകളാണ് സ്കോർ ചെയ്യപ്പെട്ടത്. ബ്രസീലിനുവേണ്ടി പെലേ നേടിയ ഹാട്രിക് അതിലുൾപ്പെടുന്നു.

ക്വാർട്ടർ ഫൈനൽ

1.	ബ്രസീൽ - വെയിത്സ്	ബ്രസീലിന് ജയം	1-0
2.	ഫ്രാൻസ് - നോർത്തേൺ അയർലണ്ട്	ഫ്രാൻസിന് ജയം	4-0

3.	സ്വീഡൻ-സോവിയറ്റ് യൂണിയൻ	സ്വീഡന് ജയം	2-0
4.	പശ്ചിമജർമ്മനി-യൂഗോസ്ലാവ്യ	പശ്ചിമജർമ്മനിക്ക് ജയം	1-0

ആറാം ലോകകപ്പിലെ ചൂടൻ വിജയി ആരെന്നതിനെപ്പറ്റി ഫുട്ബോൾ ലേഖകർക്കിടയിൽ വ്യത്യസ്ത അഭിപ്രായങ്ങളായിരുന്നു. ഗ്രൂപ്പ് ഘട്ടത്തിൽ ജേതാക്കളായി എത്തിയ ആരും തന്നെ സമ്പൂർണ്ണ വിജയങ്ങളുമായല്ല നോക്കൗട്ടിലെത്തിയത്. ഗ്രൂപ്പ് ഒന്നിൽ ജർമ്മനി തോറ്റി ല്ലെങ്കിലും രണ്ട് സമനിലയ്ക്ക് വഴങ്ങുകയുണ്ടായി. ഒരു വിജയവും. ഗ്രൂപ്പ് രണ്ട് ജേതാക്കളായ ഫ്രാൻസ് ആകട്ടെ ഒരു കളിയിൽ തോറ്റു. രണ്ടിൽ വിജയം. ഗ്രൂപ്പ് മൂന്നിൽ ഒന്നാമതെത്തിയ സ്വീഡൻ രണ്ട് വിജയങ്ങൾ നേടിയപ്പോൾ ഒരു സമനിലയ്ക്ക് വഴങ്ങി. നാലാം ഗ്രൂപ്പിൽ ബ്രസീൽ ഒന്നാമതെത്തിയതും അതേ രീതിയിൽതന്നെ. എങ്കിലും ക്വാർട്ടർ ഫൈന ലിൽ അവരുടെ അജയ്യത ചോദ്യം ചെയ്യപ്പെട്ടില്ല. ചാമ്പ്യൻഷിപ്പിലെ അവ സാന നാലു ടീമുകളായി ഗ്രൂപ്പ് ജേതാക്കൾ സ്ഥാനം പിടിച്ചപ്പോൾ ചാമ്പ്യൻഷിപ്പിന്റെ നിലവാരപരമായ മേന്മ വ്യക്തമാക്കപ്പെടുകയും ചെയ്തു. അതുകൊണ്ടുതന്നെ ആരാവും ചാമ്പ്യൻ എന്ന കാര്യത്തിൽ നിരീക്ഷകർക്ക് വ്യത്യസ്ത അഭിപ്രായങ്ങളായിരുന്നു.

സെമി ഫൈനൽ

1.	ബ്രസീൽ- ഫ്രാൻസ്	ബ്രസീലിന് ജയം	5-2
2.	സ്വീഡൻ-പശ്ചിമജർമ്മനി	സ്വീഡന് ജയം	3-1
	മൂന്നാം സ്ഥാനം		
	ഫ്രാൻസ് - പശ്ചിമ ജർമ്മനി	ഫ്രാൻസിന് ജയം	6-3

സെമിയിൽ ഫ്രാൻസിനെതിരെ ബ്രസീലും (5-2) പശ്ചിമ ജർമ്മനി ക്കെതിരെ സ്വീഡനും (3-1) ഉജ്ജ്വല വിജയങ്ങൾ നേടിയപ്പോൾ പെലെ യുടെ ഹാട്രിക്കിനെ വിലയിരുത്തിയ നിരീക്ഷകർ ജേതാക്കളായി കണ്ടത് ബ്രസീലിനെയാണ്. സ്വന്തം നാട്ടിലെ ഫൈനൽ സ്വീഡന് അനുകൂലമാ കുമെന്ന് പ്രതീക്ഷിച്ചവരുമുണ്ട്. കളിയുടെ നാലാം മിനിട്ടിൽ ലീഡ് ഹോം നേടിയ ഗോളിന് ലീഡ് നേടിയതോടെ അരലക്ഷത്തോളം കാണികൾ സോൾനയിലെ റസുണ്ടാ സ്റ്റേഡിയത്തിൽ ആർത്തുവിളിച്ചു തുടങ്ങിയി രുന്നു. ആദ്യ പകുതിയവസാനിക്കുമ്പോൾ വാവ നേടിയ രണ്ടുകൾക്ക് ബ്രസീൽ മുന്നിലായിരുന്നു

ഫൈനൽ - 29, ജൂൺ 1958 - സോൾന

ബ്രസീൽ - സ്വീഡൻ
ബ്രസീലിന് ജയം 5-2
ബ്രസീലിന് ആദ്യ ലോകകപ്പ് കിരീടം

രണ്ടാം പകുതിയിൽ കളിയുടെ നിയന്ത്രണം കൈയിലൊതുക്കുവാൻ ഇത് ബ്രസീലിനെ സഹായിച്ചു. ആദ്യ പകുതിയേക്കാൾ മെച്ചപ്പെട്ട ആക്രമണവും പ്രതിരോധവും ഇരുടീമുകളും കൈക്കൊണ്ടു. സ്വീഡന്റെ മദ്ധ്യനിരയെ ആകെ ചിതറിച്ച അടവാണ് ഡാൽവ സാൻഡോസും നിൽട്ടൺ സാൻഡോസും അടങ്ങിയ ബ്രസീലിന്റെ പ്രതിരോധ നിര കൈക്കൊണ്ടത്. കുർട് ഹാമറിനും നാക്കാ സ്കോജന്റിനും സ്വീഡനു വേണ്ടി ഒന്നും ചെയ്യുവാനായില്ല. വാവയ്ക്കും സഗല്ലോയ്ക്കുമൊപ്പം പെലെയും ആക്രമണമഴിച്ചുവിട്ടതോടെ സ്വീഡന്റെ പ്രതിരോധ നിര ചിതറി. 55-ാം മിനിട്ടിൽ പെലെയും (3-1) 68 -ാം മിനിട്ടിൽ സഗല്ലോയും (4-1) സ്വീഡന്റെ ഗോൾവലയം വീണ്ടും ഭേദിച്ചു. സിമ്മൺസിലൂടെ ഒരു ഗോൾകൂടി മടക്കുവാനായെങ്കിലും 1950 ലെ തിരിച്ചടിയിൽ നിന്നു മോചനം നേടി ബ്രസീൽ ലോക കിരീടം നേടുമെന്ന് ഏതാണ്ട് ഉറപ്പിച്ചു. കളി അവസാന മിനിട്ടിലെത്തുമ്പോഴാണ് മാസ്മരിക തരംഗങ്ങൾ റസുണ്ട സ്റ്റേഡിയത്തെ ആവാഹിച്ചത്. അവസാന വിസിൽ മുഴക്കുന്നതിന് റഫറി വിസിൽ ചുണ്ടിൽ വെക്കുമ്പോഴായിരുന്നു കാണികളുടെ മനസ്സിൽനിന്ന്

ബ്രസീലിന് ആദ്യ ലോകകപ്പ്

ഒരു കാലത്തും മായാത്ത മനോഹരമായ ഒരു ഹെഡ്ഡറിലൂടെ പെലെ തന്റെ രണ്ടാമത്തെ ഗോൾ നേടിയത്. ഫൈനലിൽ ബ്രസീലിന്റെ അഞ്ചാമത്തെ ഗോൾ. ചാമ്പ്യൻഷിപ്പിൽ കന്നിക്കാരനായ പെലെയുടെ ആറാം ഗോളായിരുന്നു അത്. യൂൾറിമേ കപ്പ് അങ്ങനെ ബ്രസീലിന്റെ കൈകളിലേക്ക്.

ജസ്റ്റ് ഫോണ്ടെയ്ൻ (ഫ്രാൻസ്) അഭേദ്യമായ ലോകറിക്കാർഡ്

ആറാം ലോകകപ്പിനുശേഷം അറുപതു വർഷങ്ങൾ കടന്നുപോയിരിക്കുന്നു. പതിനാല് ലോകകപ്പുകളും. എന്നിട്ടും അഭേദ്യമായി നില്ക്കുന്നൊരു റിക്കാർഡ് സ്വീഡനിൽ സൃഷ്ടിക്കപ്പെട്ടു. ഒരു ലോകകപ്പിൽ ഒരുകളിക്കാരൻ നേടുന്ന ഗോളുകളുടെ എണ്ണത്തിൽ ഫ്രാൻസിന്റെ ആക്രമണനിരയിലെ കരുത്തനായ ജസ്റ്റ് ഫൊണ്ടെയ്ൻ നേടിയ 13 ഗോളുകളുടെ റിക്കാർഡ് ഇനിയും മറികടക്കാനിരിക്കുന്നതേയുള്ളൂ. ഫൊണ്ടെയ്ന്റെ ലോകകപ്പ് പ്രകടനത്തെ വിസ്മയിപ്പിക്കുന്നത് വെറും അഞ്ചു മത്സരങ്ങളിൽനിന്നാണ്. 13 ഗോളുകൾ എന്ന അത്ഭുതമാണ്. കളിച്ച എല്ലാ ടീമുകൾക്കെതിരെയും ഗോളുകൾ നേടിയെന്ന മറ്റൊരു ചരിത്രവും. പ്രാഥമിക റൗണ്ടിൽ ഗ്രൂപ്പ് രണ്ടിൽ ആറു ഗോളുകൾ. ഫ്രാൻസ് നേടിയ പതിനൊന്നിൽ ആറും ഫൊണ്ടെയ്ൻ വക. ആദ്യ മത്സരത്തിൽ പരാഗ്വേയ്ക്കെതിരെ ഹാട്രിക്കും. ക്വാർട്ടറിൽ അയർലണ്ടിനെതിരെ നേടിയ 4–0 ന്റെ വിജയത്തിന്റെ പകുതി ഗോളുകൾ ഫൊണ്ടെയ്ന് അവകാശപ്പെട്ടതാണ്. സെമിയിൽ ബ്രസീലിനെതിരെ ആദ്യപകുതിയിൽ വീണ ഗോളിന്റെ ഉടമ ഫൊണ്ടെയ്ൻ ആയിരുന്നു. ബ്രസീലിനോട് തോറ്റ് ഫൈനൽ കളിക്കാനായില്ലെങ്കിലും മൂന്നാം സ്ഥാനക്കാരെ നിശ്ചയിക്കുന്ന മത്സരത്തിൽ ഫ്രാൻസ് മികച്ച പ്രകടനമാണ് കാഴ്ചവച്ചത്. 6–3 ന് പശ്ചിമ ജർമ്മനിക്കെതിരെ നേടിയ തകർപ്പൻ വിജയത്തിൽ നാലു ഗോളുകൾ ഫൊണ്ടെയ്ന്റെ വകയായിരുന്നു. ഇരു പകുതികളിലുമായി ഈ രണ്ടു ഗോളുകൾ ചാമ്പ്യൻഷിപ്പിൽ ഫൊണ്ടെയ്ന്റെ രണ്ടാമത്തെ ഹാട്രിക് ആറാം ലോകകപ്പിൽ ആകെ സൃഷ്ടിക്കപ്പെട്ട മൂന്ന് ഹാട്രിക്കുകളിൽ മൂന്നാമത്തേത് ആദ്യസെമിയിൽ ഫൊണ്ടെയ്ന്റെ ടീമിനെതിരെ പെലേ നേടിയ ഹാട്രിക്കായിരുന്നു. മികച്ച സ്കോറർമാരിൽ രണ്ടാമതെത്തിയവരുടെ നേട്ടത്തിന്റെ ഇരട്ടിയിലധികമായിരുന്നു ഫൊണ്ടെന്റേത്. പെലേക്കും പശ്ചിമ ജർമ്മനിയുടെ ഹെൽമുട്ട് റാഹനും ആയിരുന്നു രണ്ടാം സ്ഥാനം - ആറു ഗോളുകൾ വീതം

ഏറ്റവും വലിയ വിജയ മാർജിൻ ഗ്രൂപ്പ് ഒന്നിൽ അർജന്റീന - ചെക്കോസ്ലാവാക്യ മത്സരത്തിലെ 6-1 ന്റെ വിജയം - അഞ്ചു ഗോൾ വ്യത്യാസം. ഏറ്റവുമധികം ഗോൾസ് കോർ ചെയ്യപ്പെട്ടത് ഗ്രൂപ്പ് രണ്ടിൽ ഫ്രാൻസ് - പരാഗ്വേ മത്സരത്തിലും പത്തുഗോളുകൾ (7-3). ആദ്യ ഗോൾ രഹിത മത്സരത്തിനും സ്വീഡൻ ലോകകപ്പ് സാക്ഷ്യം വഹിച്ചു. നാലാം ഗ്രൂപ്പിൽ ബ്രസീലിനെ ഇംഗ്ലണ്ട് ഗോളില്ലാ സമനിലയിൽ തളച്ചു. മൂന്നു ദിവസങ്ങൾക്കുശേഷം മൂന്നാം ഗ്രൂപ്പിലും ഒരു ഗോളില്ലാ സമനിലയുണ്ടായി. സ്വീഡൻ വെയിൽസ് കളി. ആറാം ലോകകപ്പിന്റെ ഗോൾ ശരാശരി മുൻലോകകപ്പിന്റെ 5.38 ൽ നിന്ന് 3.36 ലേക്ക് താണു. ഗോൾ സ്കോറിങ്ങിലെ ഒതുക്കം മത്സരങ്ങളുടെ തീവ്രതയിലേക്കാണ് വിരൽ ചൂണ്ടിയത്.

ഏഴാം ലോകകപ്പ്
ചിലി - 1962
30, മെയ് - 17, ജൂൺ

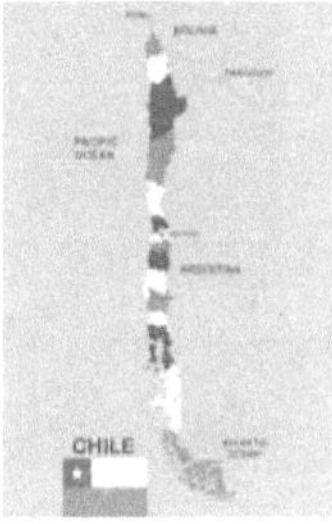

ഭൂകമ്പങ്ങളുടെ നാട്ടിലെ ഫുട്ബോൾ മാമാങ്കം കളിക്കളങ്ങളിൽ ചോര ചിന്തുമെന്ന് അവസ്ഥയിലെത്തുമെന്ന വിദൂര ചിന്തപോലും സംഘാടകർക്കുണ്ടായിരുന്നില്ല. ഭൂകമ്പം താറുമാറാക്കിയ ഒരു രാജ്യത്ത് ഇച്ഛാശക്തി നേടിയെടുത്ത വിജയത്തിന്റെ കഥയാണ് ചിലിയിൽ അരങ്ങേറിയ ഏഴാം ലോകകപ്പിന്റെ കഥയും. സാമ്പത്തികമുൾപ്പെടെയുള്ള സഹായങ്ങളുമായി ഭരണാധികാരികൾ നയിക്കേണ്ടിയിരുന്ന ലോകകപ്പ് സംവിധാനങ്ങളെപ്പറ്റി തുടക്കത്തിൽതന്നെ സംശയമുണർത്തിയിരുന്നത് ഏഴാം ലോകകപ്പിന് ആതിഥ്യം നല്കാൻ തയ്യാറായെത്തിയ മറ്റ് രാജ്യങ്ങളായിരുന്നു- പ്രത്യേകിച്ചും അർജന്റീന. അഞ്ചാമത്തെയും ആറാമത്തെയും ലോകകപ്പുകൾക്ക് ആതിഥേയത്വം നല്കിയത് യൂറോപ്യൻ രാജ്യങ്ങളായിരുന്നതിനാൽ അടുത്തത് ദക്ഷിണ അമേരിക്കയിൽ നടത്തിയില്ലെങ്കിൽ അപ്പാടെയുള്ള ബഹിഷ്കരണമാവും ഉണ്ടാവുക എന്ന മുന്നറിയിപ്പിന് വഴങ്ങിയാണ് ഏഴാം ലോകകപ്പ് ഒരു ലാറ്റിനമേരിക്കൻ രാജ്യത്തിന് അനുവദിക്കാനുള്ള തീരുമാനം ഫിഫ കൈക്കൊണ്ടത്. ചിലിക്കുവേണ്ടി വാദിക്കാൻ ആളുണ്ടായിരുന്നെങ്കിലും സ്റ്റേഡിയം അടക്കമുള്ള അടിസ്ഥാന സൗകര്യങ്ങളുടെ കാര്യത്തിൽ തങ്ങൾക്കാണ് മുൻതൂക്കമെന്ന് അർജന്റീന വിശ്വസിച്ചു. ലിസ്ബണിൽ 1956 ജൂണിൽ നടന്ന ഫിഫാ കോൺഗ്രസിൽ അർജന്റീനയുടെ പ്രതിനിധി റൗൾ കൊളംബോയുടെ വാക്കുകൾ അതിന് അടിവരയിടുന്നതായിരുന്നു:

“വേണമെങ്കിൽ നാളെ ലോകകപ്പ് തുടങ്ങാൻ ഞങ്ങൾ തയ്യാറാണ്. ഞങ്ങൾക്ക് എല്ലാ സൗകര്യങ്ങളുമുണ്ട്.....”

ചിലി ഫുട്ബോൾ ഫെഡറേഷൻ കമ്മിറ്റിയുടെ അദ്ധ്യക്ഷൻ കാർലോസ് ഡിറ്റ്ബേൺ അതു കേട്ടതായി ഭാവിച്ചില്ല. പകരം ഇങ്ങനെ പറഞ്ഞു:

ഭൂകമ്പത്തെ അതിജീവിച്ച് സാന്റിയാഗോ നാഷണൽ സ്റ്റേഡിയം

"ഒന്നുമില്ലാത്തതാണ് ഞങ്ങളുടെ ശക്തി. സൗകര്യങ്ങളൊരുക്കാൻ വെറും രണ്ടു വർഷം. അതുമതി."

നാല് കാരണങ്ങളാൽ ലോകകപ്പിന് ആഥിഥേയത്വം നല്കാൻ ചിലി യോഗ്യരാണെന്ന് അദ്ദേഹം വാദിച്ചു. കളികളും കോൺഗ്രസുകളുമടക്കം ഫിഫയുടെ എല്ലാ പ്രവർത്തനങ്ങളിലും എന്നും സജീവമായിരുന്നു തങ്ങൾ. കായികകാലാവസ്ഥയിൽ മുന്നിട്ടു നില്ക്കുന്ന രാജ്യം. വർണ്ണ വിവേചനത്തിനെതിരെ പൊരുതുന്ന രാജ്യം. രാഷ്ട്രീയ - സാമൂഹ്യ സ്ഥിരതയുള്ള രാജ്യം അങ്ങിന പോയി അദ്ദേഹത്തിന്റെ വാദമുഖങ്ങൾ. വിവിധ രാജ്യങ്ങൾ സന്ദർശിച്ച് ചിലിയുടെ സാദ്ധ്യതയെപ്പറ്റി അതാതു ഫുട്ബോൾ ഫെഡറേഷനുകളെ ബോദ്ധ്യപ്പെടുത്തി അവരുടെ പിന്തുണ ഉറപ്പാക്കിയശേഷമായിരുന്നു ലിസ്ബൺ കോൺഗ്രസിന് കാർലോസിന്റെ നേതൃത്വത്തിലുള്ള പ്രതിനിധി സംഘം എത്തിയത്. അവികസിത രാജ്യങ്ങൾക്കും വേണം ലോകകപ്പുപോലെയുള്ള കായികമേളകൾ എന്ന് കാർലോസ് പറഞ്ഞവസാനിപ്പിക്കുമ്പോൾ ഫിഫ കോൺഗ്രസിന് ആ വാക്കുകളുടെ വലിയ അർത്ഥങ്ങളെപ്പറ്റി ബോദ്ധ്യമായി. അർജന്റീനയ്ക്ക് 11 വോട്ടുകൾ ലഭിച്ചപ്പോൾ ചിലിയെ 32 രാജ്യങ്ങളാണ് പിന്തുണച്ചത്.

തയ്യാറെടുപ്പുകൾ തകൃതിയായി മുന്നേറുമ്പോഴാണ് ചിലിയെയും ഒപ്പം ഫിഫായേയും നടുക്കിക്കൊണ്ടുള്ള വൻ ഭൂകമ്പം രാജ്യത്തെ പിടിച്ചുലച്ചത്. റിക്ടർ സ്കെയിലിൽ 9.5 രേഖപ്പെടുത്തിയ ഭൂകമ്പം 1960 മേയിലായിരുന്നു സംഭവിച്ചത്. തങ്ങൾ സ്വപ്നം കണ്ട ലോകകപ്പ് വെറും 24 മാസങ്ങൾ മാത്രം അകലെ. പണിതുയർത്തപ്പെട്ടുകൊണ്ടിരുന്ന സ്റ്റേഡിയങ്ങളുൾപ്പെടെയുള്ള അടിസ്ഥാന സൗകര്യങ്ങൾ ഭൂകമ്പത്തിൽ തകർന്നടിഞ്ഞു. എട്ടു നഗരങ്ങളിൽ എട്ടു സ്റ്റേഡിയങ്ങളാണ് ഒരേസമയം പൂർത്തിയായിക്കൊണ്ടിരുന്നത്. മരണം അൻപതിനായിരത്തോളം. 20ലക്ഷത്തിലധികം ജനങ്ങൾ വഴിയാധാരമായി. കാർലോസ് ഡിറ്റ്ബോൺ അദ്ധ്യ

ക്ഷനായ ഓർഗനൈസിങ് കമ്മിറ്റി പക്ഷേ, വിറങ്ങലിച്ചു നിന്നില്ല. പുനരുദ്ധാരണത്തിനുപോലും കഴിയാത്ത തരത്തിൽ തകർന്നടിഞ്ഞ നാല് സ്റ്റേഡിയങ്ങൾ ഉപേക്ഷിച്ച് സാന്റിയാഗോയിലെ നാഷണൽ സ്റ്റേഡിയം അടക്കം നാല് കളിക്കളങ്ങൾ യുദ്ധ കാലാടിസ്ഥാനത്തിൽ പൂർത്തിയാക്കുവാനുള്ള തീരുമാനമെടുത്തു. ആ ഉറച്ച തീരുമാനമായിരുന്നു ചിലി ലോകകപ്പ് യാഥാർത്ഥ്യമാക്കിയത്. ഫിഫയ്ക്ക് നല്കിയ ഉറപ്പ് അസാധാരണമായ ഉറപ്പോടെ ചിലി പാലിക്കുന്ന ഘട്ടമെത്തി.

കാർലോസ് ഡിറ്റ് ബോൺ

വലിയ ദുരന്തം പിന്നീടായിരുന്നു. ലോകകപ്പ് തുടങ്ങുന്നതിന് കൃത്യം ഒരു മാസം മുൻപ് ചിലി ലോകകപ്പിന്റെ നടത്തിപ്പിന് നടുനായകത്വം വഹിച്ചുകൊണ്ടിരുന്ന കാർലോസ് ഡിറ്റ്ബോൺ ഹൃദയാഘാതത്തെ തുടർന്ന് അന്തരിച്ചു. വലിയൊരു ശൂന്യതയായിരുന്നു സംഘാടക സമിതിയിൽ അത് സൃഷ്ടിച്ചത്. എന്നാൽ കാർലോസ് കൊളുത്തിയ വിളക്കുമായി സംഘാടകമിതി തളരാതെ മുന്നേറി. കാർലോസിന്റെ സ്മരണയ്ക്കായി സമർപ്പിക്കപ്പെട്ട അരിക്കായിലെ കാർലോസ് ഡിറ്റ്ബോൺ സ്റ്റേഡിയത്തിൽ മേയ് 30-ാം തീയതി വൈകുന്നേരം മൂന്നുമണിക്ക് ഏഴാം ലോകകപ്പ് കിക്കോഫ് ആയി. ആതിഥേയരും സ്വിറ്റ്സർലണ്ടും തമ്മിലുള്ള ആദ്യകളിക്കു തൊട്ടുമുൻപ് ചിലി പ്രസിഡന്റ് ജോർജ് അലസ്കാണ്ട്രിയ നടത്തിയ ഉദ്ഘാടന പ്രസംഗം പക്ഷേ, സംഘാടകരെയും ഫുട്ബോൾ പ്രേമികളെയും ഒരുപോലെ വേദനിപ്പിച്ചു. സാമ്പത്തികമുൾപ്പെടെ ഒരു സഹായവും നല്കാത്ത അധികാരികളുടെ നിസ്സഹകരണത്തിനൊപ്പം കുത്തുവാക്കുകളും കൂടിയായപ്പോൾ ഗാലറികൾ അസ്വസ്ഥമായി. കളി തുടങ്ങിയ ഉടൻ പ്രസിഡന്റ് സ്ഥലം വിടുകയും ചെയ്തു.

ലോകകപ്പിലുടനീളം ഗ്രൗണ്ടിൽ അക്രമങ്ങൾ അരങ്ങേറിയത് ചിലി ലോകകപ്പിനെ കുപ്രസിദ്ധമാക്കി. 'സാന്റിയാഗോ യുദ്ധം' എന്നു വിളിക്കപ്പെട്ട ചിലി- ഇറ്റലി മത്സരത്തിനടിയിൽ ഗ്രൗണ്ടിലും ഗാലറികളിലും യുദ്ധസമാനമായ നിമിഷങ്ങൾ അരങ്ങേറി. അക്രമണത്തിലും വ്യഭിചാരത്തിലും അഭിരമിക്കുന്ന പട്ടിണിപ്പാവങ്ങളുടെ നാട് എന്ന് രണ്ട് ഇറ്റാലിയൻ പത്രപ്രവർത്തകർ ചിലിയെ വിശേഷിപ്പിച്ചതിനെതിരെ പ്രതിഷേധിച്ച് ഇരു ടീമിലെയും കളിക്കാർ തമ്മിലും ഏറ്റുമുട്ടി. ഇറ്റലിയുടെ രണ്ട് കളിക്കാർ പുറത്താക്കപ്പെട്ടു. പൊലീസ് സംരക്ഷണത്തോടെയാണ് ഇറ്റലിയുടെ കളിക്കാർക്ക് സ്റ്റേഡിയത്തിന് പുറത്തുപോകാനായത്. ചിലിക്ക് ലോകകപ്പ് അനുവദിച്ചത് ഭ്രാന്തമായ നടപടിയായിരുന്നുവെന്ന് ഇറ്റാലി

യൻ പത്രങ്ങളെഴുതി. യുദ്ധമുന്നണിയിലെ അവസ്ഥയാണ് ഗ്രൗണ്ടിലെന്നുള്ള വിശേഷണം ചിലിയിലെ ഫുട്ബോൾ പ്രേമികളെ പ്രകോപിപ്പിക്കുകയും ചെയ്തു.

ആദ്യ റൗണ്ട് - ഒന്നും രണ്ടും സ്ഥാനക്കാർ

ഗ്രൂപ്പ് - 1	സോവിയറ്റ് യൂണിയൻ (5), യൂഗോസ്ലാവ്യ (4)
ഗ്രൂപ്പ് - 2	പശ്ചിമ ജർമ്മനി (5), ചിലി (4)
ഗ്രൂപ്പ് - 3	ബ്രസീൽ (5), ചെക്കോസ്ലോവാക്യ (3)
ഗ്രൂപ്പ് - 4	ഹംഗറി (5), ഇംഗ്ലണ്ട് (3)

വീണ്ടുമുണ്ടായി വലിയ ദുരന്തം. ഒട്ടുമിക്ക കളികളിലുമെന്നപോലെ മൂന്നാംഗ്രൂപ്പിലെ മൂന്നാമത്തെ കളിയും സമാധാനപരമായിരുന്നില്ല. അതിന്റെ രക്തസാക്ഷിയായതാവട്ടെ ചിലിയൻ ഫുട്ബോളിന്റെ മാസ്മരികത അനുഭവിപ്പിക്കുമെന്ന് കായികനിരീക്ഷകർ കരുതിയിരുന്ന പെലെയും. ആദ്യമത്സരത്തിൽ മെക്സിക്കോക്കെതിരെ പെലെ ഗോൾ നേടിയിരുന്നു. ചെക്കോസ്ലോവ്യക്കെതിരെ ഗോൾരഹിത സമനിലയിലവസാനിപ്പിച്ച രണ്ടാമത്തെ കളിയിൽ പെലെക്ക് പരിക്കുപറ്റി പുറത്തുപോകേണ്ടി വന്നു. ചെക്കിന്റെ മദ്ധ്യനിരക്കാരൻ ജോസഫ് കദ്രാബ പെലെയെ വരുതിയിലാക്കാൻ ശ്രമിച്ചത് കടന്നകൈ ആയിപ്പോയെന്ന് വിധിയുണ്ടായി. പെലെയെ ഒഴിവാക്കിക്കിട്ടണമെന്ന് ആരൊക്കെയോ ആഗ്രഹിക്കുന്നുവെന്ന് അടക്കം പറഞ്ഞവരുമുണ്ട്. പെലെയുടെ അഭാവം ഒരു പുത്തൻ താരത്തിന് വഴിയൊരുക്കുകയും ചെയ്തു. സ്പെയിനിനെതിരെയുള്ള നിർണ്ണായക മത്സരത്തിൽ ബ്രസീലിന്റെ രണ്ടു ഗോളുകളും നേടിയ അമാരിൻഡോ. പെലേയെ ഓർമ്മിപ്പിക്കുന്നതായിരുന്നു അമാരിൻഡോയുടെ കളി.

ക്വാർട്ടർ ഫൈനൽ

1.	ചിലി-സോവിയറ്റ് യൂണിയൻ	ചിലിക്ക് ജയം	2-1
2.	ചെക്കോസ്ലോവാക്യ-ഹംഗറി	ചെക്കോസ്ലോവാക്യക്ക് ജയം	1-0
3.	ബ്രസീൽ-ഇംഗ്ലണ്ട്	ബ്രസീലിന് ജയം	3-1
4	യൂഗോസ്ലാവ്യ - പശ്ചിമ ജർമ്മനി	യൂഗോസ്ലാവ്യയ്ക്ക് ജയം	1-0

ഒന്നുമുതൽ നാലു വരെയുള്ള ഗ്രൂപ്പുകളിൽ സോവിയറ്റ് യൂണിയനും പശ്ചിമ ജർമ്മനിയും ബ്രസീലും ഹംഗറിയും ഗ്രൂപ്പ് ജേതാക്കളായി നോക്കൗട്ട് ഘട്ടത്തിലെത്തി. അവരിൽ ബ്രസീൽ ഒഴികെ മൂന്നു ടീമുകളും നോക്കൗട്ട് റൗണ്ടിൽ പുറത്തായത് ശ്രദ്ധേയമാവുകയും ചെയ്തു. മൂന്നു ഗ്രൂപ്പുകളിലെയും രണ്ടാം സ്ഥാനക്കാരായ യൂഗോസ്ലാവ്യ, ചിലി, ചെക്കോസ്ലോവാക്യ എന്നിവർ ക്വാർട്ടറിൽ നേടിയ വിജയങ്ങളുമായി ബ്രസീലിനൊപ്പം സെമിയിൽ കടന്നു. സെമിഫൈനലിൽ ചെക്കോസ്ലോവാക്യ യൂഗോസ്ലാവ്യക്കെതിരെയും (3-1) ബ്രസീൽ ആതിഥേയരായ ചിലിക്കെതിരെയും(4-1) വിജയം നേടി ഫൈനലിലെത്തിയപ്പോൾ മൂന്നാം സ്ഥാനക്കാരെ നിശ്ചയിക്കുന്നതിനുള്ള മത്സരത്തിൽ ലോങ് വിസിൽ മുഴങ്ങുന്നതിന് തൊട്ടുമുൻപ് റോജാസ് നേടി. ഏക ഗോളിന് യൂഗോസ്ലാവ്യയെ തോല്പിച്ച് ചിലി വിജയം നേടി. ആതിഥേയർക്കെതിരെയുള്ള ബ്രസീലിന്റെ സെമിഫൈനൽ കളി കാണുവാൻ റിക്കാർഡ് കാണികളാണെത്തിയത്- മുക്കാൽ ലക്ഷത്തിലധികം. ഇരുപതിനായിരം കാണികൾക്ക് ഇരിപ്പിടമുണ്ടായിരുന്ന സ്റ്റേഡിയം നാലിരട്ടിയോളം ആളുകളുമായി വീർപ്പുമുട്ടി. കളി പക്ഷേ, കാര്യമായില്ല എന്ന ആശ്വാസം സംഘാടകരെ സന്തോഷിപ്പിച്ചു. ആദ്യ പകുതിയിൽ ഗാരിഞ്ചയും രണ്ടാം പകുതിയിൽ വാവയും നേടിയ ഈരണ്ടു ഗോളുകൾക്ക് തങ്ങളുടെ ടോറോയും സാഞ്ചസ്സും മറുപടി നല്കിയല്ലോ എന്ന ആഹ്ലാദം അവർക്ക് സാന്ത്വനം പകർന്നിരിക്കാം.

സെമിഫൈനൽ

1.	ചെക്കോസ്ലോവാക്യ - യൂഗോസ്ലാവ്യ	ചെക്കോസ്ലോവാക്യക്ക് ജയം	3–1
2	ബ്രസീൽ - ചിലി	ബ്രസീലിന് ജയം	4–2
	മൂന്നാം സ്ഥാനം		
	ചിലി - യൂഗോസ്ലാവ്യ	ചിലിക്ക് ജയം	1–0

ബ്രസീൽ - ചെക്കോസ്ലോവാക്യ ഫൈനലിന്റെ ആദ്യ 20 മിനിട്ട് ആറാം ലോകകപ്പിലെ ബ്രസീൽ-സ്വീഡൻ ഫൈനലിനെ ഓർമ്മിപ്പിക്കുന്നതായിരുന്നു. സ്വീഡൻ ആദ്യ ഗോൾ നേടി മുന്നിലെത്തിയതുപോലെ 15-ാം മിനിട്ടിൽ നായകനായ ജോസഫ് മാസോപുസ്റ്റ് ഇടതുവിങ്ങിൽ നടത്തിയ മുന്നേറ്റത്തിലൂടെ നേടിയ ഗോളിലൂടെ ചെക്കോസ്ലോവാക്യ മുന്നിലെത്തി. ബ്രസീൽ അന്ന് സമനില നേടാൻ അഞ്ചുമിനിട്ടെടുത്തുവെങ്കിൽ ഇക്കുറി രണ്ടു മിനിട്ടിനുള്ളിൽ അമാരിൻഡോയുടെ ഗോളിലൂടെ അവർ സമനില നേടി. ആദ്യപകുതി അവസാനിക്കുമ്പോൾ ബ്രസീലിന് നെഞ്ചിടിപ്പേറി. 1-1 ന്റെ സമനില തകർക്കുവാൻ രണ്ടാം പകുതിയുടെ 24-ാം

മിനിട്ടുവരെ അവർക്ക് കാക്കേണ്ടിവന്നു. ഗോൾ നേടിയത് സിറ്റോ ആയിരുന്നെങ്കിലും സൂത്രധാരൻ അമാരിൻഡോ ആയിരുന്നു. ഇടതു വിങ്ങിൽനിന്നുള്ള അമാരിൻഡോയുടെ ക്രോസിന് തലവെച്ചുകൊടുക്കേണ്ട ഉത്തരവാദിത്വമേ സിറ്റോക്ക് ഉണ്ടായിരുന്നുള്ളൂ 2-1 ന് ബ്രസീലിനെ മുന്നിലെത്തിച്ച ആ ഗോൾ ഏഴാം ലോകകപ്പിൽ സിറ്റോ നേടിയ ഏക ഗോളുമായിരുന്നു. പിന്നെത്തെ ഊഴം പരിചയസമ്പന്നനായ വാവയുടേതായിരുന്നു ഡാൽമസാന്റോസിന്റെ ഉയർത്തിയുള്ള പാസിന് കാൽ തൊടുത്ത് വാവ ബ്രസീലിന്റെ വിജയമുറപ്പിച്ചു.

ഫൈനൽ - 17, ജൂൺ 1962 - സാന്റിയാഗോ

ബ്രസീൽ - ചെക്കോസ്ലോവാക്യ
ബ്രസീലിന് ജയം 3-1
ബ്രസീലിന് രണ്ടാം ലോകകപ്പ് കിരീടം

തുടർച്ചയായി രണ്ടും മൂന്നും ലോകകപ്പുകളിൽ കിരീടം നേടിയ ഇറ്റലിയുടെ നേട്ടത്തിനൊപ്പമെത്തി ബ്രസീൽ. ആറും ഏഴും ലോകകപ്പുകളിൽ കിരീട നേട്ടം. ഗോൾ ശരാശരി മൂന്നിനു താഴെയെത്തിയ ആദ്യ ലോകകപ്പായിരുന്നു ഇത്. കൃത്യമായി പറഞ്ഞാൽ 2.78. പിന്നീടു നടന്ന ഒരു ലോകകപ്പിലും ഗോൾ ശരാശരി മൂന്നിനു മുകളിൽ എത്തിയില്ലെന്നത് മറ്റൊരു കൗതുകം. മത്സരഘടന ആറാം ലോകകപ്പിന് തുല്യമായിരുന്നെങ്കിലും ഗ്രൂപ്പ് വിജയികളെ നിശ്ചയിക്കുന്നതിൽ മാറ്റം വരുത്തിയി

വീണ്ടും കിരീടം - ബ്രസീൽ

രുന്നു. ഗോൾ ശരാശരിയുടെ അടിസ്ഥാനത്തിലാണ് ക്വാർട്ടർ ഫൈനലിലേക്കുള്ള ടീമുകൾ തീരുമാനിക്കപ്പെട്ടത്. നേരത്തേ ഒരേ പോയിന്റുള്ള ആദ്യസ്ഥാനക്കാരുടെ കാര്യത്തിലായിരുന്നു ഗോൾ ശരാശരി നോക്കിയിരുന്നത്. അല്ലെങ്കിൽ പ്ലേ ഓഫിൽ അധികസമയത്തിനു ശേഷവും സമനില പാലിക്കുമ്പോൾ. ഈ പരിഷ്കരണത്തിന്റെ രക്തസാക്ഷിയായിരുന്നു ആദ്യ ലോകകപ്പിലെ രണ്ടാം സ്ഥാനക്കാരായ അർജന്റീന. ലോകകപ്പ് ചരിത്രത്തിൽ ഗോൾ ശരാശരിയുടെ അടിസ്ഥാനത്തിൽ പുറത്തായ ആദ്യ ടീമുമായി അർജന്റീന. അർജന്റീനയ്ക്കൊപ്പം തുല്യ പോയിന്റുണ്ടായിരുന്ന ഇംഗ്ലണ്ടിനെ ആ ഭാഗ്യം തുണയ്ക്കുകയും ചെയ്തു. ഹംഗറിക്കൊപ്പം രണ്ടാം സ്ഥാനക്കാരായി അവർ ക്വാർട്ടർ ഫൈനലിൽ കടക്കുകയായിരുന്നു.

വലിയ മാർജിനിൽ നേടിയ വിജയങ്ങൾ രണ്ടെണ്ണമുണ്ടായിരുന്നു ഏഴാം ലോകകപ്പിൽ. ഗ്രൂപ്പ് ഒന്നിൽ യൂഗോസ്ലാവ്യ കൊളംബിയയെ 5-0നും ഗ്രൂപ്പ് നാലിൽ ഹംഗറി ബൾഗേറിയയെ 6-1 നും തോല്പിച്ചു. ഏറ്റവുമധികം ഗോളുകൾ സ്കോർ ചെയ്യപ്പെട്ടത് സോവിറ്റ് യൂണിയനും കൊളംബിയയും തമ്മിലുള്ള ഗ്രൂപ്പ് ഒന്നിലെ കളിയിലാണ്. 4-4 എന്ന സ്കോറിൽ അവർ സമനിലയിൽ പിരിഞ്ഞു. ഗോൾ സ്കോറിങ്ങിലെ വ്യക്തിഗത മികവ് അഞ്ചിൽ താഴെയെത്തിയതും ഈ ലോകകപ്പിലായിരുന്നു. ഫൊണ്ടെയ്ന്റെ നേട്ടത്തിന്റെ മൂന്നിലൊന്നു താഴെ. എന്നാൽ ചരിത്രത്തിലാദ്യമായി ആറു പേർ നാലു ഗോളുകൾ വീതം നേടി ആ മികവിലെത്തി. ബ്രസീലിന്റെ ഗരിഞ്ച, വാവ, ചിലിയുടെ ലയണൽ സാഞ്ചസ്, ഹംഗറിയുടെ ഫ്ളോറൈൻ ആൽബർട്ട്, സോവിയറ്റ് യൂണിയന്റെ വാലന്റൈൻ ഇവാനോവ്, യൂഗോസ്ലാവ്യയുടെ ഡ്രാസൻജർക്കോവിച്ച് എന്നിവർ! മികച്ച യുവതാരമായി തിരഞ്ഞെടുക്കപ്പെട്ടത് ഹംഗറിയുടെ ഫ്ളോറൈൻ ആൽബർട്ട് ആയിരുന്നു. ക്വാർട്ടറിൽ ചെക്കോസ്ലോവാക്യയോട് തോറ്റ് പുറത്തായിരുന്നില്ലെങ്കിൽ ഒരു ഗോൾ കൂടി നേടി ആൽബർട്ടിന് ടോപ് സ്കോറർ ആകുവാൻ കഴിയുമായിരുന്നേനെ. വെറുമൊരു സാദ്ധ്യതയെന്നു മാത്രം.

എട്ടാം ലോകകപ്പ്
ഇംഗ്ലണ്ട് - 1966
11, ജൂലൈ - 30 ജൂലൈ

ലോകകപ്പ് ഫുട്ബോളിന്റെ ചരിത്രത്തിൽ ഇംഗ്ലണ്ട് ഒറ്റത്തവണയാണ് കിരീടം നേടിയത്. ഇംഗ്ലണ്ടിൽവെച്ചു തന്നെയായിരുന്നു അത്- ലക്ഷം കാണികളുടെ ആരവങ്ങൾക്കിടയിൽ ഫുട്ബോളിന്റെ മെക്ക എന്നു വിശേഷിപ്പിക്കപ്പെടുന്ന ചരിത്രപ്രസിദ്ധമായ ലണ്ടൻ വെംബ്ലി സ്റ്റേഡിയത്തിൽ. എട്ടാം ലോകകപ്പിന്റെ ഫൈനലിനുശേഷം 1966 ജൂലൈ 30-ാം തീയതി ഞായറാഴ്ച വൈകുന്നേരം അഞ്ചു മണി കഴിഞ്ഞ് 42-ാം മിനിട്ടിലായിരുന്നു ഇംഗ്ലണ്ട് നായകൻ ബോബിമൂർ യൂൾറിമേ കപ്പ് കൈനീട്ടി വാങ്ങിയത്. സെമിഫൈനലിൽപോലും കടക്കാനാവാതെ ചാമ്പ്യന്മാരായ ബ്രസീൽ ഗ്രൂപ്പ് മൂന്നിൽ മൂന്നാം സ്ഥാനക്കാരായത് യൂൾ റിമേ കപ്പിന്റെ ആയുസ്സ് നീട്ടിക്കൊടുക്കുകയായിരുന്നു. മൂന്നാമത്തെ കിരീട നേട്ടം യൂൾ റിമേകപ്പ് എന്നെന്നേക്കുമായി സ്വന്തമാക്കുവാൻ അവരെ തുണയ്ക്കുമായിരുന്നേനെ. മൂന്നാമതും കിരീടം നേടി കപ്പ് സ്വന്തമാക്കുക എന്ന ലക്ഷ്യവുമായെത്തിയ മറ്റു രണ്ടു ടീമുകളുടെയും ഗതി അതുതന്നെയായിരുന്നു. ആദ്യത്തെ 4 ലോകകപ്പുകളിൽ ഈരണ്ടെണ്ണം വീതം നേടിയ ഉറുഗ്വേയും ഇറ്റലിയും അവസാന നാലിൽപ്പോലുമെത്താതെ മടങ്ങി. 3-ാം ഗ്രൂപ്പിൽ രണ്ടാം സ്ഥാനക്കാരായി ക്വാർട്ടറിലെത്തുവാൻ ഉറുഗ്വേക്ക് സാധിച്ചുവെങ്കിലും പശ്ചിമ ജർമ്മനിയോട് 4-0 ന് തോറ്റ് പുറത്തായി. ഇറ്റലിയുടെ ഗതി ബ്രസീലിനു തുല്യമായിരുന്നു. നാലാം ഗ്രൂപ്പിൽ മൂന്നാം സ്ഥാനക്കാരായി ഇറ്റലിയും പുറത്തായതോടെ ഒൻപതാം ലോകകപ്പിലും യൂൾറിമേ കപ്പു തന്നെ വിജയികൾക്കു സമ്മാനിക്കാമെന്ന് ഫിഫ ആശ്വാസം കൊണ്ടിരിക്കണം.

യുദ്ധാനന്തരം നടന്ന നാലു ലോകകപ്പുകളിലും പങ്കെടുത്ത ഇംഗ്ലണ്ടിന്റെ എട്ടാം ലോകകപ്പിലെ കിരീട നേട്ടത്തിനു മുൻപുള്ള ഏറ്റവും

മികച്ച ലോകകപ്പ് പ്രകടനം അഞ്ചാമത്തെയും ഏഴാമത്തെയും ചാമ്പ്യൻഷിപ്പുകളിൽ ക്വാർട്ടർഫൈനൽ ഘട്ടം വരെയെത്തിയതായിരന്നു. സ്വിറ്റ്സർലണ്ട് ലോകകപ്പിൽ ഉറുഗ്വേയോട് 4-2 ന് തോറ്റ് പുറത്തായെങ്കിൽ കഴിഞ്ഞ ലോകകപ്പിൽ ബ്രസീലിനു മുന്നിൽ അടിയറവു പറഞ്ഞു (3-1). സ്വീഡൻ ലോകകപ്പിൽ ഗ്രൂപ്പ് നാലിൽ മൂന്നാം സ്ഥാനക്കാരായി പുറത്തായി. ബ്രസീൽ ലോകകപ്പിൽ രണ്ടാം ഗ്രൂപ്പിൽ രണ്ടാം സ്ഥാനത്തെത്തിയെങ്കിലും അപ്രാവശ്യം ആദ്യസ്ഥാനക്കാർ മാത്രമാണ് റൗണ്ട് റോബിൻ അടിസ്ഥാനത്തിലുള്ള രണ്ടാം റൗണ്ടിലേക്ക് കടന്നത്. ലോകകപ്പിന്റെ ചരിത്രത്തിൽ പിന്നീടൊരിക്കൽ മാത്രമാണ് ഇംഗ്ലണ്ടിന് അവസാന നാലു ടീമുകളിൽ ഒന്നാവാൻ കഴിഞ്ഞത്. 1990 ൽ ഇറ്റലിയിൽ നടന്ന ലോകകപ്പിന്റെ ലൂസേഴ്സ് ഫൈനലിൽ ആതിഥേയരോട് 2-1 ന് തോറ്റ് നാലാം സ്ഥാനക്കാരായി.

സ്വന്തം മണ്ണിൽ ലോകകപ്പ് നേടുന്ന മൂന്നാമത്തെ ടീമായിരുന്നു ഇംഗ്ലണ്ട്. ആദ്യ ലോകകപ്പ് ഉറുഗ്വേ ഉറുഗ്വേയിൽ വെച്ചും, രണ്ടാം ലോകകപ്പ് ഇറ്റലി ഇറ്റലിയിൽ വെച്ചും സ്വന്തമാക്കിയിരുന്നു. 1950 ൽ ബ്രസീലിനു ലഭിച്ച അവസരം അവർക്ക് മുതലാക്കുവാൻ കഴിഞ്ഞില്ല. ഫൈനലിൽ ഉറുഗ്വേയോട് തോറ്റു. (2-1). സ്വീഡന് പിന്നീട് ലഭിച്ച അവസരം അവർക്കും മുതലാക്കാനായില്ല. സ്വന്തം നാട്ടിൽ ഫൈനൽ വരെയെത്തിയ സ്വീഡൻ ബ്രസീലിനോട് 5-2 ന് തോറ്റത് 1958 ലാണ്. എട്ടാം ലോകകപ്പിനുശേഷം സ്വന്തം നാട്ടിൽ ലോകകപ്പ് നേടുവാനുള്ള ഭാഗ്യം മൂന്നു ടീമുകൾക്കു കൂടി ലഭിച്ചു 1974 ൽ പശ്ചിമ ജർമ്മനിയും 1978 ൽ അർജന്റീനയും 1998 ൽ ഫ്രാൻസും.

നാടകീയത നിറഞ്ഞ സംഭവങ്ങളാണ് ലണ്ടൻ ലോകകപ്പിനു തൊട്ടു മുൻപ് അരങ്ങേറിയത്. എട്ടാം ലോകകപ്പിലെ 'ഹീറോ'യെ മത്സരാരംഭത്തിനു മുൻപുതന്നെ തീരുമാനിച്ചതായിരുന്നു ഒന്ന്. ലോകകപ്പിനു മുന്നോടിയായി നടത്തപ്പെട്ട എക്സിബിഷനിൽവെച്ച് യൂൾ റിമേ കപ്പ് മോഷ്ടിക്കപ്പെട്ടത്, സംഘാടകരെ അമ്പരപ്പിച്ചു. ദേശവ്യാപകമായി തെരച്ചിൽ നടത്തുന്നതിനിടെ കപ്പിന്റെ ഒരു റിപ്ലിക്ക മുൻ കരുതലെന്ന നിലയിൽ സംഘാടകർ നിർമ്മിച്ചു. വിജയികൾക്ക് ട്രോഫി സമ്മാനിക്കേണ്ടതുണ്ടല്ലോ. ഒടുവിൽ ലണ്ടൻ നഗരപ്രാന്തത്തിലെ ഒരു കുറ്റിക്കാട്ടിൽ തുണിയിൽ പൊതിഞ്ഞ് ഒളിപ്പിച്ച നിലയിൽ കപ്പ് കണ്ടെടുത്തു. മണം പിടിച്ചു ചെന്ന പിക്കിൾസ് എന്ന നായ ആയിരുന്നു കപ്പ് കണ്ടെത്തിയത്. അങ്ങനെ പിക്കിൾസ് ഒരൊറ്റ ദിവസം കൊണ്ട് ലോകമെമ്പാടുമുള്ള ഫുട്ബോൾ പ്രേമികളുടെ ഹീറോ ആയി. കപ്പിന്റെ റിപ്ലിക്ക മാഞ്ചസ്റ്ററിലെ നാഷണൽ ഫുട്ബോൾ മ്യൂസിയത്തിന് സമ്മാനിച്ചു. ഒറിജിനൽ വെംബ്ലിസ്റ്റേഡിയത്തിന്റെ വി ഐ പി ഗാലറിയിലുമെത്തി.

31 ആഫ്രിക്കൻ രാജ്യങ്ങളുടെ ബഹിഷ്കരണമായിരുന്നു മറ്റൊന്ന്. ആഫ്രിക്കൻ മേഖലയിൽനിന്നുള്ള രണ്ടാം റൗണ്ട് വിജയികൾ ഏഷ്യൻ മേഖലയിൽനിന്നുള്ള വിജയികളുമായി പ്ലേ ഓഫിന് വിധേയരാകണമെന്ന

ഫിഫയുടെ വിചിത്രമായ തീരുമാനത്തിനെതിരെയുള്ള പ്രതിഷേധമായിരുന്നു യോഗ്യതാ റൗണ്ട് ബഹിഷ്കരിക്കൽ. ലോകകപ്പിന്റെ ഫൈനൽ റൗണ്ടിലെത്താൻ തങ്ങളുടെ മേഖലയിലെ വിജയം മതിയാകുമെന്ന് അവർ ഉറച്ചു വിശ്വസിച്ചു. കായിക നിരീക്ഷകരും അവർക്കൊപ്പമായിരുന്നു. പക്ഷേ, ഫിഫ വഴങ്ങിയില്ല. വർണ്ണവിവേചനം വെച്ചു പുലർത്തിയിരുന്ന ദക്ഷിണാഫ്രിക്കയെ 1958 ൽ ആഫ്രിക്കൻ കോൺഫെഡറേഷനിൽനിന്ന് പുറത്താക്കിയ നടപടി അസ്ഥിരപ്പെടുത്തിക്കൊണ്ട് 1963 ൽ വീണ്ടും അംഗത്വം നല്കിയ നടപടിക്കെതിരെയും അവർ പ്രതിഷേധിച്ചു. ദക്ഷിണാഫ്രിക്കയെ പുറത്താക്കുന്നതിന് ഫിഫ വഴങ്ങിയെങ്കിലും യോഗ്യതാ മത്സരങ്ങളുടെ കാര്യത്തിൽ വിട്ടുവീഴ്ച ചെയ്തില്ല. ആഫ്രിക്കയിൽനിന്നുള്ള ഒരു രാജ്യത്തിന് നേരിട്ട് ലോകകപ്പിൽ കളിക്കാൻ അർഹതയുണ്ടാകുന്നതുവരെ ബഹിഷ്കരണം തുടരുമെന്ന ഉറച്ച തീരുമാനത്തിൽ ആഫ്രിക്കൻ രാജ്യങ്ങളും ഉറച്ചു നിന്നു.

ആദ്യ റൗണ്ട് - ഒന്നും രണ്ടും സ്ഥാനക്കാർ

ഗ്രൂപ്പ് - 1	ഇംഗ്ലണ്ട് (5), ഉറുഗ്വേ (4)
ഗ്രൂപ്പ് - 2	പശ്ചിമജർമ്മനി (5), അർജന്റീന (5)
ഗ്രൂപ്പ് - 3	പോർച്ചുഗൽ (6), ഹംഗറി (4)
ഗ്രൂപ്പ് - 4	സോവിയറ്റ് യൂണിയൻ (6), ഉത്തരകൊറിയ

പോർച്ചുഗലിന്റെയും വടക്കൻ കൊറിയയുടെയും പ്രവേശനം കണ്ട ലണ്ടൻ മേളയിൽ രണ്ട് ടീമുകളുടെ അഭാവം പ്രത്യേകം ശ്രദ്ധിക്കപ്പെട്ടു. ഏഴാം ലോകകപ്പിന്റെ സെമിഫൈനൽ കളിച്ച യൂഗോസ്ലാവ്യയും ഫൈനലിലെത്തിയ ചെക്കോസ്ലോവാക്യയും. ഏഷ്യൻ മേഖലയിൽനിന്ന് വടക്കൻ കൊറിയ യോഗ്യത നേടിയത് ഏഷ്യൻ ഫുട്ബോൾ കോൺഫെഡറേഷനെ ആഹ്ലാദിപ്പിച്ചു. ഗ്രൂപ്പ് നാലിലെ അവരുടെ അരങ്ങേറ്റം ശ്രദ്ധിക്കപ്പെടുകയും ചെയ്തു. ഇറ്റലിക്കും ചിലിക്കും മുകളിലായി സോവിറ്റ് യൂണിയനൊപ്പം ഒരു ജയവും ഒരു തോല്‌വിയും ഒരു സമനിലയുമായി ഉത്തര കൊറിയ ക്വാർട്ടർ ഫൈനലിലെത്തി. ചിലിയോട് 1-1 ന്റെ സമനില പാലിച്ച ഉത്തരകൊറിയ പാക് ടൂക്കിന്റെ ഏക ഗോളിന് മുൻലോക ചാമ്പ്യന്മാരായ ഇറ്റലിയെയാണ് തോല്പിച്ചത്. ഇറ്റലിയുടെ മൂന്നാം ലോകകപ്പ് കിരീടം എന്ന സ്വപ്നത്തെ തച്ചുടച്ച തോല്‌വിയായിരുന്നു അത്. ആദ്യ ക്വാർട്ടറിൽ കരുത്തരായ പോർച്ചുഗലിനോടേറ്റു മുട്ടി വടക്കൻ കൊറിയ പുറത്തായതും ഉശിരുള്ള കളിക്കു ശേഷമാണ്. പാക്സിയൂങ് നേടിയ ആദ്യ മിനിട്ട് ഗോളിലൂടെ പോർച്ചുഗലിനെ ഞെട്ടിച്ച കൊറിയ രണ്ടു ഗോളുകൾ കൂടി നേടിയെങ്കിലും രണ്ട് പെനാൽട്ടികളുടെ പിൻബലത്തിൽ പോർച്ചുഗൽ 5-3 ന്റെ വിജയം നേടി. ഏഷ്യൻ ഫുട്ബോളിന്റെ

കഥയിലെ ആവേശകരമായ മുഹൂർത്തമായി വടക്കൻ കൊറിയയുടെ പ്രകടനം വിശേഷിപ്പിക്കപ്പെട്ടു.

ക്വാർട്ടർ ഫൈനൽ

1.	പോർച്ചുഗൽ - ഉത്തരകൊറിയ	പോർച്ചുഗലിന് ജയം	5-3
2.	പശ്ചിമജർമ്മനി-ഉറുഗ്വേ	പശ്ചിമജർമ്മനിക്ക് ജയം	4-0
3.	സോവിറ്റ് യൂണിയൻ - ഹംഗറി	സോവിറ്റ് യൂണിയന് ജയം	2-1
4.	ഇംഗ്ലണ്ട്-അർജന്റീന	ഇംഗ്ലണ്ടിന് ജയം	1-0

ഓരേ സ്കോറിൽ രണ്ട് സെമി ഫൈനലുകളിലും തീരുമാനമായത് എട്ടാം ലോകകപ്പിന്റെ സവിശേഷതയായിരുന്നു. തുല്യ ശക്തികളുടെ പോരാട്ടം ആദ്യ സെമിയിൽ പശ്ചിമ ജർമ്മനി 2-1 ന് സോവിയറ്റ് യൂണിയനെ തോല്പിച്ചപ്പോൾ രണ്ടാം സെമിയിൽ പോർച്ചുഗലിനെതിരെ ഇംഗ്ലണ്ടിന്റെ വിജയവും അതേ സ്കോറിനായിരുന്നു. ആദ്യ പകുതി അവസാനിക്കുമ്പോൾ ജയം നേടിയ ഇരു ടീമുകളും ഓരോ ഗോളിനു മുന്നിൽ. രണ്ടു കളികളിലും രണ്ടാം പകുതിയിൽ ജീവന്മരണ പോരാട്ടം തന്നെ നടന്നു. ഫ്രൈക്കൻ ബോവറിന്റെ രണ്ടാം ഗോളിലൂടെ ജർമ്മനി വിജയം ഉറപ്പിക്കുമ്പോഴാണ് കളി അവസാനിപ്പിക്കാൻ രണ്ടു മിനിട്ടു മാത്രം അവശേഷിക്കെ പൊർക്കുജനിലൂടെ സോവിയറ്റ് യൂണിയൻ ജർമ്മനിക്കെതിരെ ആശ്വാസഗോൾ നേടിയത്. രണ്ടാം സെമിയുടെ രണ്ടാം പകുതിയിൽ ആതിഥേയരായ ഇംഗ്ലണ്ടും ബോബി ചാൾട്ടനിലൂടെ നേടിയ ഗോളിന് (2-0) വിജയം തീർച്ചയാക്കിയപ്പോഴാണ് ചാമ്പ്യൻഷിപ്പിലെ ടോപ് സ്കോററായ യൂസേബിയോ തൊട്ടടുത്ത മിനിട്ടിൽ ഒരു ഗോൾ മടക്കിയത്. ശേഷിച്ച എട്ടു മിനിട്ടുനേരം ശാസ്ത്രീയ ഫുട്ബോളിന്റെ സൗന്ദര്യം വെംബ്ലിസ്റ്റേഡിയത്തെ പുളകം കൊള്ളിച്ചുവെങ്കിലും ആതിഥേയരെ മറികടക്കുവാൻ യൂസേബിയോക്കും സംഘത്തിനു കഴിഞ്ഞില്ല. 2-1 ന് ഇംഗ്ലണ്ട് ഫൈനലിൽ.

സെമിഫൈനൽ

1.	പശ്ചിമജർമ്മനി-സോവിയറ്റ് യൂണിയൻ	പശ്ചിമജർമ്മനിക്ക് ജയം	2-1

2.	ഇംഗ്ലണ്ട് - പോർച്ചുഗൽ	ഇംഗ്ലണ്ടിന് ജയം	2-1
	മൂന്നാം സ്ഥാനം		
	പോർച്ചുഗൽ - സോവിയറ്റ് യൂണിയൻ	പോർച്ചുഗലിന് ജയം	2-1

ഇംഗ്ലണ്ട് - പശ്ചിമ ജർമ്മനി ഫൈനൽ ലണ്ടൻ നിവാസികൾക്ക് ശരിക്കുമൊരുത്സവം തന്നെയായിരുന്നു. ഇംഗ്ലണ്ടിന്റെ ആദ്യ ലോകകപ്പ് ഫൈനൽ. അതും സ്വന്തം മണ്ണിൽ. ലക്ഷ്യത്തോടടുക്കുന്ന കാണികളെ ഉൾക്കൊള്ളാൻ വെംബ്ലിയുടെ ഗാലറികൾക്ക് ആവതില്ലെന്ന ഘട്ടത്തിൽ നിയന്ത്രണമേർപ്പെടുത്താൻ സംഘാടകർ നിർബ്ബന്ധിതരായി. തുടക്കത്തിൽ കളിയുടെ നിയന്ത്രണം പശ്ചിമജർമ്മനിക്കായിരുന്നു. ഇംഗ്ലണ്ടിന്റെ പ്രതിരോധത്തിൽ വിള്ളൽവീഴ്ത്തുകയാണ് പ്രധാനമെന്ന് കോച്ച് ഹെൽമുട്ട് ഷോനിന്റെ ഉപദേശം പ്രാവർത്തികമാക്കുവാൻ മുൻനിരക്കാരായ റേ വിൽസണും സിഗി ഹെൽഡ്സും കുരുക്കൾ നീക്കിക്കൊണ്ടിരിക്കെ അപ്രതീക്ഷിതമായിത്തന്നെ പശ്ചിമജർമ്മനി 12-ാം മിനിട്ടിൽ ആദ്യ ഗോൾ നേടി. ഹെൽഡ്സിന്റെ ക്രോസ് താഴ്ന്നെടുത്തൊരു ഹെഡ്ഡറിലൂടെ റേ വിൽസൺ ഹെൽമുട്ട് ഹാള്ളറുടെ കാലിലെത്തിച്ചു. സെക്കന്റിനുള്ളിൽ ഹാള്ളർ ഗോർഡൻ ബാങ്ക്സ് കാത്ത ഇംഗ്ലണ്ടിന്റെ ഗോൾവലയത്തിന്റെ ഇടത്തേ മൂലയിലേക്കടിച്ചപ്പോൾ വെംബ്ലി നിശ്ശബ്ദമായി. ആറു മിനിട്ടിനുള്ളിൽ ഗോൾ മടക്കിക്കൊണ്ട് ഇംഗ്ലണ്ട് മത്സരത്തിലേക്ക് തിരിച്ചെത്തി. ബോബി മൂർ നീട്ടിക്കൊടുത്ത ഫ്രീകിക്കിന് ജെഫ് ഹഴ്സ്റ്റ് കൃത്യമായി തലകൊടുത്തപ്പോൾ സ്കോർ 1-1. രണ്ടാം പകുതിയുടെ 33-ാം മിനിട്ടിൽ മാർട്ടിൻ പീറ്റേഴ്സ് നേടിയ ഗോളിൽ 2-1 ന് കളി അവസാനിക്കുമെന്ന് കരുതവേ, അവസാന വിസിലിന് സെക്കന്റുകൾ അവശേഷിക്കെ പശ്ചിമ ജർമ്മനിയുടെ വെബ്ബർ ഇടതുവിങ്ങിലൂടെ ഇരച്ചുകയറി. അവരുടെ രണ്ടാം ഗോളുമായി 2-2 സമനില നേടി കളി അധികസമയത്തേക്ക് ദീർഘിപ്പിച്ചു.

ഫൈനൽ - 30, ജൂലൈ 1966 ലണ്ടൻ

ഇംഗ്ലണ്ട് - പശ്ചിമ ജർമ്മനി
ഇംഗ്ലണ്ടിന് വിജയം 4-2 (എക്സ്ട്രാ ടൈം)
ഇംഗ്ലണ്ടിന് ആദ്യ ലോകകപ്പ് കിരീടം

അധികസമയക്കളി അനുഗ്രഹമായത് ഇംഗ്ലണ്ടിനേക്കാൾ ജെഫ് ഹഴ്സ്റ്റിനായിരുന്നു. 11-ാം മിനിട്ടിൽ ഹഴ്സ്റ്റ് കോരിയിട്ട പന്ത് ക്രോസ്

ബാറിൽ തട്ടി കൃത്യം ജർമ്മനിയുടെ ഗോൾ ലൈനിൽ വീണു. പന്ത് ഗോൾ ലൈൻ കടന്നില്ലെന്ന് പശ്ചിമജർമ്മനി വാദിച്ചുവെങ്കിലും ഗോൾ അനുവദിക്കപ്പെട്ടു (3-2). പിന്നീടാണ് ലോകകപ്പ് ഫുട്ബോളിൽ ഇനിയും ഭേദിക്കപ്പെട്ടിട്ടില്ലാത്ത റിക്കാർഡിന്റേതായ ആ ചരിത്ര നിമിഷം പിറക്കുന്നത്. ജർമ്മനിയുടെ പ്രതിരോധ നിരയെ വകഞ്ഞുമാറ്റി മുന്നേറിയ സ്കിപ്പർ ബോബിമൂർ നോക്കുമ്പോൾ പെനാൽറ്റി ബോക്സിൽ സ്വതന്ത്രനായി നില്ക്കുന്ന ഹഴ്സ്റ്റ്. മെല്ലെ പന്ത് ഹഴ്സ്റ്റിലേക്ക് തട്ടിക്കൊടുത്തു. കാത്തുനിന്നതുപോലെ ഹഴ്സ്റ്റ് പന്ത് ജർമ്മനിയുടെ വലയിലാക്കി (4-2). ലോകകപ്പിന്റെ ചരിത്രത്തിൽ ഫൈനലിലെ ആദ്യ ഹാട്രിക് ആയിരുന്നു അത്.

ലോകകപ്പ് ഫൈനലിൽ ആദ്യ ഹാട്രിക്-ജെഫ് ഹഴ്സ്റ്റ് (ഇംഗ്ലണ്ട്)

ചരിത്രം പിന്നീട് ഇതുവരെ വഴിമാറിയിട്ടുമില്ല. യൂൾ റിമേ കപ്പ് ഇംഗ്ലണ്ടിന്റെ കൈകളിൽ. ബോബി മൂർ ആ ലോകകിരീടം ആദ്യം കൈമാറിയത് ജെഫ് ഹഴ്സ്റ്റിനായിരുന്നു.

പോർച്ചുഗലിന്റെ അത്ഭുതതാരം യൂസേബിയോ 9 ഗോളുകളുമായി ടോപ് സ്കോററായി. ആറു ഗോൾ നേടിയ പശ്ചിമ ജർമ്മനിയുടെ ഹെൽമുട്ട് ഹാള്ളർ രണ്ടാമതെത്തി. 89 ഗോളുകൾ ആകെ സ്കോർ ചെയ്യപ്പെട്ടു. 32 കളികളിൽ 47 കളിക്കാരുടെ വക. മികച്ച മാർജിൻ വിജയം ഗ്രൂപ്പ് രണ്ടിൽ പശ്ചിമ ജർമ്മനി-സ്വിറ്റ്സർലണ്ട് കളിയിൽ. പശ്ചിമ ജർമ്മനി 5-0 ന് ജയിച്ചു. ഏറ്റവും കൂടുതൽ ഗോളുകൾ സ്കോർ ചെയ്യപ്പെട്ടത് എട്ടു ഗോളുകൾ വീണ ആദ്യ ക്വാർട്ടർ ഫൈനലിൽ പോർച്ചുഗൽ ഉത്തരകൊറിയയെ 5-3 ന് തോല്പിച്ചു. അഞ്ചിൽ നാലു ഗോളുകളും രണ്ട് പെനാൽറ്റി

യൂസേബിയോ - പോർച്ചുഗലിന്റെ അത്ഭുതതാരം

ബ്രസീലിന് തുടർച്ചയായ മൂന്നാം കിരീടം നിഷേധിച്ച ഗോൾ

കളടക്കം യൂസേബിയോയുടെ വകയായിരുന്നു.

ലോകകപ്പ് ഫുട്ബോളിൽ ഭാഗ്യചിഹ്നം ആദ്യമായി ഏർപ്പെടുത്തിയത്, എട്ടാം ലോകകപ്പിലായിരുന്നു. 'വേൾഡ് കപ്പ് വില്ലി' എന്ന സിംഹം. വേൾഡ് കപ്പ് എന്ന് ആലേഖനം ചെയ്ത കൊടിയേന്തി നില്ക്കുന്ന സിംഹം. ഇംഗ്ലണ്ടിന്റെ പ്രതീകമായിട്ടാണ് ചിത്രീകരിക്കപ്പെട്ടത്. കറുപ്പിലും വെളുപ്പിലുമായി ലോകകപ്പ് മത്സരങ്ങൾ അവസാനമായി സംപ്രേഷണം ചെയ്യപ്പെട്ടത് ലണ്ടൻ ലോകകപ്പിലാണ്.

ലോകകപ്പ് ഇംഗ്ലണ്ടിന്

ഒൻപതാം ലോകകപ്പ്
മെക്സിക്കോ - 1970
31, മെയ് - 21 ജൂൺ

പശ്ചിമ ജർമ്മനിക്കൊപ്പം ബ്രസീൽ, ഇറ്റലി, ഉറുഗ്വേ എന്നീ ടീമുകൾ മെക്സിക്കോ ലോകകപ്പിന്റെ സെമി ഫൈനലിൽ എത്തിയപ്പോഴേ ലോക ഫുട്ബോളിലെ ആധിപത്യത്തിന്റെ പ്രതീകമായ യൂൾ റിമേ കപ്പിന്റെ വിധി നിർണ്ണയിക്കപ്പെട്ടു കഴിഞ്ഞിരുന്നു. അർജന്റീനയുമായുള്ള അവസാന റൗണ്ടു മത്സരത്തിനുശേഷം മെക്സിക്കോക്കു അനുവദിക്കപ്പെട്ട വടക്കേ അമേരിക്കൻ മണ്ണിൽ നടത്തപ്പെടുന്ന ആദ്യ ലോകകപ്പ് ചരിത്രത്തിൽ സ്ഥാനം നേടുക അക്കാരണംകൊണ്ടുതന്നെയാകുമെന്ന് ഗ്രൂപ്പ് മത്സരങ്ങൾ പൂർത്തിയായതോടെ വ്യക്തമായിരുന്നു. ടോട്ടൽ ഫുട്ബോളിന്റെ സുന്ദര മുഹൂർത്തങ്ങളുടെ തുടർച്ചയെന്നോണം ഒന്നിനു പിറകെ ഒന്നായി 32 മത്സരങ്ങൾ മെക്സിക്കോയിലെ അഞ്ചു സ്റ്റേഡിയങ്ങളിൽ അരങ്ങേറിയപ്പോൾ ഓരോ കളിക്കുമെത്തിയ കാണികളുടെ സംഘവും സംഘാടകരെ അത്ഭുതപ്പെടുത്തി. മെക്സിക്കോ സിറ്റിയുടെ അഭിമാന ചിഹ്നമായ അസ്ടെക്കാ സ്റ്റേഡിയത്തിൽ ഫൈനൽ വീക്ഷിക്കുവാൻ ഒരു ലക്ഷത്തിനുമേൽ എത്തിയ കാണികൾ ഉൾപ്പെടെ ശരാശരി അരലക്ഷം പേരാണ് ഓരോ കളിക്കും ഗാലറികളിലെത്തിയത്. ഗോളുകളുടെ എണ്ണത്തിലെ വർദ്ധനവ് ഗോൾ ശരാശരി മൂന്നിനു തൊട്ടടുത്തെത്തിച്ചു. കളറിൽ സംപ്രേക്ഷണം ചെയ്ത ഫൈനൽ മത്സരം കണ്ട ടെലിവിഷൻ പ്രേക്ഷകരുടെ എണ്ണത്തിലും വൻ വർദ്ധനവാണുണ്ടായത്.

അർജന്റീന, ഫ്രാൻസ്, ഹംഗറി, പോർച്ചുഗൽ, സ്പെയിൻ എന്നീ കരുത്തർക്ക് ഫൈനൽ റൗണ്ടിലേക്ക് യോഗ്യത നേടാനായില്ലെന്നത് സംഘാടകരുടെ നെഞ്ചിടിപ്പ് വർദ്ധിപ്പിച്ചുവെങ്കിലും കളികളുടെ നിലവാരത്തെ അത് തെല്ലും ബാധിച്ചില്ല. എട്ടാം ലോകകപ്പിലെ ക്വാർട്ടർ ഫൈനലിസ്റ്റുകളായ ഉത്തരകൊറിയ ഏഷ്യൻ മേഖലയിൽനിന്ന് എത്തുകയുണ്ടായില്ല. രാഷ്ട്രീയ കാരണങ്ങളാൽ യോഗ്യതാറൗണ്ടിൽ ഇസ്രാ

യേലിനെതിരെയുള്ള കളി ബഹിഷ്കരിച്ചതായിരുന്നു ഉത്തരകൊറിയയുടെ പുറത്താകലിന് കാരണം. അവർക്കു പകരം ഇസ്രായേൽ ഏഷ്യൻ പ്രതിനിധിയായെത്തി. മുൻലോകകപ്പിൽനിന്നു വിട്ടുനില്ക്കാനുള്ള ആഫ്രിക്കൻ രാജ്യങ്ങളുടെ പ്രശ്നത്തിന് ഫിഫ സ്ഥിരം സംവിധാനമൊരുക്കി. മൊറോക്കോ ആഫ്രിക്കൻ മേഖലയിൽനിന്ന് ലോകകപ്പിനെത്തിയത് അങ്ങനെയാണ്.

എല്ലാ അർത്ഥത്തിലും ഉയരങ്ങളുടെ മേളയായിരുന്നു ഒൻപതാം ലോകകപ്പ്. രണ്ടു വർഷം മുൻപു നടന്ന ഒളിമ്പിക് ഗയിംസിനെപ്പോലെ ലോകകപ്പ് ഫുട്ബോളും സമുദ്രനിരപ്പിൽനിന്ന് എണ്ണായിരത്തിലധികം അടി ഉയരത്തിലുള്ള വേദികളിൽ എങ്ങനെ നടത്തപ്പെടും എന്നതിനെപ്പറ്റി പലർക്കും സംശയങ്ങളുണ്ടായിരുന്നു. കാലാവസ്ഥയുമായി പൊരുത്തപ്പെടാൻ പല ടീമുകളും മുൻകൂട്ടിത്തന്നെ മെക്സിക്കോയിലെത്തി പരിശീലനത്തിലേർപ്പെട്ടിരുന്നു. ഗ്രൂപ്പ് മത്സരങ്ങൾക്ക് തുടക്കം കുറിച്ചുകൊണ്ടുള്ള സോവിയറ്റ് യൂണിയനെതിരെയുള്ള ആതിഥേയരുടെ മത്സരം ഗോൾരഹിത സമനിലയിലവസാനിച്ചത് മെക്സിക്കോയുടെ പ്രതീക്ഷകളെ തളർത്തിയെങ്കിലും ഗ്രൂപ്പിൽ ഒരൊറ്റഗോളിനും വഴങ്ങാതെ സോവിയറ്റ് യൂണിയനൊപ്പം അവരും ക്വാർട്ടറിൽ കടന്നു. ഗ്രൂപ്പ് ഒന്നിൽ 15 ഗോളും ഗ്രൂപ്പ് മൂന്നിൽ 16 ഉം ഗ്രൂപ്പ് നാലിൽ 24 ഗോളുകളും സ്കോർ ചെയ്യപ്പെട്ടപ്പോൾ ലോകകപ്പിന്റെ ചരിത്രത്തിലാദ്യമായി ഒരു ഗ്രൂപ്പിൽ ഏറ്റവും കുറവ് ഗോൾ സ്കോർ ചെയ്യപ്പെടുന്നതിന് ഈ ലോകകപ്പ് സാക്ഷ്യംവഹിച്ചു. ഗ്രൂപ്പ് രണ്ടിൽ ആറു മത്സരങ്ങളിലായി ആകെ 6 ഗോളുകൾ. ഇതിനു മുൻപ് ആദ്യ ലോകകപ്പിന്റെ ഗ്രൂപ്പ് നാലിലായിരുന്നു ഏറ്റവും കുറവ് ഗോളുകൾ സ്കോർ ചെയ്യപ്പെട്ടത്. മൂന്നു കളികളിൽ ഏഴ് ഗോളുകൾ. കന്നിക്കാരായ ഇസ്രയേൽ ഗോളില്ലാ സമനിലയിൽ തളച്ച ഇറ്റലി പിന്നീട് മെക്സിക്കോയിൽ ഫൈനൽ വരെയെത്തിയെന്നതും ഓർക്കണം.

ആദ്യ റൗണ്ട് - ഒന്നും രണ്ടും സ്ഥാനക്കാർ

ഗ്രൂപ്പ് - 1	സോവിയറ്റ് യൂണിയൻ (5), മെക്സിക്കോ (5)
ഗ്രൂപ്പ് - 2	ഇറ്റലി (4), ഉറുഗ്വേ (3)
ഗ്രൂപ്പ് - 3	ബ്രസീൽ (6), ഇംഗ്ലണ്ട് (4)
ഗ്രൂപ്പ് - 4	പശ്ചിമ ജർമ്മനി (6), പെറു (4)

ക്വാർട്ടർ ലൈനപ്പ് പൂർത്തിയായതോടെ യൂൾറിമേ കപ്പിനു വേണ്ടിയുള്ള ലോകകപ്പ് പോരാട്ടത്തിന് അന്ത്യമാവുകയാണെന്ന് തീർച്ചയാക്കപ്പെട്ടു. മൂന്നുതവണ യൂൾറിമേ കപ്പ് നേടുന്നവർക്ക് എന്നെന്നേക്കുമായി

അത് സ്വന്തം നാട്ടിലേക്കു കൊണ്ടുപോകാമെന്ന വ്യവസ്ഥ അത്ര പെട്ടെന്നങ്ങ് നടക്കുമെന്ന് സത്യത്തിൽ പ്രതീക്ഷിച്ചതല്ല. ഗ്രൂപ്പ് ജേതാക്കളായി ഇറ്റലിയും, ബ്രസീലും, രണ്ടാം ഗ്രൂപ്പിലെ രണ്ടാം സ്ഥാനക്കാരായി ഉറുഗ്വേയും ക്വാർട്ടറിൽ കടന്നതോടെ ഫിഫ കണക്കുകൂട്ടലുകൾ നടത്തിത്തുടങ്ങി. ഗ്രൂപ്പ് ഒന്നിൽ ഒന്നാമതെത്തിയ ജർമ്മനി ഫൈനലിലെത്തി കിരീട വിജയം ആവർത്തിച്ചാൽ യൂൾ റിമേ കപ്പിന്റെ ആയുസ്സ് നീട്ടിക്കിട്ടുമെന്നത് തെല്ല് പ്രതീക്ഷ നല്കുകയും ചെയ്തു.

ക്വാർട്ടർ ഫൈനൽ

1.	ഉറുഗ്വേ- സോവിയറ്റ് യൂണിയൻ	ഉറുഗ്വേക്ക് ജയം (എക്സ്ട്രാ ടൈം)	1–0
2.	ഇറ്റലി - മെക്സിക്കോ	ഇറ്റലിക്ക് ജയം	4–1
3.	ബ്രസീൽ - പെറു	ബ്രസീലിന് ജയം	4–2
4.	പശ്ചിമജർമ്മനി - ഇംഗ്ലണ്ട്	പശ്ചിമജർമ്മനിക്ക് ജയം (എക്സ്ട്രാ ടൈം)	3–2

നോക്കൗട്ട് സ്റ്റേജിന്റെ ആദ്യ ഘട്ടം അടിമുടി ആവേശം നിറഞ്ഞതായിരുന്നു. തകർപ്പൻ കളികൾ അരങ്ങേറിയ ക്വാർട്ടർ ഫൈനലിൽ മുൻലോകചാമ്പ്യന്മാർ തന്നെ വിജയം നേടി സെമിയിലെത്തി. ആദ്യ ക്വാർട്ടറിൽ സോവിയറ്റ് യൂണിയനെതിരെ ഉറുഗ്വേയും (1–0), ആതിഥേയരുടെ പ്രതീക്ഷകൾ തർത്തുകൊണ്ട് മെക്സിക്കോയ്ക്കെതിരെ ഇറ്റലിയും (4–1) പെറുവിനെതിരെ ബ്രസീലും (4–2) ഇംഗ്ലണ്ടിനെതിരെ പശ്ചിമജർമ്മനിയും (3–2) വിജയം നേടിയതോടെ സെമി ഫൈനലുകളും ഫൈനലും മുൻലോകചാമ്പ്യന്മാർ തമ്മിലുള്ള ഏറ്റുമുട്ടലുകളായിത്തീർന്നു. നാലു ലോകചാമ്പ്യന്മാർ സെമി കളിക്കുന്നത് ലോകകപ്പിൽ ആദ്യമായിരുന്നു. ഉറുഗ്വേ - സോവിയറ്റ് യൂണിയൻ, പശ്ചിമജർമ്മനി- ഇംഗ്ലണ്ട് എന്നീ രണ്ടു കളികൾ അധിസമയത്തേക്കു നീണ്ടത് തുല്യശക്തികളുടെ ഏറ്റുമുട്ടലുകളായി പരിണമിച്ചു. ഇറ്റലിയും ബ്രസീലുമാകട്ടെ ആധികാരിക വിജയങ്ങൾ നേടിയാണ് സെമിയിലെത്തിയത്.

ബ്രസീൽ ഇതോടെ മെക്സിക്കോ ലോകകപ്പിലെ ഹോട്ട് ഫേവറിസ്റ്റ് ആയി. ഉറുഗ്വേക്ക് പഴയ കരുത്തില്ലെന്ന തോന്നൽ ബ്രസീലിന് മുൻതൂക്കം നല്കുകയും ചെയ്തു. ആദ്യ സെമിയിൽ ആരു ജയിച്ചാലും പ്രശ്നമില്ലെന്നു സമാധാനിച്ചവർ രണ്ടാം സെമിയിൽ ഇറ്റലിക്കെതിരെ പശ്ചിമജർമ്മനി വിജയം നേടുമെന്ന് പ്രതീക്ഷിച്ചിരിക്കണം. പ്രതീക്ഷിച്ചതുപോലെതന്നെ ബ്രസീൽ ഉറുഗ്വേയ്ക്കെതിരെ 3–1 ന്റെ മികച്ച വിജയ

വുമായി ഫൈനലിൽകടന്നു. രണ്ടാം സെമിയുടെ തുടക്കത്തിൽ പശ്ചിമ ജർമ്മനിക്കെതിരെ ഇറ്റലി ആക്രമിച്ചുകളിച്ചപ്പോൾ ബോനിൻ സെഗ്നയിലൂടെ എട്ടാം മിനിട്ടിൽ തന്നെ ഗോൾ നേടി മുന്നിലെത്തി. ആദ്യപകുതിയിലെ ഗോളിന്റെ ലീഡിൽ കടിച്ചു തൂങ്ങിയ ഇറ്റലിയെ ഞെട്ടിച്ചുകൊണ്ട് കളിയുടെ അവസാന നിമിഷം പശ്ചിമ ജർമ്മനി സ്നെല്ലിംഗറിലൂടെ സമനില ഗോൾ നേടിയത് തികച്ചും അപ്രതീക്ഷിതമായിരുന്നു. അധികസമയത്തെ 30 മിനിട്ടിൽ അഞ്ചു ഗോളുകളാണ് ഇരു ഗോൾ വലയങ്ങളിലുമായി വീണത്. ശരാശരി ആറു മിനിട്ടിനുള്ളിൽ ഒരു ഗോൾ. കളിയുടെ വേഗതയെപ്പറ്റി ഊഹിക്കാവുന്നതേയുള്ളൂ. അഞ്ചിൽ മൂന്നു ഗോളുകളും നേടി ഇറ്റലി ഫൈനലിൽ കടന്നതോടെ യൂൾറിമേ കപ്പിന്റെ സ്വാഭാവിക അന്ത്യത്തിനും തീരുമാനമായി.

സെമിഫൈനൽ

1.	ബ്രസീൽ - ഉറുഗ്വേ	ബ്രസീലിന് ജയം	3-1
2.	ഇറ്റലി - പശ്ചിമജർമ്മനി	ഇറ്റലിക്ക് ജയം (എക്സ്ട്രാ ടൈം)	4-3
	മൂന്നാം സ്ഥാനം		
	പശ്ചിമ ജർമ്മനി -ഉറുഗ്വേ	പശ്ചിമജർമ്മനിക്ക് ജയം	1-0

ലോകചാമ്പ്യന്മാർക്കുള്ള കിരീടാവകാശത്തിനായി ഇനി ഒരു മത്സരം മാത്രം. മെക്സിക്കൻ തിരമാലകൾ അസ്ടെക്കി സ്റ്റേഡിയത്തിൽ ആഞ്ഞടിച്ചത് ബ്രസീലിന് അനുകൂലമായിട്ടായിരുന്നു. ക്വാർട്ടറിൽ തങ്ങളെ 4-1 ന് തകർത്ത ഇറ്റലിയുടെ വിജയം മെക്സിക്കൻ കാണികൾ ആഗ്രഹിച്ചിരുന്നില്ല. 18-ാം മിനിട്ടിൽ മികച്ചൊരു ഹെഡ്ഡറിലൂടെ പെലെ തുടങ്ങിവച്ച സ്കോറിങ് 86-ാം മിനിട്ടിൽ നായകൻ കാർലോസ് ആൽബട്ടോ പൂർത്തിയാക്കുമ്പോൾ ഇറ്റലിയുടെ ഗോൾ വലയം നാലു തവണ ഭേദിക്കപ്പെട്ടിരുന്നു. ഇറ്റലിയുടെ ആശ്വാസ ഗോൾ ബോനിൽ സെഗ്നയുടെ വകയായിരുന്നു - 37-ാം മിനിട്ടിൽ. 4-1 ന്റെ തകർപ്പൻ വിജയത്തോടെ യൂൾറിമേ കപ്പിൽ ആജീവനാന്ത ആധിപത്യവുമായി ബ്രസീലിന്റെ ആക്രമണ ഫുട്ബോൾ അനശ്വരതയെ പ്രാപിക്കുകയായിരുന്നു മെക്സിക്കോ സിറ്റി സ്റ്റേഡിയത്തിൽ. യോഗ്യതാ റൗണ്ടിലും ഫൈനൽ റൗണ്ടിലും എല്ലാ കളികളും ജയിച്ച് എക്കാലത്തെയും ഏറ്റവും മികച്ച ടീമായാണ് ബ്രസീൽ മെക്സിക്കോയിൽ നിന്നു മടങ്ങിയത്.

ഫൈനൽ - 21, ജൂൺ 1970-മെക്സിക്കോ സിറ്റി

ബ്രസീൽ - ഇറ്റലി
ബ്രസീലിന് വിജയം 4-1
ബ്രസീലിന് മൂന്നാം ലോകകപ്പ് കിരീടവും യൂൾ റിമേ കപ്പും

ഫൈനൽ റൗണ്ടിൽ എല്ലാ കളികളിലും ഗോൾ നേടിയ റിക്കാർഡ് - ജെയ്ർസിനോ (ബ്രസീൽ)

ഫൈനൽ റൗണ്ടിലെ ആറുകളികളിലും ഗോൾ നേടിയ വിങ്ങർ ജെയ്ർസിനോ സ്ഥാപിച്ച റിക്കാർഡ് ഇനിയും ഭേദിക്കപ്പെട്ടിട്ടില്ല. ബ്രസീലിയൻ കോച്ച് മരിയോ സഗെല്ലോ മറ്റൊരു നേട്ടം സ്വന്തമാക്കി. മെക്സിക്കോ ലോകകപ്പിൽ തിളങ്ങി. ഹാട്രിക് കിരീട നേട്ടത്തിലേക്ക് ബ്രസീലിനെ എത്തിച്ച മൂന്നു ലോകകപ്പുകളിലും മരിയോ അംഗമായിരുന്നു. 1958 ലെ സ്വീഡൻ ലോകകപ്പിലും 1962 ലെ ചിലി ലോകകപ്പിലും കിരീടം നേടിയ ബ്രസീൽ സംഘത്തിൽ കളിക്കാരൻ എന്ന നിലയിൽ. ഹാട്രിക് വിജയം പൂർത്തിയാക്കിയ മെക്സിക്കോയിൽ കോച്ച് എന്ന നിലയിലും. ചിലിയിൽ ഗ്രൂപ്പ് മൂന്നിൽ മെക്സിക്കോയ്ക്കെതിരെ ബ്രസീൽ നേടിയ രണ്ടു ഗോളുകളിൽ ഒരെണ്ണം മരിയോയുടെ വകയായിരുന്നു. ഒരേ ടീമിൽ കളിക്കാരനും കോച്ചുമായി ലോകകപ്പിൽ പങ്കെടുക്കുകയും ടീമിനെ വിജയങ്ങളിലേക്കു നയിക്കുകയും ചെയ്ത ആദ്യ ഫുട്ബോളർ ആണ് മരിയോ സഗെല്ലോ.

മികവുകൾ

ഗോൾഡൻ ബൂട്ട്	ജർഡ് മുള്ളർ (പശ്ചിമജർമ്മനി)
മികച്ച യുവതാരം	ടോഫിലോ കുബില്ലാസ് (പെറു)
ഫിഫ ഫെയർപ്ലേ	പെറു

32 കളികളിൽ ആകെ വീണത് 95 ഗോളുകളാണ്. 55 കളിക്കാരുടെ വകയായിരുന്നു 95 ഗോളുകൾ. 10 ഗോളുമായി പശ്ചിമ ജർമ്മനിയുടെ

3 ലോകകപ്പ് വിജയങ്ങളിലും പങ്ക് - കോച്ച് മരിയോ സഗെല്ലോ

ജെർഡ് മുള്ളർ ടോപ്പ് സ്കോററായി. ഗോൾഡൻ ബൂട്ട് പുരസ്കാരവും മുള്ളർക്ക് ലഭിച്ചു. ഏഴു ഗോൾ നേടിയ ബ്രസീലിന്റെ ജെയ്ർസിനോ രണ്ടാം സ്ഥാനക്കാരനായി. ഗ്രൂപ്പ് ഒന്നിൽ എൽസാൽവഡോറിനെതിരെ 4 -0 ന്റെ വിജയം നേടിയ മെക്സിക്കോ ആയിരുന്നു മികച്ച മാർജിനിൽ വിജയം കണ്ടെത്തിയ ടീം. ഏറ്റവും കൂടുതൽ ഗോളുകൾ സ്കോർ ചെയ്യപ്പെട്ടത് ഗ്രൂപ്പ് നാലിൽ പശ്ചിമ ജർമ്മനിയും ബൾഗേറിയയും തമ്മിലും (5-2) രണ്ടാം സെമിഫൈനലിൽ പശ്ചിമ ജർമ്മനിയും ഇറ്റലിയും (4-3) തമ്മിലുള്ള മത്സരങ്ങളിൽ - ഏഴു ഗോളുകൾ വീതം. മികച്ച യുവ കളിക്കാരനുള്ള പുരസ്കാരം പെറുവിന്റെ ടോഫിലോ കുബില്ലാസ് നേടിയപ്പോൾ മാന്യമായ കളിക്കുള്ള ഫിഫാ ഫെയർപ്ലേ ട്രോഫി പെറു സ്വന്തമാക്കി. ലോകകപ്പിന്റെ ഫൈനൽ

ഗോൾഡൻ ബൂട്ട് പുരസ്കാരം - ജെർഡ് മുള്ളർ (പശ്ചിമ ജർമ്മനി)

യൂൾ റിമേ കപ്പ് സ്വന്തം - ബ്രസീലിന് മൂന്ന് ലോകകപ്പ് വിജയം

റൗണ്ടിൽ നാല്പതു വർഷത്തിനുശേഷം മടങ്ങിയെത്തിയ പെറു ഗ്രൂപ്പ് നാലിൽ രണ്ടാം സ്ഥാനക്കാരായി ക്വാർട്ടറിലെത്തുകയും ക്വാർട്ടറിൽ 4-2 ന് ബ്രസീലിനോട് തോല്ക്കുകയും ചെയ്തു. ആകെ നാലു കളികൾ. രണ്ടു ജയവും രണ്ട് തോല്വിയും.

പത്താം ലോകകപ്പിലെ ജേതാക്കൾക്കു സമ്മാനിക്കുവാൻ “ഫിഫ വേൾഡ് കപ്പ് ട്രോഫി”യുടെ നിർമ്മാണം തൊട്ടടുത്ത വർഷംതന്നെ ആരംഭിച്ചു.

പത്താം ലോകകപ്പ്
പശ്ചിമജർമ്മനി - 1974
13, ജൂൺ - 7 ജൂലൈ

ഇറ്റാലിയൻ ശില്പി സിൽവിയോ ഗസ്സാനിഗയുടെ കരവിരുതിലായിരുന്നു പത്താം ലോകകപ്പ് ഫുട്ബോൾ മത്സരങ്ങളുടെ സംഘാടകരുടെയും കളിക്കാരുടെയും കാണികളുടെയും മുഴുവൻ ശ്രദ്ധയും. യൂൾറിമേ കപ്പിനു പകരം പശ്ചിമജർമ്മനി ആതിഥേയത്വം നല്കുന്ന പത്താം ലോകകപ്പിലെ വിജയികൾക്കു സമ്മാനിക്കുന്നതിന് പുതിയൊരു ട്രോഫി രൂപകല്പന ചെയ്ത് നിർമ്മിക്കുന്നതിന് ഇറ്റലിയിലെ പ്രശസ്ത ശില്പ നിർമ്മാണക്കമ്പനിയായ സ്റ്റബിലിമെന്റേ അരിസ്റ്റികോ ബർട്ടോനിയുടെ ഉടമയും പ്രധാന ശില്പിയുമായിരുന്ന സിൽവിയോ ഗസ്സാനിഗയെ ആണ്

സിൽവിയോ ഗസ്സാനിഗ - ഫിഫ കപ്പിന്റെ ശില്പി

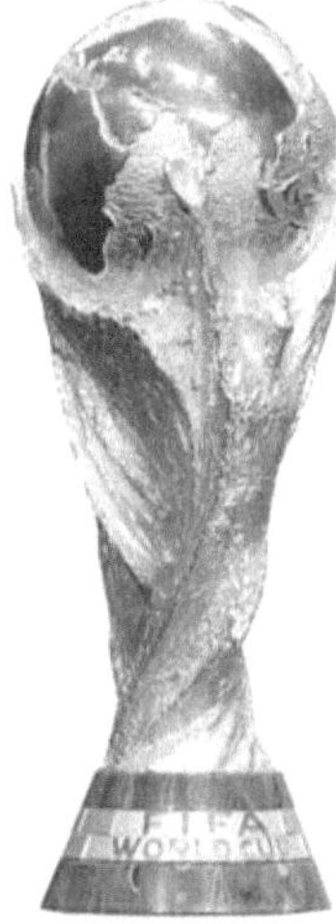
പുതിയ ഫിഫ ട്രോഫി

ചുമതലപ്പെടുത്തിയിരുന്നത്. യൂൾറിമേ കപ്പിന്റെ കാര്യത്തിൽ അന്തിമ തീരുമാനമായതോടെ ഒൻപതാം ലോകകപ്പ് അവസാനിച്ച് ഒരു വർഷത്തിനുള്ളിൽ ട്രോഫിയുടെ രൂപകല്പന ഗസ്സാനിഗ പൂർത്തിയാക്കി. സൂറിച്ചിലെ ഫിഫാ ആസ്ഥാനത്ത് മുൻ ഫിഫാ പ്രസിഡന്റ് സർ സ്റ്റാൻലി റൂസിന്റെ നേതൃത്വത്തിലുള്ള പ്രത്യേക കമ്മിറ്റിയായിരുന്നു പുതിയ ട്രോഫിയുടെ രൂപകല്പനയ്ക്ക് അംഗീകാരം നല്കിയത്. ലോകമെമ്പാടും നിന്നു ലഭിച്ച 53 രൂപരേഖകളിൽനിന്നാണ് ഗസ്സാനിഗയുടെ മാതൃക തെരഞ്ഞെടുക്കപ്പെട്ടത്.

പൂർണ്ണമായും പതിനെട്ട് കാരറ്റ് സ്വർണ്ണത്തിൽ വാർത്തെടുത്ത പുതിയ ട്രോഫിക്ക് 1972 ജനുവരിയിൽ ഫിഫ അംഗീകാരം നല്കി. അകം പൊള്ളയായ ട്രോഫിയുടെ ഭാരം ആറേകാൽ കിലോയോളം. 36.8 സെന്റിമീറ്റർ ഉയരം. പതിമൂന്ന് സെന്റീമീറ്റർ ചുറ്റളവിൽ വൃത്താകൃതിയിലുള്ള അടിത്തട്ട്. അടിത്തട്ടിനു ചുറ്റുമായി പച്ചനിറത്തിലുള്ള ലോഹത്തിൽ തീർത്ത നാട. 1974 മുതൽ 2038 ലെ ലോകകപ്പുവരെയുള്ള വിജയികളുടെ പേര് കൊത്തിവെക്കാൻ നാടയിൽ ഇടം നല്കിയിരിക്കുന്നു. ട്രോഫിക്ക് ഫിഫ അംഗീകാരം നല്കിയപ്പോൾ ഗസ്സാനിഗയുടെ പ്രതികരണം ഇങ്ങനെയായിരുന്നു:

“സ്പോർട്സിനും കായികലോകത്തിന്റെ ഐക്യത്തിനും യോജിക്കുന്ന തരത്തിൽ വിശ്വജനീനമായൊരു പ്രതീകം സൃഷ്ടിക്കാനായത് ഭാഗ്യമായി കരുതുന്നു. രണ്ടു കാര്യങ്ങളാണ് പ്രചോദനം നല്കിയത്. വിജയത്തിലേക്ക് കുതിക്കുന്ന ഒരത്‌ലറ്റിന്റെ രൂപം... പിന്നെ ലോകത്തിന്റെ വിജയവും..”

പുതിയ ലോകകപ്പ് ആദ്യം സ്വീകരിക്കുന്നതിനുള്ള ഭാഗ്യം ലഭിച്ചത് പശ്ചിമ ജർമ്മൻ നായകൻ ഫ്രാൻസ് ബെക്കൻബോവറിനാണ്. സ്വന്തം മണ്ണിൽ ലോകകപ്പ് നേടുന്ന നാലാമത്തെ ടീമായിരുന്നു

പുതിയ ലോകകപ്പ് വാങ്ങാനുള്ള ഭാഗ്യം. പശ്ചിമജർമ്മനിയുടെ ബെക്കൻ ബോവർ

പശ്ചിമ ജർമ്മനി. അവരുടെ രണ്ടാം ലോകകപ്പ് വിജയവും. സ്പെയിനിന്റെ പിന്തുണയോടെ വേദി അനുവദിച്ചുകിട്ടിയ നാൾ മുതൽ അടിസ്ഥാന സൗകര്യങ്ങളുടെയും ടീമിന്റെയും കാര്യത്തിൽ കർക്കശമായ നീക്കങ്ങളുമായാണ് ജർമ്മൻ ഫുട്ബോൾ അധികാരികൾ നീങ്ങിയിരുന്നത്. കുറ്റമറ്റൊരു ലോകകപ്പ്. സ്വന്തം മണ്ണിൽ ലോകകപ്പ് വിജയം. ആദ്യമായി ലഭിക്കുന്ന നടത്തിപ്പ്. എല്ലാ അർത്ഥത്തിലും മികച്ചതായിരിക്കണം എന്ന ഒരേ ഒരു മന്ത്രം മാത്രം. ഏഷ്യയൊഴികെ 5 കോൺഫെഡറേഷനുകളുടെയും പ്രാതിനിദ്ധ്യമുള്ള 16 ടീമുകളുടെ 38 കളികളാണ് 10-ാം ലോകകപ്പിൽ അരങ്ങേറിയത്. മുൻ ലോകകപ്പിനേക്കാൾ ആറുകളികൾ കൂടുതൽ. മൂന്നും നാലും സ്ഥാനങ്ങൾ നിർണ്ണയിക്കുന്നതിനുള്ള കളിയിൽ വരുത്തിയ ഘടനാപരമായ മാറ്റമാണ് മത്സരങ്ങളുടെ എണ്ണം കൂട്ടിയത്. ക്വാർട്ടർ-സെമി ഫൈനൽ മത്സരങ്ങൾക്കു പകരം രണ്ടാം ഘട്ടമായി മറ്റൊരു ഗ്രൂപ്പ് മത്സരം ഏർപ്പെടുത്തി. ഗ്രൂപ്പ് സ്റ്റേജിൽ ആദ്യ രണ്ടു സ്ഥാനക്കാർക്ക് രണ്ടാം ഘട്ടത്തിലേക്ക് നേരിട്ട് പ്രവേശനം. ബാക്കിയുള്ള എട്ടു ടീമുകളെ രണ്ടു ഗ്രൂപ്പുകളാക്കി മത്സരിപ്പിച്ച് അവരിൽ നിന്നുള്ള ആദ്യ സ്ഥാനക്കാരെ കൂടി ഉൾപ്പെടുത്തിക്കൊണ്ട് രണ്ടാം ഘട്ടം. രണ്ടാം ഘട്ടത്തിൽ രണ്ടു ഗ്രൂപ്പുകൾ മാത്രം. അതിലെ ആദ്യ സ്ഥാനക്കാർ തമ്മിൽ ഫൈനൽ. രണ്ടാംസ്ഥാനം നേടുന്നവർക്ക് മൂന്നാം സ്ഥാനത്തിനായി മത്സരിക്കാം.

ആദ്യ റൗണ്ട് - ഒന്നും രണ്ടും സ്ഥാനക്കാർ

ഗ്രൂപ്പ് - 1	പൂർവ്വജർമ്മനി (5), പശ്ചിമജർമ്മനി (4)
ഗ്രൂപ്പ് - 2	യൂഗോസ്ലാവ്യ (4), ബ്രസീൽ (4)
ഗ്രൂപ്പ് - 3	ഹോളണ്ട് (5), സ്വീഡൻ (4)
ഗ്രൂപ്പ് - 4	പോളണ്ട് (6), അർജന്റീന (3)

നിലവിലുള്ള ചാമ്പ്യന്മാരായ ബ്രസീൽ ഗ്രൂപ്പ് എയിൽ രണ്ടാം സ്ഥാനത്തെത്തിയതോടെ ഗ്രൂപ്പ് ബിയിലെ ആദ്യ സ്ഥാനക്കാരായ പശ്ചിമ ജർമ്മനി കിരീടം നേടുമെന്ന കണക്കുകൂട്ടലിന് ശക്തിവർദ്ധിച്ചു. മൂന്നു മത്സരങ്ങളിലും വിജയം നേടിയാണ് ഹോളണ്ട് ലോകകപ്പ് ഫൈനൽ ആദ്യമായി കളിക്കുന്നതിന് അർഹത നേടിയത്. ബ്രസീലിനെതിരെ 2-0 ന്റെ വിജയം നേടുന്നതിൽ പുത്തൻ താരോദയമായ യൊഹാൻ ക്രൈഫിന്റെ പങ്ക് ഏറെ ചർച്ച ചെയ്യപ്പെടുകയുണ്ടായി. അർജന്റീനയ്ക്കെതിരെയുള്ള ആദ്യ മത്സരത്തിൽ ക്രൈഫ് നേടിയ രണ്ടു ഗോളുകൾ എണ്ണം പറഞ്ഞവയായിരുന്നു. ഏറെ പ്രതീക്ഷകളോടെ എത്തിയ അർജന്റീനയുടെ തകർച്ച രണ്ടാം ഘട്ടത്തിൽ ഹോളണ്ടിനെതിരെയുള്ള 4-0 ന്റെ തോല്‌വിയായിരുന്നു. മൂന്നാം സ്ഥാനക്കാർക്കുവേണ്ടിയുള്ള കളിയിലും ബ്രസീ

ലിന് കാലിടറി. ഏകപക്ഷീയമായ ഒരു ഗോളിന് അർജന്റീനയെ തോല്പിച്ചാണ് പോളണ്ട് മൂന്നാം സ്ഥാനത്തെത്തിയത്.

	മൂന്നാം സ്ഥാനം		
	പോളണ്ട് - ബ്രസീൽ	പോളണ്ടിന് ജയം	(1-0)

മുൻപ് രണ്ടുപ്രാവശ്യം ലോകകപ്പ് ഫൈനൽ റൗണ്ടിൽ കളിക്കാൻ അർഹത നേടിയെങ്കിലും ആദ്യ റൗണ്ടിൽ തന്നെ പുറത്തുപോകാനായിരുന്നു ഹോളണ്ടിന്റെ വിധി. രണ്ടാം ലോകകപ്പിന്റെ ആദ്യ റൗണ്ടിൽ സ്വിറ്റ്സർലണ്ടിനോട് 3-2 ന് തോറ്റുപുറത്തായ ഹോളണ്ട് മൂന്നാം ലോകകപ്പിലും ആദ്യ റൗണ്ടിൽ തോല്വി ആവർത്തിച്ചു. ഇക്കുറി ചെക്കോസ്ലോവാക്യ ആയിരുന്നു എതിരാളികൾ. തോല്വി 3-0 ന്. 36 വർഷങ്ങൾക്കുശേഷം ലോകകപ്പിനെത്തിയ ഹോളണ്ട് തങ്ങളുടെ തിരിച്ചുവരവ് ആഘോഷമാക്കി. ഗ്രൂപ്പ് ഘട്ടത്തിൽ മൂന്നാം ഗ്രൂപ്പിലായിരുന്നു ഹോളണ്ട്. മുൻലോക ചാമ്പ്യന്മാരായ ഉറുഗ്വേയ്ക്കെതിരെയും (2-0) സ്വീഡനെ ഗോൾരഹിത സമനിലയിൽ തളച്ച ബൾഗേറിയയ്ക്കെതിരെയും (4-1) വിജയം നേടിയപ്പോൾ കരുത്തരായ സ്വീഡനുമായി ഗോൾരഹിത സമനില പാലിച്ച് ഗ്രൂപ്പ് ജേതാക്കളായാണ് രണ്ടാം റൗണ്ടിലെത്തുന്നത്. രണ്ടാം റൗണ്ടിലെ ആദ്യഗ്രൂപ്പിൽ കൂടുതൽ കരുത്തരായ ബ്രസീലിനോടും അർജന്റീനയോടും കന്നിക്കാരായ കിഴക്കൻ ജർമ്മനിയോടുമായിരുന്നു മത്സരിക്കേണ്ടിയിരുന്നത്. അർജന്റീനയെ 4-0 ന് തകർത്തുകൊണ്ട് തേരോട്ടം തുടങ്ങിയ ഹോളണ്ട് പൂർവ്വജർമ്മനിയെയും ബ്രസീലിനെയും 2-0 ന് തോല്പിച്ച് ഗ്രൂപ്പ് ജേതാക്കളായി നേരിട്ട് ഫൈനലിലെത്തി. ആകെയുള്ള 5 കളികളിൽ നാലിലും മികച്ച വിജയങ്ങൾ.

രണ്ടാം റൗണ്ട് - ഒന്നും രണ്ടും സ്ഥാനക്കാർ

ഗ്രൂപ്പ് എ	ഹോളണ്ട് (6), ബ്രസീൽ (4)
ഗ്രൂപ്പ് ബി	പശ്ചിമ ജർമ്മനി (6), പോളണ്ട് (4)

ആദ്യ റൗണ്ടിന്റെ ആദ്യ ഗ്രൂപ്പിൽ അരങ്ങേറ്റക്കാരായ സഹോദരരാജ്യത്തിന് (കിഴക്കൻ ജർമ്മനി) പിന്നിൽ രണ്ടാം സ്ഥാനക്കാരായാണ് രണ്ടാം റൗണ്ടിൽ കടക്കുവാൻ പശ്ചിമ ജർമ്മനിക്ക് സാധിച്ചത്. രണ്ടു വിജയങ്ങൾ നേടിയ പശ്ചിമ ജർമ്മനി തോറ്റതാകട്ടെ കിഴക്കൻ ജർമ്മനിയോടും (1-0). രണ്ടാം റൗണ്ടിൽ ഗ്രൂപ്പ് ബിയിലായിരുന്ന പശ്ചിമ ജർമ്മനി മൂന്നു വിജയങ്ങളുമായി ഗ്രൂപ്പ് ജേതാക്കളായാണ് ഫൈനലിലെത്തുന്നത്. യൂഗോസ്ലാവ്യ (2-0), സ്വീഡൻ (4-2), പോളണ്ട് (1-0) എന്നിവരെയാണ് പശ്ചിമ ജർമ്മനി തോല്പിച്ചത്.

ഫൈനൽ - 7, ജൂലൈ 1974 മ്യൂണിക്

പശ്ചിമ ജർമ്മനി - ഹോളണ്ട്
പശ്ചിമ ജർമ്മനിക്ക് വിജയം 2-1
പശ്ചിമ ജർമ്മനിക്ക് രണ്ടാം ലോകകപ്പ് കിരീടം

1974 ജൂലൈ ഏഴാം തീയതി മ്യൂണിക്കിലെ ഒളിംപ്യ സ്റ്റേഡിയത്തിൽ നടന്ന ഫൈനൽ പശ്ചിമ ജർമ്മനിക്കും പ്രത്യേകിച്ച് ഹോളണ്ടിനും ജീവന്മരണ പോരാട്ടമായി. പശ്ചിമ ജർമ്മനി ജെർഡ് മുള്ളറിലും പോൾ ബ്രീറ്റ്നറിലും, ഓവ്റാത്തിലും, റെയ്നനിലും പ്രതീക്ഷയർപ്പിച്ച് കളിക്കാനിറങ്ങുമ്പോൾ അപകടകാരികളായ യൊഹാൻ ക്രൈഫ്, യൊഹാൻ നീസ്കെൻസ്, ജോണി റെപ്പ്, റെൻസെൻ ബ്രിങ്ക് എന്നിങ്ങനെ അജാക്സിൽ നിന്നും പി എസ് വി ഐന്തോവനിൽനിന്നുമുള്ള കളിക്കാരാണ് ഹോളണ്ടിന്റെ ആക്രമണ നിരയിലുണ്ടായിരുന്നത്. സ്വന്തം മണ്ണിലെ മത്സരം എന്ന സാദ്ധ്യതയിൽ കളി തുടങ്ങിയ പശ്ചിമ ജർമ്മനിയെ കളിയുടെ രണ്ടാം മിനിട്ടിൽതന്നെ ഹോളണ്ട് ഞെട്ടിച്ചു. ആദ്യ നിമിഷങ്ങളിലെ 12 പാസുകളിൽ ഒരെണ്ണത്തിൽപ്പോലും തൊടീക്കാതെ ജർമ്മൻ കളിക്കാരെ വട്ടം ചുറ്റിച്ച ഹോളണ്ടിന്റെ ആക്രമണത്തെ ചെറുക്കുവാനുള്ള ശ്രമത്തിനിടെ വിധിക്കപ്പെട്ട പെനാൽറ്റി നീസ്കെൻസ് നെറ്റിലെത്തിച്ചുകൊണ്ടാണ് ഹോളണ്ടിന് മുൻതൂക്കം നല്കിയത്. പക്ഷേ, കളിയുടെ നിയന്ത്രണം ജർമ്മനി ഏറ്റെടുക്കുന്നതാണ് പിന്നീട് കണ്ടത്. ഹോൾഡൻബീനും ഗ്രബോസ്കിയും പ്രതിരോധം വിള്ളൽ കൂടാതെ കാത്തതോടെ ഹോളണ്ട് പ്രതിരോധത്തിലേക്ക് വലിഞ്ഞു. തക്കം നോക്കി ഉണർന്നു

പശ്ചിമജർമ്മനിയുടെ രണ്ടാം ലോക കിരീടം

കളിച്ച ജെർഡ് മുള്ളറും സംഘവും ആക്രമണം ശക്തമാക്കിയതിന് ഫലം കണ്ടു. മുള്ളറെ പെനാൽറ്റി ബോക്സിനുള്ളിൽ അപകടകരമാംവിധം തടഞ്ഞ വാൻ ഹനേഗമിനെ റഫറി കൈയോടെ പിടിച്ചു. 25-ാം മിനിട്ടിൽ ലഭിച്ച പെനാൽറ്റി ബ്രീറ്റ്നർ ഗോളിലെത്തിച്ചതോടെ സമനില (1-1) നേടിയ ജർമ്മനി ആദ്യ പകുതി അവസാനിക്കുന്നതിനു മുൻപ് മുള്ളറിലൂടെ രണ്ടാം ഗോൾ നേടി (2-1). രണ്ടാം പകുതിയിൽ ഒപ്പത്തിനൊപ്പം മുന്നേറിയെങ്കിലും ഗോൾവലയങ്ങൾ ഭേദിക്കപ്പെട്ടില്ല. 2-1 ന്റെ വിജയവുമായി സ്വന്തം മണ്ണിൽ ബെക്കൻ ബോവർ പുതിയ ലോകകപ്പ് കൈ നീട്ടി വാങ്ങി. പശ്ചിമജർമ്മനിയിലെ ഫുട്ബോൾ പ്രേമികൾ അന്നും അതിനടുത്ത ദിവസങ്ങളിലും ഉറങ്ങിയില്ല. അവർക്ക് ഉറങ്ങാൻ കഴിയുമായിരുന്നില്ല.

38 മത്സരങ്ങളിൽ 53 കളിക്കാരാണ് ആകെ വീണ 97 ഗോളുകൾ നേടിയത്. ഗോൾ ശരാശരി 2.55 ഓരോ കളിക്കും ശരാശരി 50,000 കാണികൾ ഉണ്ടായിരുന്നുവെന്നത് മറ്റൊരു ചരിത്രം. ഈ റിക്കാഡ് അടുത്ത അഞ്ചു ലോകകപ്പുകളിൽകൂടി അഭേദ്യമായി നിലകൊണ്ടു. ഫൈനൽ കാണുവാൻ മുക്കാൽലക്ഷത്തിലധികം കാണികളാണെത്തിയത്. വ്യക്തിഗത നേട്ടങ്ങളിൽ പോളണ്ടിന്റെ ഗ്രിഗോഴ്സ് ലോട്ടോ ഏഴു ഗോളുമായി മുന്നിലെത്തി. രണ്ടാം സ്ഥാനത്ത് 5 ഗോൾ നേടിയ ഹോളണ്ടിന്റെ യൊഹാൻ നീസ്കെൻസും. ആഫ്രിക്കൻ മേഖലയിൽനിന്നുള്ള സെയ്റിനെതിരെ യൂഗോസ്ലാവ്യ നേടിയ 9-0 ന്റെ വിജയമാണ് ഏറ്റവും മികച്ച മാർജിൻ. 54 ലെ സ്വിറ്റ്സർലണ്ട് ലോകകപ്പിൽ ദക്ഷിണ കൊറിയയ്ക്കെതിരെ ഹംഗറി നേടിയ വിജയത്തിനൊപ്പം (9-0) നില്ക്കുന്നു ഈ വിജയം. പത്താം ലോകകപ്പിൽ ഏറ്റവും കൂടുതൽ ഗോളുകൾ സ്കോർ ചെയ്യപ്പെട്ട മത്സരവും ഇതുതന്നെ. മികച്ച യുവ താരത്തിനുള്ള പുരസ്കാരം പോളണ്ടിന്റെ വ്ളാഡിസ്ലാന് സ്മുഡ നേടി.

പതിനൊന്നാം ലോകകപ്പ്
അർജന്റീന - 1978
1, ജൂൺ - 25 ജൂൺ

ബ്രസീൽ ആതിഥേയത്വം നല്കിയ 2014 ലെ ഇരുപതാം ലോകകപ്പുവരെയുള്ള കഥയിലെ സാങ്കല്പിക പകുതിക്കുശേഷമുള്ള ആദ്യ ലോകകപ്പായി അർജന്റീനയിൽ അരങ്ങേറിയ പതിനൊന്നാം ലോകകപ്പിനെ വിശേഷിപ്പിക്കാം. പശ്ചിമ ജർമ്മനിയുടെ വിജയം കണ്ട പത്താം ലോകകപ്പിനുശേഷം നാലു വർഷത്തെ ഇടവേള കഴിഞ്ഞ് ലോകകപ്പ് പോയത് ലാറ്റിനമേരിക്കയിലേക്കാണ്. ഒൻപതും പത്തും ലോകകപ്പുകൾ കിട്ടുമെന്ന് അവസാന നിമിഷംവരെ പ്രതീക്ഷിച്ച അർജന്റീന ആദ്യമായാണ് ലോകകപ്പിന് ആതിഥ്യം നല്കുന്നത്. ആദ്യ ലോകകപ്പിലെ രണ്ടാം സ്ഥാനത്തിനുശേഷം പിന്നീടൊരിക്കലും ലോകകപ്പിന്റെ അവസാന നാലു സ്ഥാനങ്ങളിൽ എത്താതെ പോയത് പക്ഷേ, അർജന്റീനിയൻ ഫുട്ബോളിന്റെ ദൗർബല്യത്തെയല്ല കാട്ടിയത്. ലോകഫുട്ബോൾ ശക്തികളിൽ അനിഷേദ്ധ്യരായി നില്ക്കുമ്പോഴാണ് ലോകചാമ്പ്യന്മാരെ നിർണ്ണയിക്കുന്നതിനുള്ള മത്സരങ്ങൾക്ക് ആതിഥേയത്വം നല്കുവാനുള്ള നിയോഗം അവരെത്തേടിയെത്തുന്നത്.

> നാലു വർഷം മുൻപ് ജർമ്മനിയിലേത് ഞങ്ങളുടെ ഏറ്റവും മികച്ച പ്രകടനമായിരുന്നു പക്ഷേ, കിരീടം ലഭിച്ചില്ല. അതാവർത്തിക്കുവാൻ ഇക്കുറി ഞങ്ങൾ തയ്യാറല്ല. സ്വന്തം നാട്ടിലെ കാണികളുടെ വൈകാരിക പിന്തുണ അർജന്റീനയ്ക്കുണ്ടായിരിക്കാം. എന്നാൽ മറ്റു ഘടകങ്ങൾ ഞങ്ങൾക്കനുകൂലം..

ബ്യൂനസ് അയേഴ്സിലെ റിവർപ്ലേറ്റ് മോണുമെന്റൽ സ്റ്റേഡിയത്തിൽ അർജന്റീനയ്ക്കെതിരെയുള്ള ഫൈനലിനു തൊട്ടുമുൻപ് ഹോളണ്ടിന്റെ നായകൻ റൂഡിക്രോൾ പറഞ്ഞ വാക്കുകളായിരുന്നു ഇത്. തൊണ്ണൂറു

മിനിട്ടുനേരത്തെ കളിക്കു ശേഷം 1-1 ന്റെ സമനില കഴിഞ്ഞ് കളി അധിക സമയത്തേക്കു നീണ്ടതിന്റെ പതിനാലാം മിനിട്ടുവരെ ആ വാക്കുകൾ യാഥാർത്ഥ്യമാകുന്നതിന്റെ ലക്ഷണമായിരുന്നു കണ്ടത്.

പിന്നീടത് മാറിമറിഞ്ഞു. അർജന്റീനയുടെ സ്വന്തം മണ്ണിലെ പ്രകടനത്തെ ഉജ്ജ്വലമെന്നു വിശേഷിപ്പിക്കാനാവില്ല. തുടക്കംതന്നെ പിഴച്ചുപോയിരുന്നു. ഗ്രൂപ്പ് ഘട്ടത്തിന്റെ ഒന്നാം ഗ്രൂപ്പിലെ അവസാനകളിയിൽ രണ്ടു തവണ ചാമ്പ്യന്മാരായിരുന്ന ഇറ്റലിക്കെതിരെ ഒരൊറ്റ ഗോളിന് തോറ്റുവെങ്കിലും (1-0) ഹംഗറിക്കും ഫ്രാൻസിനുമെതിരെ നേടിയ വിജയങ്ങളുടെ (രണ്ടു കളികളിലും 2-1) കരുത്തിൽ രണ്ടാം സ്റ്റേജിലേക്കുള്ള ബർത്ത് സുരക്ഷിതമാക്കിയിരുന്നു അവർ. ഹോളണ്ടിന്റെ സ്ഥിതി കുറേക്കൂടി പരുങ്ങലിലായിരുന്നു. മൂന്നു കളികളിൽ ഒരു വിജയം, ഒരു തോല്വി, ഒരു സമനില. താരതമ്യേന ദുർബ്ബലരായ സ്കോട്‌ലണ്ടിനെയും ഇറാനെയും മറികടന്ന് രണ്ടാം ഘട്ടത്തിലെത്തിയെന്നു മാത്രം

ആദ്യ റൗണ്ട് - ഒന്നും രണ്ടും സ്ഥാനക്കാർ

ഗ്രൂപ്പ് - 1	ഇറ്റലി (6), അർജന്റീന (4)
ഗ്രൂപ്പ് - 2	പോളണ്ട് (5), പശ്ചിമ ജർമ്മനി (4)
ഗ്രൂപ്പ് - 3	ഓസ്ട്രിയ (4), ബ്രസീൽ (4)
ഗ്രൂപ്പ് - 4	പെറു (5), ഹോളണ്ട് (3)

രണ്ടാം റൗണ്ടിൽ ഹോളണ്ട് മികച്ച പ്രകടനം കാഴ്ചവെച്ചതാണ് റൂഡി ക്രോളിന്റെ ആത്മവിശ്വാസം വർദ്ധിപ്പിച്ചത്. ഇറ്റലിയും പശ്ചിമ ജർമ്മനിയും ഓസ്ട്രിയയും അടങ്ങിയ എ ഗ്രൂപ്പിൽ രണ്ടു വിജയവും ഒരു സമനിലയുമായി ഗ്രൂപ്പ് ജേതാക്കളായി തുടർച്ചയായ രണ്ടാമത്തെ ഫൈനൽ കളിക്കുവാൻ ഹോളണ്ട് അർഹത നേടിയപ്പോൾ അർജന്റീനയും മികവുകളുമായി ഫൈനലിലെത്തി- രണ്ടു വിജയവും ഒരു സമനിലയും. ബ്രസീലും ഇറ്റലിയും ഗ്രൂപ്പുകളിലെ രണ്ടാം സ്ഥാനങ്ങൾ നേടി ചാമ്പ്യൻഷിപ്പിലെ മൂന്നാം സ്ഥാനക്കാരെ നിശ്ചയിക്കുന്നതിനുള്ള മത്സരത്തിനിറങ്ങി. 2-1 ന് ഇറ്റലിയെ തോല്പിച്ച് ബ്രസീൽ മൂന്നാമതെത്തി. ബ്രസീലിന്റെ ലോകകപ്പിലെ രണ്ടാമത്തെ മൂന്നാം സ്ഥാനം. ആദ്യത്തേത് 1938 ലെ ഫ്രാൻസ് ലോകകപ്പിൽ സ്വീഡനെ തോല്പിച്ചു നേടിയ വിജയം.

രണ്ടാം റൗണ്ട് - ഒന്നും രണ്ടും സ്ഥാനക്കാർ

ഗ്രൂപ്പ് എ	ഹോളണ്ട് (5), ഇറ്റലി (3)
ഗ്രൂപ്പ് ബി	അർജന്റീന (5), ബ്രസീൽ (5)

എ ഗ്രൂപ്പിൽ ഓസ്ട്രിയയ്ക്കും (5-1) ഇറ്റലിക്കുമെതിരെ (2-1) വിജയം നേടിയ ഹോളണ്ട് പശ്ചിമജർമ്മനിയുമായി ഗോൾ രഹിത സമനില പാലിക്കുകയായിരുന്നു.അർജന്റീനയുടെ വിജയമാകട്ടെ പോളണ്ടിനും (2-0) പെറുവിനുമെതിരെ (6-0) ബ്രസീലുമായി ഗോൾരഹിതസമനിലയും. പെറുവിനെതിരെയുള്ള അർജന്റീനയുടെ ആറു ഗോൾ വിജയം ഏറെ വിവാദമുയർത്തുകയും ചെയ്തു. ലോകകപ്പ് തുടങ്ങുന്നതിന് രണ്ടു കൊല്ലം മുമ്പ് അർജന്റീനയിൽ നടന്ന പട്ടാള വിപ്ലവത്തിന്റെ സൂത്രധാരൻ ആറു ഗോളിന്റെ തോല്‌വിക്കു വഴങ്ങാൻ പെറുവിനെ രഹസ്യമായി നിർബ്ബന്ധിച്ചുവെന്ന വാർത്ത പെറു നിഷേധിച്ചുവെങ്കിലും 6-0 ന്റെ തോല്‌വി അവിശ്വസനീയമായിരുന്നു. ഗ്രൂപ്പ് ബിയിലെ അവസാന മത്സരത്തിൽ നാലു ഗോളിന്റെ വ്യത്യാസത്തിൽ പെറു തോല്ക്കണമെന്ന അവസ്ഥയിലായിരുന്നു കാര്യങ്ങൾ. ഗോൾ ശരാശരിയിൽ ബ്രസീലിനെ മറികടന്ന് ഗ്രൂപ്പ് ജേതാക്കളാകുവാൻ അർജന്റീനയ്ക്കു അത്തരമൊരു വിജയം അനിവാര്യമായിരുന്നു. ബ്രസീലിനോട് 3-0 നും പോളണ്ടിനോട് 1-0 നും മാത്രം തോറ്റ പെറു അർജന്റീനയ്ക്കു മുന്നിൽ അത്രയും വലിയ മാർജിനിൽ തോല്ക്കുവാൻ ഒരു സാദ്ധ്യതയുമുണ്ടായിരുന്നില്ല. പക്ഷേ, അതു സംഭവിച്ചു. രണ്ടാം പകുതിയുടെ 5-ാം മിനിട്ടിൽ ലെപോൾ ഡോലൂക്ക് 4-ാമത്തെ ഗോൾ നേടിയപ്പോഴേ വിജയം ഉറപ്പാക്കിയ അർജന്റീന രണ്ടു ഗോളുകൾ കൂടി നേടി. ഒരു കാരണവശാലും ഗോൾ ശരാശരിയിൽ പിന്നാക്കം പോവരുതെന്ന ശാഠ്യമായിരിക്കാം കാരണം. ഒരു ഗോളെങ്കിലും തിരിച്ചടിക്കാൻ ഒരു ഘട്ടത്തിലും പെറു തയ്യാറായിരുന്നില്ലെന്നത് പ്രതിരോധത്തിൽ ലേശവും ശ്രദ്ധിക്കാതെയുള്ള അവരുടെ കളി വ്യക്തമാക്കി. ആദ്യ റൗണ്ടിലെ രണ്ടു വിജയവും ഒരു സമനിലയുമായാണ് പെറു രണ്ടാം ഘട്ടത്തിലെത്തിയതെന്ന് ഓർക്കുക.

പെറുവിന്റെ തോല്‌വിക്കു പിന്നാലെ ഒട്ടേറെ ആരോപണങ്ങളുമായി ബ്രസീലിയൻ പത്രങ്ങൾ മുന്നോട്ടുവന്നു. പെറു ഗോൾകീപ്പർ വലേസ്ക്യൂ അർജന്റീനയിൽ ജനിച്ചു വളർന്ന ആളെന്നായിരുന്നു ഒരാരോപണം. ഒരു കപ്പൽ നിറയെ ധാന്യം അർജന്റീനയുടെ പട്ടാള അധികാരികൾ പെറുവിലേക്ക് അയച്ചുകൊടുത്തതായി ഒരു ബ്രിട്ടീഷ് പത്രമെഴുതി. അർജന്റീനയുടെ സെൻട്രൽ ബാങ്ക് ഉപരോധമേർപ്പെടുത്തിയിരുന്ന പെറുവിയൻ ബാങ്കിന്റെ അക്കൗണ്ട് ഇതിനിടെ സാധാരണ നിലയിലാക്കിയത്രെ. പെറുവിന്റെ കളിക്കാരെ കൈക്കൂലി നല്കി വശത്താക്കിയെന്നാണ് കൊളംബിയൻ പത്രങ്ങളെഴുതിയത്. പതിമൂന്ന് ഇടതുപക്ഷ കുറ്റവാളികളെ അർജന്റീന സ്വതന്ത്രരാക്കി സ്വന്തം നാട്ടിലേക്കു മടക്കിയെന്ന മറ്റൊരാരോപണവും പുറത്തു വന്നു. തെളിവുകളുടെ അഭാവത്തിൽ ഒന്നിനും സ്ഥിരീകരണം ലഭിച്ചില്ലെന്നു മാത്രം.

വിവാദങ്ങളുമായാണ് 11-ാം ലോകകപ്പ് ആരംഭിച്ചതു തന്നെ. 1936 ലെ ബർലിൻ ഒളിമ്പിക്സിൽ ഹിറ്റ്ലർ നടത്തിയ രാഷ്ട്രീയ കൈകടത്തലുകളെ അനുസ്മരിപ്പിക്കുന്നതായിരുന്നു അവ. അർജന്റീനയുടെ പട്ടാളം അധികാരം പിടിച്ചെടുത്തതോടെ ആറായിരത്തോളം ആളുകൾ അപ്രത്യക്ഷരായതായി റിപ്പോർട്ടുവന്നു. റിവർ പ്ലേറ്റ് സ്റ്റേഡിയത്തിലെ മത്സരങ്ങ

മരിയോ കെംപസ് - അർജന്റീനയുടെ നിർണ്ണായ ഗോളുമായി ടോപ്പ് സ്കോറർ

ളുടെ ആരവം ഒരു മൈൽ മാത്രം അകലെയുള്ള 'യുദ്ധത്തടവുകാരെ' പാർപ്പിച്ചിരുന്ന കോൺസെൻട്രേഷൻ ക്ലാസിൽ കേൾക്കാമായിരുന്നത്രെ. മത്സരാരംഭത്തിനു മുൻപ് ഹോളണ്ട് അടക്കമുള്ള രാജ്യങ്ങൾ ബഹിഷ്കരണം നടത്തിയേക്കുമെന്ന പ്രചാരണമുണ്ടായി. എല്ലാറ്റിലും വലിയ ആരോപണം അർജന്റീനയുടെ മത്സരങ്ങളെ സംബന്ധിച്ചുള്ളതായിരുന്നു. ഗ്രൂപ്പിലെ മറ്റ് മത്സരങ്ങൾക്കൊപ്പിച്ചായിരുന്നില്ല അർജന്റീനയുടെ. മൂന്നു ദിവസങ്ങളിലും മത്സരം ഉച്ചകഴിഞ്ഞ് 2.30 നും അർജന്റീനയുടേത് കളി വൈകുന്നേരം 7.15 നുമാണ് തീരുമാനിച്ചത്. ഇത് ആദ്യകളിയുടെ ഫലമറിഞ്ഞു കളിക്കുവാൻ അർജന്റീനയ്ക്കു അവസരം നല്കുന്നതായിരുന്നു എന്ന ആരോപണമാണുയർന്നത്.

മാറിമറിഞ്ഞ മത്സരഫലങ്ങളും പതിനൊന്നാം ലോകകപ്പിന്റെ സവിശേഷതയായിരുന്നു. ലോകചാമ്പ്യന്മാരായ പശ്ചിമജർമ്മനിയെ മറികടന്ന് പോളണ്ട് ഗ്രൂപ്പ് ജേതാക്കളായത് അപ്രതീക്ഷിതമായിരുന്നു. ഏറ്റവും വലിയ വിസ്മയം ഗ്രൂപ്പ് മൂന്നിലായിരുന്നു. സ്പെയിനിനെയും സ്വീഡനെയും തോല്പിച്ച് ബ്രസീലുമായി സമനില പാലിച്ച് ഓസ്ട്രിയ ഗ്രൂപ്പ് ജേതാക്കളായത് ഏവരെയും അത്ഭുതപ്പെടുത്തി. ബ്രസീലും സ്വീഡനും തമ്മിലുള്ള സമനിലയിൽ പിരിഞ്ഞ കളിയിൽ അവസാന സെക്കന്റിൽ ബ്രസീലിനു ലഭിച്ച കോർണർകിക്ക് സീക്കോ മനോഹരമായൊരു പ്ലെയ്സിങ്ങിലൂടെ ഗോൾവലയത്തിലാക്കിയിരുന്നു. സീക്കോയുടെ കാൽ പന്തിൽ തൊട്ട നിമിഷംതന്നെ റഫറി ക്ലൈവ് തോമസ് അവസാന വിസിൽ മുഴക്കുകയും ചെയ്തു. ഗോൾ അനുവദിക്കപ്പെടുകയുണ്ടായില്ല. മത്സരം 1-1 ന് സമനിലയിൽ.

ഫൈനലിനു തൊട്ടു മുൻപുണ്ടായി വിവാദം. 70,000 കാണികൾ കളി കാണാൻ അക്ഷമരായിരിക്കെ ഹോളണ്ട് താരം കെർക്കോഫിന്റെ കണങ്കൈയിലെ പ്ലാസ്റ്ററിന്റെ നിയമസാധുതയെ ചോദ്യം ചെയ്ത് അർജന്റീന

ഗ്രൗണ്ടിലിറങ്ങാൻ വിമ്മസതിച്ചത് മനഃപൂർവ്വം കളി താമസിപ്പിക്കാൻ വേണ്ടിയാണെന്ന് ഹോളണ്ട് ആരോപിച്ചു. അർജന്റീനയുടെ കോച്ച് സീസർ മെനോറ്റി അർജന്റീനയുടെ തന്ത്രങ്ങളെപ്പറ്റി പറയുമ്പോൾ ഹോളണ്ടിനെ കണക്കിനു പരിഹസിക്കുകയും ചെയ്തു. കായികക്കരുത്തിൽ അവർ മുന്നിലാണെങ്കിലും പന്ത് ആരുടെ പക്കലാണോ അവർ വിജയം നേടും എന്നു പറഞ്ഞുകൊണ്ട് സീസർ കൂട്ടിച്ചേർത്തു:

> ഹോളണ്ടിന്റെ ടോട്ടൽ ഫുട്ബോളിന് കൃത്യമായ ഒരു മറുപടി ഒരു പക്ഷേ, ഞങ്ങളുടെ പക്കലുണ്ടാവില്ല. പക്ഷേ, പന്തു തൊട്ടിട്ടു വേണ്ടേ അവർ ഗോളടിക്കാൻ. തുടക്കം മുതൽ ഞങ്ങൾ ആക്രമിച്ചു കളിക്കും..

മരിയോ കെംപസ് ആദ്യപകുതിയുടെ 37-ാം മിനിട്ടിൽ നേടിയ ഗോളിന് അർജന്റീന മുന്നിലെത്തുകയും 82-ാം മിനിട്ടുവരെ ലീഡ് തുടരുകയും ചെയ്തു. ഡിക്ക് നന്നിഗ കളി അവസാനിക്കാൻ എട്ടു മിനിട്ട് അവശേഷിക്കെ സമനില ഗോൾ നേടിയതോടെ കളി അധികമയത്തേക്കു നീണ്ടു. അധികസമയത്തിന്റെ 14-ാം മിനിട്ടിൽ ടൂർണമെന്റിലെ ടോപ് സ്കോററായ കെംപസ് ഫൈനലിലെ തന്റെ രണ്ടാമത്തെ ഗോളുമായി ആതിഥേയരെ വീണ്ടും മുന്നിലെത്തിച്ചു. ഡാനിയർ ബെർട്ടോണി കളി തീരാൻ അഞ്ചുമിനിട്ടുള്ളപ്പോൾ മൂന്നാം ഗോൾ നേടി അർജന്റീനയുടെ വിജയമുറപ്പിച്ചു (3-1). ചരിത്രം ഒരിക്കൽക്കൂടി ബ്യൂനസ് അയേഴ്സ് സ്റ്റേഡിയത്തിൽ ആവർത്തിച്ചു. ഉറുഗ്വേ, ഇറ്റലി, ഇംഗ്ലണ്ട്, പശ്ചിമജർമ്മനി എന്നിവർക്കുശേഷം സ്വന്തം മണ്ണിൽ കിരീടം നേടുന്ന 5-ാമത്തെ ടീമായി അർജന്റീന. ഡാനിയൽ പാസറെല്ല ലോക കിരീടം സ്വീകരിക്കുമ്പോൾ രണ്ടാം സ്ഥാനക്കാരായ ഹോളണ്ട് സമ്മാനദാനച്ചടങ്ങിനുണ്ടായിരുന്നില്ല. ഫൈനലിലേറ്റ തുടർച്ചയായ രണ്ടാമത്തെ തോല്വി ദുഃഖകരമായിരുന്നെ

അർജന്റീനയുടെ ആദ്യ ലോകകപ്പ്

ങ്കിലും മനസ്സിനെ മുറിവേല്പിച്ചത് ടൂർണമെന്റിലെ വിവാദങ്ങളും ആരോപണങ്ങളുമൊക്കെയായിരുന്നു. അതു കാരണമുള്ള വിട്ടുനില്ക്കൽ. അസുഖകരമായ അന്തരീക്ഷത്തിൽ തുടങ്ങിയ പതിനൊന്നാം ലോകകപ്പ് അങ്ങനെ അസുഖകരമായ അന്തരീക്ഷത്തിൽ തന്നെ അവസാനിച്ചു.

ഫൈനൽ - 25, ജൂൺ 1978, ബ്യൂനസ് അയേഴ്സ്

അർജന്റീന - ഹോളണ്ട്
അർജന്റീനയ്ക്ക് ജയം 3-1 (എക്സ്ട്രാ ടൈം)
അർജന്റീനയ്ക്ക് ആദ്യ ലോകകപ്പ് കിരീടം

അർജന്റീനയുടെ പാരമ്പര്യവേഷമണിഞ്ഞ 'ഗൗചിറ്റോ' എന്ന ആൺകുട്ടിയായിരുന്നു അർജന്റീന ലോകകപ്പിന്റെ ഭാഗ്യചിഹ്നം. ഭാഗ്യം തീർച്ചയായും അർജന്റീനയെ തുണയ്ക്കുകയും ചെയ്തു. ആകെയുള്ള ഏഴുകളികളിൽ അഞ്ചിൽ മാത്രം വിജയം കണ്ട ആദ്യ ലോകകപ്പ് ജേതാക്കളായി അർജന്റീന. ചാമ്പ്യൻഷിപ്പിലുടനീളം വിവാദങ്ങൾ അവരെ പിന്തുടരുകയും ചെയ്തു. ആകെ ഗോളിന്റെ എണ്ണം നൂറ് കടന്ന മൂന്നാമത്തെ ലോകകപ്പായിരുന്നു ഇത്. 38 കളികളിൽ 63 കളിക്കാരുടേതായി 102 ഗോളുകൾ. ഗോൾ ശരാശരി 2.68. ആറു ഗോൾ നേടിയ അർജന്റീനയുടെ മരിയോ കംപസ് ടോപ് സ്കോററും ഗോൾഡൻ ബൂട്ട് പുരസ്കാര ജേതാവുമായി.

മികവുകൾ

ഗോൾഡൻ ബൂട്ട്	മരിയോ കെംപസ് (അർജന്റീന)
മികച്ച യുവതാരം	അന്റോണിയോ കാബ്റിനി (പെറു)
ഫിഫ ഫെയർപ്ലേ	അർജന്റീന

രണ്ടാം സ്ഥാനം രണ്ട് പേർക്ക്. അഞ്ചു ഗോളുകൾ വീതം നേടിയ ഹോളണ്ടിന്റെ റോബ് റെൻസൻബ്രിങ്ക്, പെറുവിന്റെ ടോഫിലോ കുബില്ലാസ് എന്നിവർ. അർജന്റീനയ്ക്ക് ഫൈനലിലേക്ക് വഴി തുറന്ന മത്സരത്തിൽ പെറുവിനെതിരെ നേടിയ വിജയവും (6-0) ഗ്രൂപ്പ് രണ്ടിൽ മെക്സിക്കോയ്ക്കെതിരെ പശ്ചിമ ജർമ്മനി നേടിയ വിജയവും (6-0) വലിയ മാർജിൻ വിജയങ്ങളായി. കൂടുതൽ ഗോളുകൾ സ്കോർ ചെയ്യപ്പെട്ട കളികളിൽ ഇവയ്ക്കൊപ്പം ഓസ്ട്രിയക്കെതിരെ ഹോളണ്ട് നേടിയ 5-1 ന്റെ വിജയവും ഉൾപ്പെടുന്നു. മികച്ച യുവതാരത്തിനുള്ള പുരസ്കാരം പെറുവിന്റെ അന്റോണിയോ കാബ്റിനി നേടി. ഫിഫായുടെ ഫെയർപ്ലേ പുരസ്കാരം അർജന്റീനയ്ക്കു ലഭിച്ചു.

ESPAÑA 82

പന്ത്രണ്ടാം ലോകകപ്പ്
സ്പെയിൻ - 1982
13, ജൂൺ - 11 ജൂലൈ

കൂടെ കൊണ്ടുപോകാൻ യൂൾ റിമേകപ്പ് ഇല്ലായിരുന്നെങ്കിലും ലോകജേതാക്കളാവുക പശ്ചിമ ജർമ്മനിയോ ഇറ്റലിയോ എന്ന ആകാംക്ഷയായിരുന്നു സ്പെയിൻ ആതിഥേയത്വം നല്കിയ 12-ാം ലോകകപ്പിന്റെ അവസാന ദിവസം മാഡ്രിഡിലെ സാന്റിയാഗോ സ്റ്റേഡിയത്തിൽ തിങ്ങി നിറഞ്ഞിരുന്ന ഫുട്ബോൾ പ്രേമികളുടെ മുഖത്ത്. ഇരുവർക്കും മുൻപ് ഓരോ അവസരം ലഭിച്ചിരുന്നെങ്കിലും കിരീടം അകന്നു നിന്നു. ഇംഗ്ലണ്ട് (1966) ലോകകപ്പിൽ ജർമ്മനിയുടേത് രണ്ടാമത് അവസരമായിരുന്നെങ്കിൽ മെക്സിക്കോയിൽ (1970) ഇറ്റലിക്ക് നഷ്ടമായത് യൂൾറിമേ കപ്പ് തന്നെയായിരുന്നു. 12-ാം ലോകകപ്പിലെത്തുമ്പോൾ ആ ചോദ്യത്തിന് പ്രസക്തിയില്ലെങ്കിലും ബ്രസീലിനുശേഷം മൂന്ന് ലോകകപ്പുകൾ ആർക്ക് എന്ന ഉദ്വേഗം നിറഞ്ഞ ആവേശകരമായ ഫൈനൽ മത്സരത്തിനാണ് വേദിയൊരുക്കിയത്.

ലോകകപ്പിന്റെ വാതായനങ്ങൾ ലോകത്തിനാകെ തുറന്നു കൊടുക്കുകയായിരുന്നു. എസ്പാന ടീമുകളുടെ എണ്ണം 16 ൽ നിന്ന് 24 ആയി ഉയർത്തപ്പെട്ടതോടെ ആഫ്രിക്കയിൽനിന്നും ഏഷ്യയിൽനിന്നുമുള്ള കൂടുതൽ ടീമുകൾക്ക് ലോകകപ്പിൽ കളിക്കുന്നതിന് അവസരം ലഭിച്ചു. ആകെ കളികൾ 38 ൽ നിന്ന് 52 ആയി ഉയർന്നു. എല്ലാ കോൺഫെഡറേഷനുകൾക്കും അർഹമായ പ്രാതിനിദ്ധ്യം ലഭിച്ചുവെന്നത് എസ്പാനയുടെ സവിശേഷതയായിരുന്നു. 14 യൂറോപ്യൻ ടീമുകൾ ഫൈനൽ റൗണ്ടിലേക്ക് യോഗ്യത നേടി. അതും പുതിയ കഥ. കളികളുടെ എണ്ണത്തിലുണ്ടായ വർദ്ധനവ് ആറു ലക്ഷത്തോളം കാണികളെയാണ് കൂടുതലായി ഗാലറികളിൽ എത്തിച്ചത്. മാഡ്രിഡിലും ബാഴ്സിലോണയിലുമടക്കം മേലേക്കിടയിലുള്ള 17 സ്റ്റേഡിയങ്ങൾ എസ്പാനയ്ക്കായി ഒരുക്കി. ചില

പ്രമുഖ ടീമുകൾക്ക് യോഗ്യതാ മത്സരഘട്ടം കടന്നുകൂടാനായില്ലെന്നത് തിരിച്ചടിയായെങ്കിലും കളികളുടെ നിലവാരത്തെ അതു ബാധിച്ചില്ല. കഴിഞ്ഞ രണ്ടു ലോകകപ്പുകളിലെയും രണ്ടാം സ്ഥാനക്കാരായ ഹോളണ്ട് ഫൈനൽ റൗണ്ടിൽ നിന്നു പുറത്തായത് വലിയ ഞെട്ടലുളവാക്കി. മെക്സിക്കോയ്ക്കും സ്വീഡനും ഹോളണ്ടിന്റെ വിധിയായിരുന്നു.

ടൂർണമെന്റ് ഘടനയ്ക്ക് 12-ാം ലോകകപ്പിൽ കാര്യമായ മാറ്റങ്ങളാണുണ്ടായത്. റൗണ്ട് റോബിൻ അടിസ്ഥാനത്തിലുള്ള ആദ്യ റൗണ്ടിൽ നാലു ടീമുകളടങ്ങുന്ന ഗ്രൂപ്പുകളുടെ എണ്ണം ആറായി ഉയർന്നു. കൂടുതൽ പോയിന്റുകൾ നേടുന്ന ആദ്യ രണ്ടു ടീമുകൾ അടുത്ത ഘട്ടത്തിലേക്ക് യോഗ്യത നേടും. രണ്ടാം റൗണ്ടിലെത്തുന്ന 12 ടീമുകളെ വീണ്ടും മൂന്നു ടീമുകൾ വീതമുള്ള നാലു ഗ്രൂപ്പുകളായി തിരിച്ച് ലീഗടിസ്ഥാനത്തിൽ മത്സരിപ്പിക്കും. ഓരോ ഗ്രൂപ്പിൽനിന്നുമുള്ള വിജയികൾ നേരിട്ട് സെമി ഫൈനലിൽ. പിന്നെ രണ്ടു സെമിഫൈനലുകൾ, ഒരു ലൂസേഴ്സ് ഫൈനൽ, ഒടുവിൽ ഫൈനലും.

ആദ്യ റൗണ്ട് - ഒന്നും രണ്ടും സ്ഥാനക്കാർ

ഗ്രൂപ്പ് - 1	പോളണ്ട് (4), ഇറ്റലി (3)
ഗ്രൂപ്പ് - 2	പശ്ചിമ ജർമ്മനി (4), ഓസ്ട്രിയ (4)
ഗ്രൂപ്പ് - 3	ബൽജിയം (5), അർജന്റീന (4)
ഗ്രൂപ്പ് - 4	ഇംഗ്ലണ്ട് (6), ഫ്രാൻസ് (3)
ഗ്രൂപ്പ് - 5	വടക്കൻ അയർലണ്ട് (4), സ്പെയിൻ (3)
ഗ്രൂപ്പ് - 6	ബ്രസീൽ (6), സോവിയറ്റ് യൂണിയൻ (3)

ലോകകപ്പ് ചരിത്രത്തിലെ കരുതിക്കൂട്ടിയുള്ള ഏറ്റവും വലിയ അട്ടിമറി നടന്നത് ഗ്രൂപ്പ് രണ്ടിലായിരുന്നു. രണ്ടാം ഗ്രൂപ്പിലെ ആദ്യ ദിവസം യൂറോപ്യൻ ചാമ്പ്യന്മാരായ പശ്ചിമ ജർമ്മനിക്കെതിരെ നവാഗതരായ അൾജീരിയ 2-1 ന്റെ വിജയം നേടിയിരുന്നു. പശ്ചിമ ജർമ്മനിയുടെ ഓസ്ട്രിയയ്ക്കെതിരെയുള്ള അവസാന മത്സരം ഒത്തുകളിച്ചുവെന്ന പരാതി അതേത്തുടർന്നുണ്ടായി. ഓസ്ട്രിയയും അൾജീരിയയും ഈ രണ്ട് കളികൾ ജയിച്ചു നില്ക്കുന്നു. പശ്ചിമ ജർമ്മനി - ഓസ്ട്രിയ മത്സരത്തിൽ ജർമ്മനി ഒന്നോ രണ്ടോ ഗോളിന് ജയിച്ചാൽ പശ്ചിമ ജർമ്മനിയും ഓസ്ട്രിയയും രണ്ടാം റൗണ്ടിലെത്തും. വിജയം അതേക്കാൾ കൂടിയ മാർജിനിലാണെങ്കിൽ ഓസ്ട്രിയയെ മറികടന്ന് അൾജീരിയ അടുത്ത റൗണ്ടിലെത്തും. ഓസ്ട്രിയയുടെ വിജയമോ സമനിലയോ ആണെങ്കിൽ പശ്ചിമ ജർമ്മനി പുറത്താകും. ഹോഴ്സ്റ്റ് ഹ്റുബേഷിന്റെ

10-ാം മിനിട്ട് ഗോളിന് ജർമ്മനി മുന്നിലെത്തിയതോടെ അവശേഷിച്ച എൺപതുമിനിട്ടുനേരം അലക്ഷ്യമായി അങ്ങോട്ടുമിങ്ങോട്ടും പന്തടിച്ച് കളി മുഴുമിപ്പിക്കുവാൻ ഇരുടീമുകളും മനപൂർവ്വം ശ്രമിച്ചത് ഗാലറിയെ പ്രകോപിപ്പിച്ചു. അൾജീരിയൻ കാണികൾ ഇരുടീമുകൾക്കുമെതിരെ ഗോബാക്ക് വിളിച്ചു. ജർമ്മനിയുടെയും ഓസ്ട്രിയയുടെയും ആരാധകർ പോലും കോപംകൊണ്ട് അലറി വിളിച്ചു. ഒരു ജർമ്മൻ ആരാധകൻ ജർമ്മനിയുടെ പതാക കത്തിച്ച് രോഷം കൊണ്ടു. അൾജീരിയ പരാതിപ്പെട്ടുവെങ്കിലും കളിയുടെ ഫലം മാറ്റിയെഴുതുവാൻ ഫിഫയ്ക്ക് ആവില്ലല്ലോ.

ഗ്രൂപ്പ് മൂന്നിൽ നിലവിലുള്ള ചാമ്പ്യന്മാരായ അർജന്റീനയ്ക്കെതിരെ ബൽജിയം നേടിയ ഏകഗോളിന്റെ വിജയം മറ്റൊരു അട്ടിമറിയായിരുന്നു. ബാർസലോണയുടെ സ്വന്തം ഗ്രൗണ്ടായ ക്യാമ്പ് നൂ സ്റ്റേഡിയത്തിൽ ക്ലബ്ബിന്റെ പുതിയ താരം ഡിഗോ മറഡോണയുടെ കളികാണാനെത്തിയ ആരാധകർ നിരാശരായി. ഹംഗറിയെയും (4-1) എൽസാൽവഡോറിനെയും (2-0) തോല്പിച്ച് ബൽജിയത്തിനൊപ്പം രണ്ടാം റൗണ്ടിലെത്തുവാൻ കഴിഞ്ഞെങ്കിലും അർജന്റീനയുടെ പ്രകടനത്തിൽ അവർ സന്തുഷ്ടരായിരുന്നില്ല. ഗ്രൂപ്പ് അഞ്ചിൽ നവാഗതരായ ഹോണ്ടുറാസ് ആതിഥേയരെ 1-1ന് സമനിലയിൽ തളച്ചതും കാണികൾക്ക് രുചിച്ചില്ല. സ്പെയിൻ വടക്കൻ അയർലണ്ടിനോട് തോല്ക്കുകയും ചെയ്തു (1-0). ഗ്രൂപ്പിൽ വടക്കൻ അയർലണ്ടായിരുന്നു ജേതാക്കൾ. ലോകകപ്പിന്റെ ചരിത്രത്തിലെ ഏറ്റവും പ്രായം കുറഞ്ഞ കളിക്കാരനായ നോർമൻ വൈറ്റ്സൈഡ് അരങ്ങേറിയത് സ്പെയിനിനെതിരെയുള്ള മത്സരത്തിലാണ്. പ്രായം 17 വയസ്സും 41 ദിവസവും.

രണ്ടാം റൗണ്ട് - ഒന്നും രണ്ടും സ്ഥാനക്കാർ

ഗ്രൂപ്പ് എ	പോളണ്ട് (3 പോയിന്റ്)
ഗ്രൂപ്പ് ബി	പശ്ചിമ ജർമ്മനി (3 പോയിന്റ്)
ഗ്രൂപ്പ് സി	ഇറ്റലി (4 പോയിന്റ്)
ഗ്രൂപ്പ് ഡി	ഫ്രാൻസ് (4 പോയിന്റ്)

അനിശ്ചിതത്വം സൃഷ്ടിച്ച് മത്സരഫലങ്ങളെ കാര്യമായി സ്വാധീനിച്ച ഘടനയായിരുന്നു രണ്ടാം റൗണ്ടിലെ നാല് ഗ്രൂപ്പ് മത്സരങ്ങളുടേത്. മൂന്നു ടീമുകളിൽ ഒരു ടീം സെമിയിലെത്തുന്ന ഘടന നിലവാരപരമായി മെച്ചമായിരുന്നതിനൊപ്പം ഓരോ മത്സരത്തിനു മുൻപും ടീമുകളുടെ ചങ്കിടിപ്പ് വർദ്ധിപ്പിച്ചുകൊണ്ടിരുന്നു. മത്സരം കൊഴുപ്പിക്കാൻ മികച്ച ടീമുകൾ തന്നെ രണ്ടാം ഘട്ടത്തിലെത്തി. പശ്ചിമ ജർമ്മനി, ഇംഗ്ലണ്ട്, സ്പെയിൻ എന്നിവരടങ്ങിയ ഗ്രൂപ്പ് ബിയിലും, ഇറ്റലി, ബ്രസീൽ, അർജന്റീന എന്നി

വരടങ്ങിയ ഗ്രൂപ്പ് സിയിലും മരണക്കളികളായിരുന്നു. മൂന്ന് ലോകചാമ്പ്യന്മാർ അടങ്ങിയ ഗ്രൂപ്പ് സിയിലെ മത്സരങ്ങൾ പ്രവചനാതീതമായാണ് മുന്നേറിയത്. മറഡോണയും മരിയോ കെംപസ്സും അടങ്ങുന്ന നിലവിലുള്ള ലോകചാമ്പ്യന്മാരായ അർജന്റീന ഇറ്റലിയോടും (2-1) ബ്രസീലിനോടും (3-1) തോറ്റ് പുറത്തായി. നിർണ്ണായകമായ ഇറ്റലി - ബ്രസീൽ മത്സരത്തിൽ മികച്ചൊരു പോരാട്ടത്തിനുശേഷം പാവ്ലോ റോസിയുടെ ഹാട്രിക്കിന്റെ മാസ്മരികതയിൽ 3-2 ന് ഇറ്റലി ആധിപത്യം നേടുകയായിരുന്നു. ബ്രസീലും തോറ്റു പുറത്തായി. ഒരു ഫൈനൽ മത്സരത്തിന്റെ പ്രതീതി ജനിപ്പിച്ച ഐതിഹാസിക ഏറ്റുമുട്ടലായിരുന്നു അത്.

സെമിഫൈനൽ

1.	ഇറ്റലി - പോളണ്ട്	ഇറ്റലിക്ക് ജയം	2-0
2.	പശ്ചിമജർമ്മനി - ഫ്രാൻസ്	3-3 എക്സ്ട്രാ ടൈം പെനാൽൽറ്റി 5-4	8-7
	മൂന്നാം സ്ഥാനം		
	പോളണ്ട് - ഫ്രാൻസ്	പോളണ്ടിനു ജയം	3-2

മൂന്നു ദിവസം കഴിഞ്ഞു നടന്ന ആദ്യ സെമി ഫൈനലിൽ പാവ്ലോ റോസിയുടെ ഇരട്ട ഗോളിൽ പോളണ്ടിനെതിരെ അനായാസ വിജയം നേടിയ (2-0) ഇറ്റലി അന്നുരാത്രിയിൽ നടന്ന രണ്ടാം സെമിഫൈനലിന്റെ ഫലത്തിനായി കാത്തു. ഫൈനലിൽ എതിരാളിയായി ഫ്രാൻസ് എത്തണമെന്നതായിരുന്നു ഇറ്റലിയുടെ ആഗ്രഹം. ലോകകപ്പിൽ അതുവരെയുള്ള ഫ്രാൻസിന്റെ മികച്ച സ്ഥാനം 1958 ലെ ലോകകപ്പിൽ മൂന്നാമതെത്തിയതായിരുന്നു. അവർ ഫൈനലിൽ തങ്ങളെ തോല്പിച്ച് ജേതാക്കളായിക്കൊള്ളട്ടെ എന്ന സൗമനസ്യമായിരുന്നില്ല കാരണം. പശ്ചിമജർമ്മനിക്ക് മൂന്നാം കിരീട വിജയം നിഷേധിക്കുകയായിരുന്നു ലക്ഷ്യം. രണ്ടാം സെമിഫൈനൽ ലോകകപ്പ് ചരിത്രത്തിലെ ആദ്യ പെനൽറ്റി ഷൂട്ടൗട്ടിലാണ് അവസാനിച്ചത്. ലിറ്റ് ബാർസ്കിയിലൂടെ തുടങ്ങി ഫിഷറിൽ അവസാനിച്ച പശ്ചിമ ജർമ്മനിയുടെ മൂന്നു ഗോളുകൾക്കു മറുപടിയായി പ്ലാറ്റിനിൽ തുടങ്ങി ഗിരേസ്സയിൽ അവസാനിച്ച ഫ്രാൻസിന്റെ മൂന്നു ഗോളുകൾ എത്തിയപ്പോൾ അധികസമയത്തെ കളിയും കഴിഞ്ഞിരുന്നു. പിന്നീട് പെനാൽറ്റി ഷൂട്ടൗട്ട്. ഇറ്റലിയുടെ പ്രതീക്ഷകളെ അസ്ഥാനത്താക്കി 5-4 ന് പെനാൽറ്റിയിൽ ഫ്രാൻസിനെ മറികടന്ന് പശ്ചിമ ജർമ്മനി ഫൈനലിൽ ലോകകപ്പിന്റെ ചരിത്രത്തിൽ ഒരൊറ്റക്കളിയിൽ വീഴുന്ന ഏറ്റവുമധികം ഗോളുകൾ എന്ന റിക്കോർഡും രണ്ടാം സെമിയിൽ പിറന്നു- ആകെ 15 ഗോളുകൾ.

ടൂർണ്ണമെന്റിന്റെ താരം - പാവ്ലോ റോസി (ഇറ്റലി)

ഫൈനൽ അമിതമായ ആവേശമില്ലാതെ കടന്നുപോയി എന്നു പറയാം. ഗോൾരഹിതമായ ആദ്യപകുതിക്കുശേഷം നാലുഗോളുകൾ വീണ രണ്ടാം പകുതിയിൽ മൂന്നെണ്ണവും ഇറ്റലിയാണ് നേടിയത്. ആദ്യ പകുതിയിൽ അന്റോണിയോ കബ്രീനിയെടുത്ത പെനാൽറ്റികിക്ക് വെളി യിലേക്ക് പോകുന്നതുകണ്ട് അന്തംവിട്ടുനിന്ന ഇറ്റലിയോട് സഹതപിക്കു വാനേ കഴിയുമായിരുന്നുള്ളൂ. ജന്റലിന്റെ ഉയർന്നുവന്ന ക്രോസ് മികച്ച ഹെഡ്ഡിലൂടെ ഗോളാക്കി രണ്ടാം പകുതിയുടെ 12-ാം മിനിട്ടിലാണ് പാവ്ലോ റോസി തുടക്കമിട്ടത്. 24-ാം മിനിട്ടിൽ ടാർഡെല്ലിയും 36-ാം മിനിട്ടിൽ അൽതോബേല്ലിയും തുടരെ ഗോൾ വലയം ചലിപ്പിച്ചതോടെ പശ്ചിമ ജർമ്മനി മൂന്നാം ലോകകപ്പ് കിരീടം എന്ന മോഹം കൈവിട്ടു. കളി അവ സാനിക്കാൻ ഒൻപതു മിനിട്ടുമാത്രമാണല്ലോ അവശേഷിച്ചിരുന്നത്. ബ്രീറ്റ്നറിലൂടെ ഒരാശ്വാസ ഗോൾ. അതുമാത്രാണ് ആ സമയത്തിനു ള്ളിൽ സംഭവിച്ചത് 3-1 ന് പശ്ചിമ ജർമ്മനിയെ നിഷ്പ്രഭരാക്കിക്കൊണ്ട് ലോകകപ്പ് കിരീടം മൂന്നാം തവണ ഇറ്റലിയുടെ കൈകളിലെത്തി. നായ കൻ ഡിനോ സോഫ് അഭിമാനപൂർവ്വം അത് കൈകളിലേറ്റു വാങ്ങി. ആ അഭിമാനമുഹൂർത്തം സോഫ് ശരിക്കും അർഹിച്ചിരുന്നു. രണ്ടാം ഗ്രൂപ്പിൽ ബ്രസീലിനെതിരെയുള്ള കളിയുടെ അവസാന നിമിഷം ഓസ്കർ തൊടുത്തുവിട്ട കാർപെറ്റ് ഷോട്ട് അത്ഭുതകരമായി രക്ഷപ്പെ

ടുത്തി ഇറ്റലിയെ സെമിയിലെത്തിച്ചത് സോഫിന്റെ കൈകളായിരുന്നു. ഗോൾ വീണിരുന്നുവെങ്കിൽ സമനിലമാത്രം മതിയാകുമായിരുന്ന ബ്രസീൽ ആയിരുന്നു സെമിയിൽ കടക്കുക.

ഫൈനൽ - 11, ജൂലൈ 1982 മാഡ്രിഡ്

ഇറ്റലി - പശ്ചിമ ജർമ്മനി
ഇറ്റലിക്ക് വിജയം 3-1
ഇറ്റലിക്ക് മൂന്നാം ലോകകപ്പ് കിരീടം

പുതിയൊരു ചരിത്രം ഇറ്റലിയുടെ മൂന്നാം വിജയത്തോടൊപ്പം എഴുതിച്ചേർക്കപ്പെട്ടു. ആദ്യ റൗണ്ടിൽ ഒറ്റ മത്സരവും ജയിക്കാതെ കിരീടം നേടുന്ന ആദ്യ ടീം. മൂന്നു സമനിലകളുമായി ഗ്രൂപ്പിൽ രണ്ടാം സ്ഥാനക്കാരായാണ് ഇറ്റലി രണ്ടാം റൗണ്ടിലെത്തുന്നത്. ഏഴുകളിൽ നിന്ന് ആകെ 12 ഗോൾ മാത്രം. കിരീടം നടുന്ന ടീമിന്റെ ഏറ്റവും താണ ഗോൾ ശരാശരിയും.

100 കളിക്കാർ നേടിയ 146 ഗോളുകൾ ലോകകപ്പിൽ അതുവരെയുള്ളതിൽ ഏറ്റവും മികച്ചതായിരുന്നു. ഗോൾ ശരാശരി 2.81. രണ്ടാം സെമിഫൈനലിലെ 15 ഗോളുകൾ കഴിഞ്ഞാൽ ഏറ്റവും കൂടുതൽ ഗോളുകൾ സ്കോർ ചെയ്യപ്പെട്ടത് ആദ്യറൗണ്ടിന്റെ മൂന്നാം ഗ്രൂപ്പിൽ എൽസാൽവഡോറിനെതിരെ ഹംഗറി വിജയം നേടിയ കളിയിലായിരുന്നു - 11 ഗോളുകൾ. ഹംഗറിയുടെ വിജയം 10-1 ന്. 146 ഗോളുകൾ ആകെ സൃഷ്ടിക്കപ്പെ

3-ാം ലോകകപ്പ് വിജയവുമായി ഇറ്റലി

ട്ടുവെങ്കിലും വ്യക്തിഗത നേട്ടങ്ങളിൽ ആനുപാതികമായി അതു പ്രത്യക്ഷപ്പെട്ടില്ല. ആറു ഗോളുകളുമായി പാവ്ലോ റോസി ടോപ് സ്കോററായി ഗോൾഡൻ ബൂട്ട് - ഗോൾഡൻ ബോൾ പുരസ്കാരങ്ങൾ നേടി. അഞ്ചു ഗോളുകൾ നേടിയ പശ്ചിമ ജർമ്മനിയുടെ റുമ്മനിഗേ രണ്ടാം സ്ഥാനത്തെത്തി. മറ്റു ചില താരങ്ങളുടെ വ്യക്തിഗത നേട്ടങ്ങളിലേക്ക് എത്തുന്നത് കൗതുകകരമാവും. സീക്കോ നാലു ഗോളുമായി മൂന്നാമതെത്തിയപ്പോൾ ഈരണ്ടു ഗോളുകൾ വീതം ഡിയാഗോ മറഡോണയും സോക്രട്ടീസും മിഷേൽ പ്ലാറ്റിനിയും നേടി. ഫെയർ പ്ലേക്കുള്ള ഫിഫ ട്രോഫി ബ്രസീലിന്.

അഭിമാന മുഹൂർത്തം ഫിഫ കപ്പുമായി ഇറ്റലിയുടെ നായകൻ ഡിനോ സോഫ്

മികവുകൾ

ഗോൾഡൻ ബൂട്ട്	പാവ്ലോ റോസി (ഇറ്റലി)
ഗോൾഡൻ ബോൾ	പാവ്ലോ റോസി (ഇറ്റലി)
മികച്ച യുവതാരം	മാനുവൽ അമറോസ് (ഫ്രാൻസ്)
ഫിഫ ഫെയർ പ്ലേ	ബ്രസീൽ

പതിമൂന്നാം ലോകകപ്പ് മെക്സിക്കോ 1986

ആയിരത്തിത്തൊള്ളായിരത്തി എൺപത്തിയാറ് മെക്സിക്കോ - 86 കാണികൾക്ക് ഒരുകാഴ്ച വിരുന്നായിരുന്നു. ഓർക്കുന്നില്ലേ ഗാലറികളിലൂടെ പറന്നിറങ്ങിയ മനുഷ്യത്തിരമാലകളുടെ ആകർഷണീയതയും ആവേശവും! പിന്നീട് നടന്ന ഒളിമ്പിക്സുകളും ലോകകപ്പ് ക്രിക്കറ്റ് മത്സരങ്ങളും അടക്കം പല കായികമേളകളിലും ഈ ആവേശത്തിരമാലകൾ ഉയർന്നിരുന്നു- മെക്സിക്കൻ വേവ്. ദൈവത്തിന്റെ കൈകൾ വീഴ്ത്തിയ ആ ഗോളിനെ ലോക കായിക ചരിത്രമെഴുതുമ്പോൾ വിസ്മരിക്കാനാവുമോ? അതോടൊപ്പംതന്നെ നൂറ്റാണ്ടിന്റെ ആ ഗോളിനെയും?

ലോകകപ്പ് ഫുട്ബോൾ മെക്സിക്കോയിലെത്തിയത് രണ്ടാം പ്രാവശ്യമാണ്- 16 വർഷങ്ങൾക്കുശേഷം ലോക ഫുട്ബോൾ ശക്തികളിൽ എണ്ണപ്പെട്ട ടീമായി കരുതപ്പെടുന്ന മെക്സിക്കോക്ക് രണ്ടുപ്രാവശ്യവും അവസാന നാലു ടീമുകളിലെങ്കിലും എത്തുവാൻ കഴിഞ്ഞില്ലെന്ന ദൗർഭാഗ്യം പിന്നീട് ഏഴു ലോകകപ്പുകൾകൂടി പിന്നിട്ടുവെങ്കിലും മെക്സിക്കോയെ പിന്തുടർന്നു. കൊളംബിയയ്ക്ക് അനുവദിച്ച പതിമൂന്നാം ലോകകപ്പ് മത്സരങ്ങൾക്ക് ആതിഥേയത്വം നല്കുന്നതിനുള്ള ഭാഗ്യം മെക്സിക്കോയ്ക്ക് ലഭിക്കുകയായിരുന്നു. പ്രതികൂല രാഷ്ട്രീയ ഘടകങ്ങൾ കൊളംബിയയെ പിന്തിരിയുവാൻ പ്രേരിപ്പിച്ചതും അക്കാര്യം അവർ ഫിഫയെ അറിയിച്ചതും ഏറെ വൈകി 1982 നവംബറിലാണ്. ആറു മാസത്തിനുള്ളിൽ മെക്സിക്കോ വേദിയായി തെരഞ്ഞെടുക്കപ്പെട്ടു പിന്നെ കഷ്ടിച്ച് മൂന്നു വർഷമേ തയ്യാറെടുപ്പുകൾക്കായി അവർക്ക് ലഭിച്ചുള്ളൂ. ലോക മത്സരങ്ങൾ രണ്ടുപ്രാവശ്യം നടത്തുന്ന ആദ്യരാജ്യം എന്ന ബഹുമതി മെക്സിക്കോ നേടിയെടുത്തത് കാനഡയെയും അമേരിക്കയെയും പിന്തള്ളിയാണ്. വലിയൊരു പ്രതിസന്ധിയെ അതിജീവിച്ചാണ് മെക്സി

ക്കോയ്ക്ക് മത്സരങ്ങൾ നടത്തുവാനായത്. ചിലി ലോകകപ്പിനു മുൻപെന്നപോലെ ചാമ്പ്യൻഷിപ്പ് ആരംഭിക്കുന്നതിന് എട്ടുമാസം മാത്രം അവശേഷിക്കെ ഉണ്ടായ വൻ ഭൂകമ്പം മെക്സിക്കോയെ ഉലച്ചു. മത്സരങ്ങൾ മാറ്റി വെക്കേണ്ടിവരുമോ എന്ന ഫിഫയുടെ ഭയം ഇല്ലാതാക്കുവാൻ മെക്സിക്കോയ്ക്ക് കഴിഞ്ഞത് ഒൻപതു നഗരങ്ങളിലായുള്ള 12 സ്റ്റേഡിയങ്ങൾക്ക് വലിയ കേടുപാടുകൾ പറ്റിയില്ലെന്ന കാര്യമായിരുന്നു. തയ്യാറെടുപ്പുകളിൽ മെക്സിക്കോ തെല്ലും അവധാനത കാട്ടിയില്ല. മെക്സിക്കൻ ജനതയുടെയും അധികാരികളുടെയും അർപ്പണവും ആർജ്ജവവും വൻലോകരാഷ്ട്രങ്ങൾക്കു പോലും മാതൃകയായി. പ്രതിസന്ധികൾ ഉലച്ചിട്ടും ഗാലറികളിൽ മെക്സിക്കൻ ആവേശത്തിരകളുയർന്നു.... നിശ്ചയിച്ച സമയത്തുതന്നെ മെക്സിക്കോ നഗരത്തിലെ അസ്ടെക്കാ സ്റ്റേഡിയത്തിൽ പതിമൂന്നാം ലോകകപ്പിന് തുടക്കം കുറിച്ചുകൊണ്ട് പന്തുരുണ്ടു....

മത്സരത്തിന്റെ ഘടനയിൽ പ്രധാനമായ മാറ്റങ്ങളുണ്ടായി. മുൻ ലോകകപ്പിൽ നടപ്പാക്കിയ രണ്ടാം ഘട്ടത്തിലെ ലീഗ് റൗണ്ട് മത്സരങ്ങൾ നോക്കൗട്ട് സ്റ്റേജ് ആയി മാറി. ഫൈനൽ റൗണ്ടിലേക്ക് യോഗ്യത നേടിയ 24 ടീമുകളെ നാലു വീതമടങ്ങുന്ന ആറു ഗ്രൂപ്പുകളാക്കി ലീഗടിസ്ഥാനത്തിൽ മത്സരിക്കുന്ന ആദ്യ റൗണ്ട് നിശ്ചയിച്ചു. ആദ്യ രണ്ടു സ്ഥാനത്തെത്തുന്ന ടീമുകൾക്കും, മൂന്നാം സ്ഥാനക്കാരിലെ മികച്ച നാലു ടീമുകൾക്കും നോക്കൗട്ട് ഘട്ടത്തിലേക്ക് പ്രവേശനം. പിന്നെ ക്വാർട്ടർ ഫൈനലുകൾ, സെമി ഫൈനലുകൾ, ഫൈനൽ. കാനഡയും ഡെന്മാർക്കും ഇറാഖുമായിരുന്നു കന്നിക്കാർ. ദക്ഷിണകൊറിയയും പരാഗ്വേയും പോർച്ചുഗലും ഫൈനൽ റൗണ്ടിൽ തിരിച്ചെത്തിയതോടെ ആദ്യ റൗണ്ട് മത്സരങ്ങളുടെ ക്രമം തയ്യാറായി. മെക്സിക്കൻ കളിക്കാരന്റെ ജഴ്സിയണിഞ്ഞ് മേൽമീശയും തൊപ്പിയും വെച്ചു നില്ക്കുന്ന പിക്യു ആയിരുന്നു 13-ാം ലോകകപ്പിന്റെ ഭാഗ്യ ചിഹ്നം.

ഗ്രൂപ്പ് ഘട്ടം (ലീഗ്) - ഒന്നും രണ്ടും സ്ഥാനക്കാർ

ഗ്രൂപ്പ് എ	അർജന്റീന (5), ഇറ്റലി (4)
ഗ്രൂപ്പ് ബി	മെക്സിക്കോ (5), പരാഗ്വേ (4)
ഗ്രൂപ്പ് സി	സോവിയറ്റ് യൂണിയൻ (5), ഫ്രാൻസ് (5)
ഗ്രൂപ്പ് ഡി	ബ്രസീൽ (6), സ്പെയിൻ (4)
ഗ്രൂപ്പ് ഇ	ഡെന്മാർക്ക് (6), പശ്ചിമജർമ്മനി (3)
ഗ്രൂപ്പ് എഫ്	മൊറോക്കോ (4), ഇംഗ്ലണ്ട് (3)

ദൈവത്തിന്റെ കൈയ്യുമായി
ഡിയോഗോ മറഡോണ

പെലേയ്ക്കു ശേഷം ഫുട്ബോൾ ഇതിഹാസമെന്ന പേരു വീണ ഡിയോഗോ മറഡോണ അർജന്റീനയെ നയിച്ചുകൊണ്ടെത്തുന്നു എന്ന വാർത്ത തന്നെ മെക്സിക്കൻ ഫുട്ബോൾ പ്രേമികളെ ഹരം കൊള്ളിച്ചിരുന്നു. ആദ്യ റൗണ്ടിൽ ബൽജിയത്തിനും (2-1) ഇറാഖിനും (1-0) എതിരെയുള്ള വിജയങ്ങളും പരാഗ്വേയുമായുള്ള സമനിലയും (1-1) മെക്സിക്കോയെ ഗ്രൂപ്പ് ജേതാക്കളായി രണ്ടാംറൗണ്ടിലെത്തിച്ചു. രണ്ടാം റൗണ്ടിലെ ആദ്യ കളിയിൽ ബൾഗേറിയയ്ക്കെതിരെയുള്ള വിജയവുമായി (2-0) ക്വാർട്ടറിലെത്തിയ ആതിഥേയർ പെനാൽറ്റി ഷൂട്ടൗട്ടിലൂടെയാണ് പുറത്താകുന്നത്. ഒരു പെനാൽറ്റി മാത്രം ഗോളാക്കി മാറ്റിയ സ്വന്തം ടീം തോറ്റതിലുള്ള ദുഃഖം കാണികൾ തീർത്തത് അർജന്റീനയുടെ വിജയങ്ങളിൽ ആഹ്ലാദം പ്രകടിപ്പിച്ചുകൊണ്ടായിരുന്നു. പശ്ചിമ ജർമ്മനിയേക്കാളും ഫ്രാൻസിനേക്കാളും അവർക്കിഷ്ടം അർജന്റീനയായി. ആദ്യ റൗണ്ടിൽ വീണ മറഡോണയുടെ ഗോളുകളിൽ അവർ ആർത്തുവിളിച്ചു. ദക്ഷിണ കൊറിയയെ 3-1 നു ബൾഗേറിയയെ 2-0 നും തോല്പിച്ച അർജന്റീന ഇറ്റലിയുമായി സമനില പാലിച്ച് രണ്ടാം റൗണ്ടിലെത്തി. പസ്ക്കല്ലി നേടിയ ഏക ഗോളിന് ഉറുഗ്വേയെ മറികടന്ന് ക്വാർട്ടറിൽ. പിന്നെ ലോക ഫുട്ബോളിലെ അവിസ്മരണീയമായ 'മറഡോണ ഗോളുകൾക്ക്' ഇംഗ്ലണ്ടിനെ തോല്പിച്ച് (2-0) സെമി ഫൈനലിൽ. രണ്ടാം സെമിയിൽ ബൽജിയത്തിനെതിരെ മറഡോണയുടെ ഇരട്ട ഗോളിന്റെ കരുത്തിൽ ഫൈനലിൽ.

രണ്ടാം റൗണ്ട് (നോക്കൗട്ട്)

1.	മെക്സിക്കോ- ബൾഗേറിയ	മെക്സിക്കോയ്ക്ക് ജയം	2-0
2.	ബൽജിയം - സോവിയറ്റ് യൂണിയൻ	ബൽജിയത്തിന് ജയം (എക്സ്ട്രാ ടൈം)	4-3
3.	ബ്രസീൽ - പോളണ്ട്	ബ്രസീലിന് ജയം	4-0

4.	അർജന്റീന - ഉറുഗ്വേ	അർജന്റീനയ്ക്ക് ജയം	1-0
5.	ഫ്രാൻസ് - ഇറ്റലി	ഫ്രാൻസിന് ജയം	2-0
6.	പശ്ചിമ ജർമ്മനി - മൊറോക്കോ	പശ്ചിമജർമ്മനിക്ക് ജയം	1-0
7.	ഇംഗ്ലണ്ട് - പരാഗ്വേ	ഇംഗ്ലണ്ടിന് ജയം	3-0
8.	സ്പെയിൻ-ഡെൻമാർക്ക്	സ്പെയിനിന് ജയം	5-1

ഫ്രാൻസിനെ 2-0 ന് തകർത്ത് പശ്ചിമ ജർമ്മനി അർജന്റീനയെ കാത്തിരിക്കുന്നുണ്ടായിരുന്നു. ഫൈനൽ കളിക്കുവാൻ. പശ്ചിമ ജർമ്മനിയുടെ തുടർച്ചയായ ലോകകപ്പ് ഫൈനൽ. മൂന്നാതൊരിക്കൽ കൂടി ലോകകപ്പ് നേടുന്നതിനുള്ള അവസരം. അർജന്റീനയെപ്പോലെയായിരുന്നില്ല ജർമ്മനിയുടെ തുടക്കം. ഒരു വിജയവും ഒരു തോല്വിയും ഒരു സമനിലയുമായി ഡെൻമാർക്കിനു താഴെയായി പകുതി പോയിന്റ് നേടിയാണ് അവർ രണ്ടാം റൗണ്ടിലെത്തുന്നത്. രണ്ടാം റൗണ്ടിലെ നോക്കൗട്ട് ഘട്ടത്തിൽ മൊറോക്കോയ്ക്കെതിരെ കഷ്ടിച്ച് ഒരു ഗോളിന്റെ വിജയം. മത്തേവൂസിന്റെ ആ ഗോൾ അവിസ്മരണീയം (1-0). ക്വാർട്ടറിൽ മെക്സിക്കോയ്ക്കെതിരെ പെനാൽറ്റി ഷൂട്ടൗട്ട് വരെയെത്തിയ ഒപ്പത്തിനൊപ്പമുള്ള മത്സരം. നിർഭാഗ്യം മെക്സിക്കോയ്ക്ക് ഒപ്പമായിരുന്നതിനാൽ നാല് പെനാൽറ്റികൾ ഗോളിലാക്കുവാൻ പശ്ചിമ ജർമ്മനിക്കായി. സെമിയിൽ അർജന്റീന നേടിയതുപോലെ ഫ്രാൻസിനെതിരെ ആധികാരിക വിജയം (2-0)

ക്വാർട്ടർ ഫൈനൽ

1.	ഫ്രാൻസ് - ബ്രസീൽ	ഫ്രാൻസിന് ജയം (എക്സ്ട്രാ ടൈം (1-1) പെനാൽറ്റി ഷൂട്ടൗട്ട് 4-3	5-4
2.	പശ്ചിമ ജർമ്മനി മെക്സിക്കോ	പശ്ചിമ ജർമ്മനിക്ക് ജയം (എക്സ്ട്രാ ടൈം 0-0) പെനാൽറ്റി ഷൂട്ടൗട്ട് (4-1)	4-1
3.	അർജന്റീന -ഇംഗ്ലണ്ട്	അർജന്റീനയ്ക്ക് ജയം	2-1
4.	ബൽജിയം - സ്പെയിൻ	ബൽജിയത്തിന് ജയം (എക്സ്ട്രാ ടൈം 1-1) പെനൽറ്റിഷൂട്ടൗട്ട് 5-4	6-5

ലോകകപ്പ് ഫുട്ബോളിൽ എന്നെന്നും ഓർമ്മയിൽ നില്ക്കുന്ന മത്സരമാണ് അർജന്റീനയും ഇംഗ്ലണ്ടും തമ്മിലുള്ള മൂന്നാം ക്വാർട്ടർ ഫൈനൽ. ഉറുഗ്വേയ്ക്കെതിരെ കഷ്ടിച്ചു നേടിയ വിജയവുമായി (1-0) ക്വാർട്ടറിലെത്തിയ അർജന്റീനയ്ക്ക് എതിരാളിയായി കിട്ടിയത് പരാഗ്വേയ്ക്കെതിരെ മിന്നുന്ന വിജയവുമായി എത്തിയ ഇംഗ്ലണ്ടിനെയാണ് (3-0). ആ മത്സരത്തിൽ ഗാരിലിനേക്കറിന്റെ ഇരട്ടഗോൾ ഏറെ ശ്രദ്ധിക്കപ്പെട്ടിരുന്നു. എങ്കിലും സെമിയിലേക്കു ഏറെ സാദ്ധ്യത കല്പിക്കപ്പെട്ടിരുന്നത് അർജന്റീനയ്ക്കായിരുന്നു. ഇംഗ്ലണ്ടിന്റെ പ്രതിരോധനിരയുടെ നോട്ടപ്പുള്ളിയായി മാറിയ മറഡോണയെ പൂട്ടാൻ അവർ തീരുമാനിച്ചിരുന്നു. ഗോൾരഹിതമായ ആദ്യ പകുതിക്കുശേഷം ഇടവേളയിൽ ഇംഗ്ലണ്ട് അക്കാര്യത്തിൽ നേടിയ വിജയത്തിൽ സന്തുഷ്ടരായിരുന്നു. ഇംഗ്ലണ്ട് കിരീടം നേടിയ 66 ലെ ലോകകപ്പിന്റെ ആവർത്തനമായിരുന്നു ഈ ക്വാർട്ടർ ഫൈനൽ. അന്നേറ്റ പരാജയത്തിന് (1-0) പകരം വീട്ടുന്നതിനുള്ള ഒരവസരവും പാഴാക്കാൻ പാടില്ലെന്നായിരുന്നു അർജന്റീനയുടെ കോച്ചിന്റെ ഉപദേശം.

നായകനായ മറഡോണ അത് അക്ഷരം പ്രതി പാലിക്കുകയും ചെയ്തു. രണ്ടാം പകുതിയുടെ ആറാം മിനിട്ടിൽ അതു സംഭവിച്ചു. ഇംഗ്ലണ്ടിന്റെ ബോക്സിൽ ഇടതുവിങ്ങിൽനിന്നുള്ള ക്രോസിന് തലവെക്കുന്നതിനിടെ മറഡോണയുടെ കൈയും പ്രവർത്തനനിരതമായി. റഫറിയുടെ കണ്ണിൽപ്പെടാതെ ഇംഗ്ലണ്ടിന്റെ പീറ്റർഷിൽട്ടനെ മറികടന്ന് പന്ത് വലയിൽ കുടുങ്ങി. ഇംഗ്ലണ്ട് പരാതിപ്പെട്ടുവെങ്കിലും റഫറി അംഗീകരിച്ചില്ല. പിന്നീടുള്ള തുറന്ന സമ്മതത്തിനിടയിൽ മറഡോണ പറഞ്ഞു:

നൂറ്റാണ്ടിന്റെ ഗോൾ; മറഡോണ

"മറഡോണയുടെ തലയുടെ ഒരു ഭാഗവും ദൈവത്തിന്റെ കൈയുടെ ഒരു ഭാഗവും ചേർന്നൊരു ഗോൾ."

'ഹാന്റ് ഓഫ് ഗോഡ്' എന്ന പേരിൽ അറിയപ്പെടുന്ന ഗോൾ കണ്ണിൽ നിന്ന് ഒരിക്കലും മായില്ല. നാലു മിനിട്ടിനുശേഷം മറഡോണയുടെ രണ്ടാം ഗോൾ. സംഭവിച്ചതു കാണുവാനുള്ള ഭാഗ്യം അസ്ടെക്കാ സ്റ്റേഡിയം നിറഞ്ഞു കവിഞ്ഞ ഒരു ലക്ഷത്തി പതിനയ്യായിരം കാണികൾക്കും ലോകമെമ്പാടുമുള്ള ടെലിവിഷൻ പ്രേക്ഷകർക്കുമുണ്ടായി. 16 വർഷങ്ങൾക്കു ശേഷം 2002 ൽ "നൂറ്റാണ്ടിന്റെ ഗോൾ" ആയി ഫുട്ബോൾ പ്രേമികൾ തിരഞ്ഞെടുത്ത ഗോളായിരുന്നു അത്. ഗ്രൗണ്ടിന്റെ മദ്ധ്യരേഖയിൽ നിന്ന് ലിനേക്കറും ബേർട്സ്ലിയും എമില്ലോയും മാനുവലും കോളിൻസും അടങ്ങുന്ന ആക്രമണ മദ്ധ്യനിരയിലുള്ളവരെ ചിതറിച്ച് ഒറ്റയ്ക്കു ഡ്രിബിൾ ചെയ്ത പന്തുമായി മുന്നേറിയ മറഡോണ നീട്ടിയടിച്ച പന്തിനു മുൻപിൽ ഒരിക്കൽക്കൂടി പീറ്റർ ഷിൽട്ടന് പിഴച്ചു. 2-0 ന് മുന്നിലായി അർജന്റീനയെ പിടിച്ചു കെട്ടുവാൻ പിന്നെ 25 മിനിട്ടേ ഉണ്ടായിരുന്നുള്ളൂ. ലിനേക്കറിന്റെ ആശ്വാസ ഗോൾ കളിതീരാൻ ഒൻപതു മിനിട്ടുള്ളപ്പോൾ വീണുവെങ്കിലും അർജന്റീന രണ്ടാം കിരീടം എന്ന ലക്ഷ്യവുമായി സെമിയിൽ കടന്നിരുന്നു.

സെമിഫൈനൽ

1.	പശ്ചിമ ജർമ്മനി - ഫ്രാൻസ്	പശ്ചിമ ജർമ്മനിക്ക് ജയം	2-0
2.	അർജന്റീന- ബൽജിയം	അർജന്റീനക്ക് ജയം	2-0
	മൂന്നാം സ്ഥാനം		
	ഫ്രാൻസ് - ബൽജിയം	ഫ്രാൻസിന് ജയം (എക്സ്ട്രാ ടൈം)	4-2

പശ്ചിമ ജർമ്മനിയുടെ മൂന്നാം കിരീട വിജയത്തേക്കാൾ അസ്ടെക്കൊ സ്റ്റേഡിയത്തിലെത്തിയ ലക്ഷം പേർ വരുന്ന കാണികൾക്ക് ഇഷ്ടം അർജന്റീനയുടെ രണ്ടാം കിരീട വിജയമായിരുന്നുവെന്നത് തീർച്ച. മറഡോണയുടെ ക്വാർട്ടർ ഫൈനലിലെ രണ്ടാം ഗോൾ ചരിത്രത്തിന്റെ ഭാഗമായത് ആഘോഷമാക്കിയ കാണികളായിരുന്നു മെക്സിക്കോയിലേത്. സെമിയിൽ ബൽജിയത്തിനെതിരെ മറഡോണ നേടിയ ഗോളുകളും എണ്ണം പറഞ്ഞവയായിരുന്നു. ഒപ്പത്തിനൊപ്പം നില്ക്കുന്ന രണ്ടു ടീമുകൾ തമ്മിലുള്ള ഫൈനലും കാണികൾക്ക് വിഭവസമൃദ്ധമായ വിരുന്നായിരുന്നു. ഗോൾ നേടാൻ മറഡോണയ്ക്ക് കഴിഞ്ഞില്ലെങ്കിലും

അർജന്റീനയുടെ മൂന്നു ഗോളുകളിൽ രണ്ടെണ്ണത്തിന്റെ സൂത്രധാരൻ കുറുകിയ ഈ മനുഷ്യനായിരുന്നു. ആദ്യ പകുതിയിൽ ജോസ് ബ്രൗണിൻ നേടിയ ഏക ഗോളിന്റെയും രണ്ടാം പകുതിയുടെ 10-ാം മിനിട്ടിൽ വൾഡോനയും നേടിയ ഗോൾ മറഡോണയുടെ ചാട്ടുളി കണക്കെയുള്ള ആക്രമണത്തിന്റെ ഫലമായി വീണവയായിരുന്നു. അർജന്റീനയുടെ മൂന്നാം ഗോൾ മുപ്പത്തിയെട്ടാം മിനിട്ടിൽ ജോർജ് ബെറൂച്ചയാണ് നേടിയത്. ജർമ്മനിക്കുവേണ്ടി ആദ്യ ഗോൾ റമ്മിനഗ്ഗേയും രണ്ടാം ഗോൾ വൊള്ളറും നേടി. നേരിയ മാർജിനിൽ പശ്ചിമ ജർമ്മനിക്ക് ലോകകപ്പ് നഷ്ടമാകുന്നത് തുടർച്ചയായി ഇതു രണ്ടാം തവണയാണ്. അർജന്റീനയ്ക്കു വേണ്ടി ഡിയാഗോ മറഡോണ ലോകകപ്പ് കൈനീട്ടി വാങ്ങിയപ്പോൾ സ്റ്റേഡിയം ഇരമ്പുകയായിരുന്നു.

ഫൈനൽ - 29 ജൂൺ 1986 - മെക്സിക്കോ സിറ്റി

അർജന്റീന - പശ്ചിമ ജർമ്മനി
അർജന്റീനയ്ക്ക് വിജയം 3-2
അർജന്റീനയ്ക്ക് രണ്ടാം ലോകകപ്പ് കിരീടം

52 കളികളിൽ 132 ഗോളുകൾ. 82 പേരാണ് ഗോളുകൾ സ്കോർ ചെയ്തത്. ഗോൾ ശരാശരി 2.54. ആറു ഗോളുകളുമായി ഇംഗ്ലണ്ടിന്റെ ഇതിഹാസതാരം ഗാരി ലിനേക്കർ ടോപ്പ് സ്കോററായി. ഗോൾഡൻ ബൂട്ട് പുരസ്കാരവും ലിനേക്കർക്ക്. പിന്നീട് വാഴ്ത്തപ്പെട്ട നൂറ്റാണ്ടിന്റെ ഗോൾ നേടിയ മറ്റൊരിതിഹാസതാരമായ മറഡോണയ്ക്കായിരുന്നു ഗോൾഡൻ ബോൾ പുരസ്കാരം. ബൽജിയത്തിന്റെ എൻസോ സിഫോ മികച്ച യുവതാരമായി.

മികവുകൾ

ഗോൾഡൻ ബൂട്ട്	ഗാരി ലിനേക്കർ (ഇംഗ്ലണ്ട്)
ഗോൾഡൻ ബോൾ	ഡിയാഗോ മറഡോണ (അർജന്റീന)
മികച്ച യുവതാരം	എൻസോ സിഫോ (ബൽജിയം)
ഫിഫ ഫെയർ പ്ലേ	ബ്രസീൽ

ബൽജിയത്തിനുവേണ്ടി സിഫോ രണ്ടു ഗോളുകൾ നേടിയിരുന്നു. ഫിഫാ ഫെയർപ്ലേ ട്രോഫി തുടർച്ചയായ രണ്ടാം പ്രാവശ്യവും ബ്രസീൽ

അർജന്റീനയുടെ രണ്ടാം ലോകകപ്പ് വിജയം

സ്വന്തമാക്കി. അധിക സമയത്തേക്കു നീണ്ട കളിയിൽ ബൽജിയത്തെ 4-2 ന് തോല്പിച്ച് ഫ്രാൻസ് മൂന്നാം സ്ഥാനം നേടി. 1958 നു ശേഷം ഫ്രാൻസിന്റെ രണ്ടാമത്തെ മൂന്നാം സ്ഥാനം. ഒന്നൊഴികെ മൂന്ന് ക്വാർട്ടർഫൈനലുകളിലും തീരുമാനമായത് ഷൂട്ടൗട്ടുകളിലൂടെ ആയിരുന്നുവെന്നത് പതിമൂന്നാം ലോകകപ്പിന്റെ സവിശേഷതയായിരുന്നു. ഗ്രൂപ്പ് സിയിൽ ഹംഗറിക്കെതിരെ സോവിയറ്റ് യൂണിയൻ നേടിയ 6-0 ആണ് വലിയ മാർജിൻ വിജയം. ഏറ്റവും കൂടുതൽ ഗോളുകൾ സ്കോർ ചെയ്യപ്പെട്ടത് പെനാൽറ്റി അടക്കം 11 ഗോളുകൾ - സ്പെയിനും ബൽജിയവും തമ്മിലുള്ള നാലാം ക്വാർട്ടർ ഫൈനലിൽ.

പതിനാലാം ലോകകപ്പ്
ഇറ്റലി 1990
8, ജൂൺ - 8 ജൂലൈ

രണ്ടാമതൊരിക്കൽ ലോകകപ്പ് മത്സരങ്ങൾ ഇറ്റലിയിലേക്കെത്തുമ്പോൾ ഇറ്റലിക്കാർ നിശ്ചയമായും സന്തോഷിച്ചിരിക്കണം. ലോകകപ്പിൽ നാലാമതൊരിക്കൽ കൂടി ആധിപത്യം നേടി ലോകഫുട്ബോളിന്റെ നിറുകയിലെത്തുന്നതിനെ ഓർത്ത്. നിലവാരപരമായി ഒപ്പം നില്ക്കുന്നവരിൽ ബ്രസീൽ മാത്രമേ മൂന്നു വിജയങ്ങളുമായി കൂടെയുള്ളൂ. പശ്ചിമ ജർമ്മനി മൂന്നു തികച്ചിട്ടില്ല. അർജന്റീനയ്ക്കും രണ്ടു വിജയങ്ങളേയുള്ളൂ. ഉറുഗ്വേ എഴുതിത്തള്ളപ്പെട്ടിരിക്കുന്നു. ഇംഗ്ലണ്ടിന് ഒരു വിജയം മാത്രം. ഫ്രാൻസ് ഫൈനൽ ഇതുവരെ കളിച്ചിട്ടില്ല. ഹോളണ്ടിനെയും പേടിക്കേണ്ടതില്ല. പന്ത്രണ്ടാം ലോകകപ്പിലെ ചാമ്പ്യൻ പട്ടത്തിൽനിന്ന് കഴിഞ്ഞ ലോകകപ്പിൽ ക്വാർട്ടർ പോലും കാണാനാവാതെ ആദ്യ നോക്കൗട്ട് ഘട്ടത്തിൽ ഫ്രാൻസിനോട് 2-0ന് തോറ്റ് പുറത്തായതിന്റെ ക്ഷീണം സ്വന്തം മണ്ണിൽ തീർക്കേണ്ടതുണ്ട്.

കിരീടവിജയം ചരിത്രവിജയമാകുമെന്ന തികച്ചും ന്യായമായ പ്രതീക്ഷയിലാണ് ആറു കൊല്ലം മുൻപ് വൻ ഭൂരിപക്ഷത്തോടെ റഷ്യയെ പിന്തള്ളി (അഞ്ചിനെതിരെ പതിനൊന്ന് വോട്ട്) ആതിഥേയത്വ ഭാഗ്യം ഇറ്റലി നേടിയെടുത്തത്. 935 മില്യൺ ഡോളറാണ് അടിസ്ഥാന സൗകര്യങ്ങൾക്കുവേണ്ടി നീക്കിവച്ചത്. ആതിഥേയർ എന്ന നിലയിൽ യോഗ്യതാ റൗണ്ടിനെ വിസ്മരിക്കാം. ഒപ്പം യൂറോപ്പിൽനിന്നു പതിമൂന്നും മറ്റ് നാല് കോൺഫെഡറേഷനുകളിൽനിന്നുള്ള പത്തു ടീമുകളും. കന്നിക്കാരായി കോസ്റ്ററിക്ക, അയർലണ്ട്, യു എ ഇ എന്നിവർ. തിരികെയെത്തിയവർ ഈജിപ്ത്, അമേരിക്ക, റുമേനിയ, കൊളംബിയ എന്നീ ടീമുകൾ. പോയ ലോകകപ്പിന് ആതിഥേയത്വംവഹിച്ച മെക്സിക്കോയെയും ചിലിയെയും അയോഗ്യരാക്കിയപ്പോൾ യോഗ്യതാറൗണ്ട് കടക്കാനാവാതെ പോയ പ്രമു

ഖരുണ്ട്. ഫ്രാൻസ്, ഡെന്മാർക്ക്, പോളണ്ട്, ഹംഗറി എന്നിവർ.

ഗോളുകൾ കൂടുതൽ വീഴുന്നതാണ് നിലവാരത്തിന്റെ അടിസ്ഥാന മെങ്കിൽ ഇറ്റാലിയ - 90 അത്രമെച്ചമായിരുന്നില്ലെന്നു വേണം പറയാൻ. ലോകകപ്പിന്റെ ചരിത്രത്തിലെ ഏറ്റവും കുറഞ്ഞ ഗോൾ ശരാശരിയാണ് ഇറ്റാലിയ 90 ൽ രേഖപ്പെടുത്തപ്പെട്ടത്. വെറും 2.21. അത്രയും കുറവ് പിന്നീടും ഉണ്ടായിട്ടില്ല. 52 കളികളിൽ നിന്ന് വെറും 115 ഗോളുകൾ. പക്ഷേ, ഗാലറിയിൽ കാണികളുടെ എണ്ണം വിജയചിഹ്നമാണെങ്കിൽ ഇറ്റാലിയ-90 വൻവിജയമായിരുന്നു. ശരാശരി അരലക്ഷത്തിനടുത്ത്. 12 വേദിക ളിലും നല്ല തിരക്ക്. ഫൈനലിന് മുക്കാൽലക്ഷത്തോളം കാണികൾ. ടെലി വിഷൻ പ്രേക്ഷകരുടെ കാര്യത്തിലും 14-ാം ലോകകപ്പ് പുതിയ ചരിത്ര മെഴുതി. 26.7 മില്യൺ പ്രേക്ഷകരെന്നാണ് കണക്ക്. മത്സരങ്ങൾ ഹൈഡെ ഫനിഷൻ സാങ്കേതിക വിദ്യയിൽ സംപ്രേഷണം ചെയ്ത ആദ്യ ലോക കപ്പ്. 16 ചുവപ്പു കാർഡുകൾ കളിക്കാർക്ക് 'സമ്മാനിക്കുന്നത്'. ലോക മെമ്പാടുമുള്ള ടെലിവിഷൻ പ്രേക്ഷകരും കണ്ടു. ഇതിൽ ഫൈനലിൽ ചുവപ്പു കാർഡുകണ്ട് പുറത്താകുന്ന ആദ്യ കളിക്കാരനെയും അവർ കണ്ടു - അർജന്റീനയുടെ പെഡ്രോ മൊൺസൻ. ഫെയർപ്ലേ പ്ലീസ് എന്ന് രേഖപ്പെടുത്തിയ ഫെയർപ്ലേ ഫ്ളാഗ് കളികൾക്കു തൊട്ടുമുൻപ് ഉയർത്ത പ്പെടുന്നതിനും പ്രേക്ഷകർ സാക്ഷികളായി.

ടീമുകളുടെ മത്സരക്രമം പ്രഖ്യാപിക്കുന്ന ചടങ്ങ് വേറിട്ടതാക്കി ക്കൊണ്ട് ഇറ്റാലിയ- 90 തിളങ്ങി. പെലേ, ബോബിമൂർ, കാൾഹീൻസ് റുമ്മനിഗ്ഗേ എന്നിവരുടെ സാന്നിദ്ധ്യത്തിൽ ഇറ്റാലിയൻ നടി സോഫിയാ ലോറനും, ഓപ്പറാ ഗായിക ലൂസിയാനയുമാണ് മത്സരക്രമം പ്രഖ്യാപി ച്ചത്. ടുബി നമ്പർ വൺ എന്ന ഔദ്യോഗിക ഗാനത്തിന്റെ ഇറ്റാലിയൻ പരിഭാഷ വേദിയിൽ ദൃശ്യവല്ക്കരിക്കപ്പെട്ടു. 'സിയോ' എന്ന ഭാഗ്യ ചിഹ്നവും വേദിയിൽ അവതരിപ്പിച്ചു.

കളിച്ചു ജയിക്കുക എന്ന കായികധർമ്മത്തിൽനിന്ന് പിന്നാക്കം പോയ ഏറെ കളികൾ ഇറ്റാലിയ - 90 ൽ അരങ്ങേറി. ചാമ്പ്യൻഷിപ്പിന്റെ നിലവാരത്തെ അത് പ്രതികൂലമായി ബാധിക്കുകയും ചെയ്തു. നോക്കൗട്ട് ഘട്ടത്തിൽ കഴിയുമെങ്കിൽ 120 മിനിട്ട് കളിച്ച് പെനാൽറ്റി ഷൂട്ടൗട്ടിലൂടെ വിജയം നേടാനാണ് പല ടീമുകളും ശ്രമിച്ചത്. ഭാഗ്യം ഭാവി നിശ്ചയി ക്കട്ടെ എന്ന തീർത്തും പ്രതിലോമകരമായ ചിന്ത. ഇതിനിടയിലാണ് 16 പ്രാവശ്യം ചുവപ്പുകാർഡുകൾ പുറത്തെടുക്കേണ്ടിവന്നത്. പശ്ചിമ ജർമ്മ നിയും ഇറ്റലിയും മാത്രമാണ് നിശ്ചിത സമയത്തിനുള്ളിൽ വിജയം നേടിയ ടീമുകൾ. നാല് പെനാൽറ്റി ഷൂട്ടൗട്ടുകൾ. അധികസയമത്തേക്കു നീണ്ട എട്ടുകളികൾ. ടീമുകളുടെ മനസ്സിലിരിപ്പ് ഊഹിക്കാവുന്നതേയുള്ളൂ. സമയം കെടുത്തുന്ന കളികളിൽനിന്ന് ലോകകപ്പിനെ രക്ഷിക്കാൻ 15-ാം ലോകകപ്പു മുതൽ ബാക്കു പാസ് നിയമം നടപ്പിലാക്കാൻ ഫിഫയെ പ്രേരിപ്പിച്ചതിന്റെ കാരണമിതായിരുന്നു.

ഗ്രൂപ്പ് ഘട്ടം (ലീഗ്) - ഒന്നും രണ്ടും സ്ഥാനക്കാർ

ഗ്രൂപ്പ് എ	ഇറ്റലി (6), ചെക്കോസ്ലോവാക്യ (4)
ഗ്രൂപ്പ് ബി	കാമറൂൺ (4), റുമേനിയ (3)
ഗ്രൂപ്പ് സി	ബ്രസീൽ (6), കോസ്റ്ററിക്ക (4)
ഗ്രൂപ്പ് ഡി	പശ്ചിമ ജർമ്മനി (5), യൂഗോസ്ലാവ്യ (4)
ഗ്രൂപ്പ് ഇ	സ്പെയിൻ (5), ബൽജിയം (4)
ഗ്രൂപ്പ് എഫ്	ഇംഗ്ലണ്ട് (4), അയർലണ്ട് (3)

ഇറ്റാലിയ- 90 നെ അവിസ്മരണീയമാക്കുന്നത് കാമറൂൺ എന്ന ആഫ്രിക്കൻ ടീമിന്റെ ഉജ്ജ്വല പ്രകടനമാണ്. നിലവിലുള്ള ചാമ്പ്യന്മാരായ അർജന്റീനയ്ക്കെതിരെ ഗ്രൂപ്പ് ബിയിൽ 1-0 ന്റെ വിജയം നേടിയ കാമറൂൺ തുടർന്ന് റുമേനിയയെ തോല്പിച്ചു (2-1) സോവിയറ്റ് യൂണിയനോട് 4-0 ന് തോറ്റുവെങ്കിലും ഗ്രൂപ്പ് ജേതാക്കളായിത്തന്നെ രണ്ടാം റൗണ്ടിലെത്തി. അർജന്റീന മൂന്നാം സ്ഥാനത്തായിപ്പോയെങ്കിലും ഗോൾ മികവിന്റെ പേരിൽ മൂന്നാംസ്ഥാനക്കാരിലെ നാലിൽ ഒരു ടീമായി രണ്ടാം റൗണ്ടിലെത്തുകയായിരുന്നു. ഗ്രൂപ്പ് എയിൽ ഇറ്റലിക്കും ഗ്രൂപ്പ് സിയിൽ ബ്രസീലിനും അനായാസവിജയങ്ങൾ നേടുവാൻകഴിഞ്ഞു. പശ്ചിമ ജർമ്മനിക്കും സ്പെയിനിനും അവരുടെ ഗ്രൂപ്പുകളിൽ വലിയ വെല്ലുവിളികൾ ഉണ്ടായിരുന്നില്ല. ഇംഗ്ലണ്ടാകട്ടെ ഗ്രൂപ്പ് എഫിലെ ഒറ്റ വിജയവുമായാണ് രണ്ടാം ഘട്ടത്തിലെത്തിയത്. മറ്റ് രണ്ട് കളികളിലും സമനില. രണ്ടാം റൗണ്ടിൽ കൊളംബിയയ്ക്കെതിരെ നേടിയ മികച്ച വിജയമാണ് കാമറൂണിനെ ക്വാർട്ടറിലെത്തിച്ചത്. എതിരാളികൾ താരതമ്യേന കരുത്തരായ ഇംഗ്ലണ്ടും അധിക സമയത്തേക്കു നീണ്ട കളിയിൽ ഉജ്വല പോരാട്ടത്തിനു ശേഷം കാമറൂൺ കീഴടങ്ങി (3-2). 38 കാരനായ റോജർ മില്ല എന്ന ഫോർവേഡ് നാലു ഗോളുകളുമായി ഇറ്റാലിയ 90 ലെ ഏറ്റവും മികച്ച കളിക്കാരിലൊരാളായി.

രണ്ടാം റൗണ്ട് (നോക്കൗട്ട്)

1.	കാമറൂൺ - കൊളംബിയ	കാമറൂണിന് ജയം എസ്ട്രാ ടൈം	2-1
2.	ചെക്കോസ്ലോവാക്യ- കോസ്റ്ററിക്ക	ചെക്കോസ്ലോവാക്യക്ക് ജയം	4-1
3.	അർജന്റീന - ബ്രസീൽ	അർജന്റീനയ്ക്ക് ജയം	1-0

4.	പശ്ചിമജർമ്മനി-ഹോളണ്ട്	പശ്ചിമ ജർമ്മനിക്ക് ജയം	2-1
5.	അയർലണ്ട്- റുമേനിയ	അയർലണ്ടിന് ജയം എക്സ്ട്രാ ടൈം പെനൽറ്റി ഷൂട്ടൗട്ട് 5-4	5-4
6.	ഇറ്റലി - ഉറുഗ്വേ	ഇറ്റലിക്ക് ജയം	2-0
7.	യൂഗോസ്ലാവ്യ - സ്പെയിൻ	യൂഗോസ്ലാവ്യക്ക് ജയം (എക്സ്ട്രാ ടൈം)	2-1
8.	ഇംഗ്ലണ്ട് - ബൽജിയം	ഇംഗ്ലണ്ടിന് ജയം എക്സ്ട്രാ ടൈം	1-0

82 ലെ ലോകകപ്പിൽ പിന്തള്ളപ്പെട്ടുപോയ ബ്രസീലിന്റെ തിരിച്ചു വരവ് പ്രതീക്ഷിച്ചവർ ഇറ്റാലിയ 90 ലും നിരാശരായി. അവസാന നാലിൽപ്പോലുമെത്താതെ രണ്ടു ലോകകപ്പുകളിലും പുറത്തു പോകേണ്ടി വന്ന ബ്രസീലിനെ ഇറ്റാലിയ - 90 ഉം കൈവിട്ടു. രണ്ടാം റൗണ്ട് നോക്കൗട്ട് ഘട്ടത്തിലെ ആദ്യ കളിയിൽ അർജന്റീനയാണ് 1-0 ന് ബ്രസീലിനെ മട ക്കിയത്. മൂന്ന് പ്രാവശ്യം ലോകചാമ്പ്യന്മാരായ ബ്രസീൽ അവസാന എട്ടു ടീമുകളിൽപ്പോലും പെടാതെ തിരികെ പോവുകയായിരുന്നു. പശ്ചിമ ജർമ്മനിയും ചെക്കോസ്ലോവാക്യയും ഇംഗ്ലണ്ടും നേടിയ രണ്ടാം ഘട്ട വിജയങ്ങൾക്കൊപ്പം റിപ്പബ്ലിക്ക് ഓഫ് അയർലണ്ടും കാമറൂണും നേടിയ രണ്ടാം ഘട്ട നോക്കൗട്ട് വിജയങ്ങളും ശ്രദ്ധിക്കപ്പെട്ടു. അധിക സമയ ത്തേക്കു നീണ്ട നാലു മത്സരങ്ങൾ. അതിലൊരെണ്ണം പെനാൽറ്റി ഷൂട്ടൗട്ട്. കാമറൂൺ, ചെക്കോസ്ലോവാക്യ, അർജന്റീന, അയർലണ്ട്, പശ്ചിമ ജർമ്മനി, ഇറ്റലി, യൂഗോസ്ലാവ്യ, ഇംഗ്ലണ്ട് എന്നീ 8 ടീമുകൾ ക്വാർട്ടർഫൈ നലിൽ, രണ്ടാം ഘട്ടത്തിന്റെ കഥയിങ്ങനെ.

ക്വാർട്ടർ ഫൈനൽ

1.	അർജന്റീന - യൂഗോസ്ലാവ്യ	അർജന്റീനയ്ക്ക് ജയം (എക്സ്ട്രാ ടൈം 0-0) പെനാൽറ്റി ഷൂട്ടൗട്ട് 3-2	3-2
2.	ഇറ്റലി - അയർലണ്ട്	ഇറ്റലിക്ക് ജയം	1-0
3.	പശ്ചിമ ജർമ്മനി - ചെക്കോസ്ലോവാക്യ	പശ്ചിമ ജർമ്മനിക്ക് ജയം	1-0
4.	ഇംഗ്ലണ്ട് - കാമറൂൺ	ഇംഗ്ലണ്ടിന് ജയം	3-2

ക്വാർട്ടർ ഫൈനലുകളിൽ രണ്ടെണ്ണം അധിക സമയത്തേക്കു നീണ്ടു. ഒന്നിൽ തീരുമാനമായത് പെനാൽറ്റി ഷൂട്ടൗട്ടിലൂടെയും. അർജന്റീനയ്ക്ക് ഫ്ളോറൻസിലെ കമ്മ്യൂൺ സ്റ്റേഡിയം ഭാഗ്യ ഗ്രൗണ്ടായപ്പോൾ (പെനാൽറ്റി ഷൂട്ടൗട്ടിലൂടെ യൂഗോസ്ലാവ്യയ്ക്കെതിരെ 3-2 ന്റെ വിജയം) ഇംഗ്ലണ്ടിന് നേപ്പിൾസിലെ സാൻപോളോ സ്റ്റേഡിയം ഭാഗ്യം നല്കി (കാമറൂണിനെതിരെ 120 മിനിട്ടു നേരത്തെ കളിയിൽ 3-2 ന്റെ വിജയം) ഷിലാസിയുടെ ഗോളിൽ ആതിഥേയർ റിപ്പബ്ലിക് ഓഫ് അയർലണ്ടിനെയും (1-0) മത്തേവൂസിന്റെ പെനാൽറ്റി ഗോളിൽ പശ്ചിമ ജർമ്മനി ചെക്കോസ്ലോവാക്യയെയും തോല്പിച്ചതോടെ (1-0) സെമിഫൈനൽ ലൈനപ്പ് ആയി.

നാലു ലോകചാമ്പ്യന്മാർ പങ്കെടുത്ത സെമിഫൈനലുകൾ (ഒരു ടീം നിലവിലുള്ള ലോകചാമ്പ്യനും) അർജന്റീന, ഇറ്റലി, ഇംഗ്ലണ്ട്, പശ്ചിമ ജർമ്മനി എന്നീ ടീമുകൾ. നാലു ടീമുകളും ചേർന്ന് എട്ട് ലോകകപ്പുകളാണ് സ്വന്തമാക്കിയത്. അർജന്റീന രണ്ട്, ഇറ്റലി മൂന്ന്, ഇംഗ്ലണ്ട് ഒന്ന്, പശ്ചിമ ജർമ്മനി രണ്ട് എന്നിങ്ങനെ 1970 ലെ മെക്സിക്കോ ലോകകപ്പിലാണ് ഇതിനു മുൻപ് നാലു ചാമ്പ്യന്മാർ സെമിയിൽ കളിച്ചത്. നാലിൽ ഇംഗ്ലണ്ടിനു പകരം ഉറുഗ്വേ ആയിരുന്നു. ലോകകപ്പിന്റെ ചരിത്രത്തിൽ പിന്നീടൊരിക്കലും ഇതാവർത്തിച്ചിട്ടില്ല. പെനാൽറ്റി ഷൂട്ടൗട്ടുകളിലൂടെ രണ്ടു സെമിഫൈനലുകളും തീരുമാനിക്കപ്പെട്ട ചരിത്രവും ആവർത്തിച്ചിട്ടില്ല.

സെമിഫൈനൽ

1.	അർജന്റീന - ഇറ്റലി	അർജന്റീനയ്ക്ക് ജയം എക്സ്ട്രാ ടൈം 1-1 പെനാൽറ്റിഷൂട്ടൗട്ട് 4-3	5-4
2.	പശ്ചിമ ജർമ്മനി - ഇംഗ്ലണ്ട്	പശ്ചിമജർമ്മനിക്ക് ജയം, (എക്സ്ട്രാ ടൈം 1-1) പെനാൽറ്റി ഷൂട്ടൗട്ട് 4-3	5-4
	മൂന്നാം സ്ഥാനം		
	ഇറ്റലി- ഇംഗ്ലണ്ട്	ഇറ്റലിക്ക് ജയം	2-1

രണ്ടു സെമിഫൈനലുകൾക്കും തമ്മിൽ അസാമാന്യമായ സാമ്യമാണുണ്ടായിരുന്നത്. നിശ്ചിത സമയത്തെ കളി കഴിയുമ്പോൾ നാല് ടീമുകളും നേടിയത് ഓരോ ഗോൾ വീതം. ആദ്യ സെമിയിൽ ഇറ്റലിക്കു വേണ്ടി ഷിലാസിയും അർജന്റീനയ്ക്കുവേണ്ടി കനീജയും രണ്ടാം സെമിയിൽ

പശ്ചിമ ജർമ്മനിക്കുവേണ്ടി ബ്രമേയും ഇംഗ്ലണ്ടിനു വേണ്ടി ഗാരിലിനേക്കറുമാണ് ഗോൾ നേടിയത്. രണ്ടു സെമിഫൈനലുകളും അധികസമയത്തേക്ക് കടക്കുന്നു. അധികസമയത്ത് ആർക്കും ഗോൾ നേടാനായില്ല. സ്കോർ രണ്ടു സെമിയിലും 1-1 വീതം. രണ്ടു സെമിഫൈനലുകളും അങ്ങനെ ഷൂട്ടൗട്ടിലേക്ക്. ആദ്യ ഷൂട്ടൗട്ടിൽ അർജന്റീന നേടിയത് നാലു ഗോളുകൾ. ഇറ്റലി മടക്കിയത് മൂന്നു ഗോളും. രണ്ടാം ഷൂട്ടൗട്ടിൽ പശ്ചിമ ജർമ്മനി നേടിയത് നാലുഗോളുകൾ. ഇംഗ്ലണ്ട് മടക്കിയത് മൂന്നു ഗോളുകളും. അർജന്റീനയ്ക്ക് ഇറ്റലിയുടെ മേൽ 5-4 ന്റെ അവസാന വിജയം. പശ്ചിമ ജർമ്മനിക്ക് ഇംഗ്ലണ്ടിന്റെ മേലും 5-4 അവസാന വിജയം. ഇംഗ്ലണ്ടിനെ 2-1 ന് തോല്പിച്ച് ആതിഥേയർ മൂന്നാം സ്ഥാനം നേടുകയും ചെയ്തു.

ലോകകപ്പ് ചരിത്രത്തിലെ ഏറ്റവും അനാകർഷകമായ ഫൈനലായിരുന്നു ജൂലൈ 8-ാം തീയതി റോമിലെ ഒളിമ്പിക് സ്റ്റേഡിയത്തിൽ നടന്നത്. കളി മറന്ന രണ്ടു ടീമുകൾ. കൂട്ടത്തിൽ മെച്ചം പശ്ചിമ ജർമ്മനിയായിരുന്നുവെന്നു മാത്രം. പരിക്കും പുറത്താക്കലുകളും ഒക്കെക്കൊണ്ട് ദുർബ്ബലമായ അർജന്റീനയെ അവിശ്വസനീയതയോടെയാണ് ഫുട്ബോൾ പ്രേമികൾ കണ്ടത്. ഗോൾരഹിതമായ ആദ്യ പകുതിക്കുശേഷം രണ്ടാം പകുതിയുടെ 20-ാം മിനിട്ടിൽ ക്ലിൻസ് മാനെ ഫൗൾ ചെയ്തതിന് ചുവപ്പുകാർഡ് കണ്ട് പെഡ്രോമൊൺസോൺ പുറത്തായതോടെ കളിയുടെ ശോഭ പിന്നെയും ഇടിഞ്ഞു. പശ്ചിമ ജർമ്മനിക്കാകട്ടെ തുറന്നുകിടന്ന അവസരങ്ങൾപോലും മുതലാക്കാനായില്ല. പെനാൽറ്റി ബോക്സിൽ റോബർട്ടോ സെൻസിനി റൂഡിവൊളറെ അപകടകരമാംവിധം ഫൗൾ ചെയ്തതിനെ തുടർന്ന് ലഭിച്ച പെനാൽറ്റി ബ്രെഹ്മേ ഗോളാക്കി മാറ്റിയതോടെ കളി അധികസമയത്തിലേക്ക് നീളുകയില്ലെന്ന് ഉറപ്പായി. അവശേഷിച്ച അഞ്ചു മിനിട്ടുകൾ ഇരു ടീമുകളും നേർച്ച കണക്കെ തള്ളിനീക്കുകയായിരുന്നു. വീര്യം ചോർന്നുപോയ അർജന്റീന ഒരു ദയനീയ ദൃശ്യമായിരുന്നു. അർജന്റീനയുടെ ഗുസ്താവും ഇതിനിടെ ചുവപ്പുകാർഡ് കണ്ട് പുറത്തായി. പശ്ചിമ ജർമ്മനിയുടെ 1-0 ന്റെ വിജയം മറ്റൊരു റിക്കാർഡുകൂടി എഴുതിച്ചേർത്തു. ലോകകപ്പ് ഫൈനലിൽ ഗോളടിക്കാത്ത ആദ്യ ടീമിന്റെ പിറവി. അത് അർജന്റീനയായിരുന്നു.

ഫൈനൽ - 8, ജൂലൈ 1990 റോം

പശ്ചിമ ജർമ്മനി - അർജന്റീന
പശ്ചിമ ജർമ്മനിക്ക് വിജയം 1-0
പശ്ചിമ ജർമ്മനിക്ക് മൂന്നാം ലോകകപ്പ് കിരീടം

പശ്ചിമജർമ്മനിക്ക് മൂന്നാം ലോകകപ്പ് കിരീടം

പശ്ചിമ ജർമ്മനിക്കുവേണ്ടി മൂന്നാം ലോകകപ്പ് കിരീടം ഏറ്റുവാങ്ങുവാൻ ഭാഗ്യം സിദ്ധിച്ചത് ലോതർ മത്തേവൂസ്സിനാണ്. കോച്ച് ബെക്കൻ ബോവറും ചരിത്രത്താളുകളിൽ ഇടം പിടിച്ചു. ക്യാപ്റ്റനായും (1974) കോച്ചായും (1990)ടീമിനെ ലോക കിരീടത്തിലേക്കു നയിച്ച ഏക വ്യക്തി. ബ്രസീലിന്റെ മറിയോ സഗല്ലെക്കൊപ്പം കളിക്കാരനും കോച്ചുമായി കിരീടം നേടിയ രണ്ടാമത്തെ ആളുമായി ബെക്കൻ ബോവർ. പശ്ചിമ ജർമ്മനിക്ക് ചരിത്രവിജയമാഘോഷിക്കുവാൻ ഇതൊക്കെ ധാരാളമായിരുന്നു.

മികവുകൾ

ഗോൾഡൻ ബൂട്ട്	സാൽവദോർ ഷിലാസി (ഇറ്റലി)
ഗോൾഡൻ ബോൾ	സാർവദോർ ഷിലാസി (ഇറ്റലി)
മികച്ച യുവതാരം	റോബർട്ട് പ്രൊസിനേക്കി (യൂഗോസ്ലാവ്യ)
ഫിഫ ഫെയർ പ്ലേ	ഇംഗ്ലണ്ട്

75 കളിക്കാരാണ് 52 കളികളിൽ വീണ 115 ഗോളുകൾ പങ്കിട്ടെടുത്തത്. അവരിൽ മുമ്പൻ ആറു ഗോളുകൾ നേടിയ ഇറ്റലിയുടെ സാൽവദോർ ഷിലാസി ആയിരുന്നു. ഗോൾഡൻ ബൂട്ട് ഗോൾഡൻ ബോൾ പുര

നായകൻ, പിന്നെ പരിശീലകൻ ബെക്കൻ ബോവർ (പശ്ചിമജർമ്മനി)

സ്കാരങ്ങളും ഷിലാസി നേടി. പാവ്‌ലോ റോസിക്കുശേഷം ഗോൾഡൻ ബൂട്ട് നേടുന്ന രണ്ടാമത്തെ ഇറ്റാലിയൻ താരം. 5 ഗോൾ നേടിയ ചെക്കോസ്ലാവാക്യയുടെ തോമസ് സ്കുറാവി രണ്ടാം സ്ഥാനം നേടി. ഇംഗ്ലണ്ട് ടീം ഫിഫ ഫെയർ പ്ലേ ട്രോഫി നേടിയപ്പോൾ മികച്ച യുവതാരത്തിനുള്ള പുരസ്കാരം യൂഗോസ്ലാവ്യയുടെ റോബർട്ട് പ്രൊസിനേക്കിക്ക് ലഭിച്ചു.

ആദ്യ റൗണ്ടിന്റെ ഗ്രൂപ്പ് ബിയിൽ യു എ ഇക്കെതിരെ പശ്ചിമ ജർമ്മനി നേടിയ 5-1 ന്റെ വിജയമായിരുന്നു വലിയ മാർജിൻ വിജയം. കൂടുതൽ ഗോളുകൾ സ്കോർ ചെയ്യപ്പെട്ടത് രണ്ട് സെമിഫൈനലുകളിൽ - 9 ഗോളുകൾ വീതം.

പതിനഞ്ചാം ലോകകപ്പ്
അമേരിക്ക 1994
17, ജൂൺ - 17 ജൂലൈ

അമേരിക്കൻ വൻകരയിലേക്കെത്തിയ ആദ്യ ലോകകപ്പ് എല്ലാ അർത്ഥത്തിലും അവിസ്മണീയമായിരുന്നു. അന്താരാഷ്ട്ര നിലവാരത്തിലുള്ള ലീഗ് മത്സരങ്ങൾ ഒന്നും തന്നെയില്ലാതിരുന്ന ഒരു രാജ്യത്ത് ലോക ഫുട്ബോൾ അതിന്റെ ഏറ്റവും സമ്മോഹനമായ മുഹൂർത്തങ്ങളിലൂടെയാണ് കടന്നുപോയത്. 15-ാം ലോകകപ്പ് ലോസ് ആഞ്ജലസ്, സാൻഫ്രാൻസിസ്കോ, മിഷിഗൺ, ന്യൂജേഴ്സി, ഡാലസ്, ചിക്കാഗോ, ഒർലാൻഡോ, മസാച്ചുസെറ്റ്സ്, വാഷിങ്ടൺ എന്നീ 9 നഗരങ്ങളിലെ 9 സ്റ്റേഡിയങ്ങളിലായി നടത്തപ്പെട്ടപ്പോൾ കാണികളുടെ പങ്കിന്റെ കാര്യത്തിൽ സർവ്വകാല റിക്കാർഡ് സ്ഥാപിക്കപ്പെട്ടു. ശരാശരി അറുപത്തിയൊൻപതിനായിരത്തോളം കാണികളാണ് ഗാലറികളിലെത്തിയത്. ആകെ 36 ലക്ഷത്തിലധികംപേർ കളി നേരിൽകണ്ടുവെന്നാണ് ഔദ്യോഗിക കണക്ക്.

ഗ്രീസ്, നൈജീരിയ, സൗദി അറേബ്യ എന്നീ രാജ്യങ്ങൾ ആദ്യമായി ലോകകപ്പ് കളിക്കുന്നത് അമേരിക്കയിലാണ്. സോവിയറ്റ് യൂണിയൻ പേരുമാറി റഷ്യയായി എത്തി. പശ്ചിമ ജർമ്മനിയും പൂർവ്വജർമ്മനിയും ഒന്നിച്ച് ജർമ്മനിയായി അമേരിക്കയിലെത്തി. കഴിഞ്ഞ ലോകകപ്പിൽ കാമറൂണും മൊറോക്കോയും തിളങ്ങിയത് ആഫ്രിക്കയിൽനിന്ന് ഒരു ടീമിനുകൂടി ഇടം നല്കി. നൈജീരിയ എത്തിയത് അങ്ങനെയാണ്. യോഗ്യതാ റൗണ്ട് കടന്ന് നോർവെ, ബൊളീവിയ, സ്വിറ്റ്സർലണ്ട് എന്നിവരുമെത്തി. 92 ൽ ഇല്ലാതായ ചെക്കോസ്ലോവാക്യ എന്ന രാജ്യത്തിനു പകരം 'ചെക്ക്സ് ആന്റ് സ്ലൊവാക്സ്' എന്നൊരു ടീം കളിച്ചുവെങ്കിലും യോഗ്യതാ റൗണ്ട് കടന്നില്ല. യുദ്ധം കാരണം ഐക്യരാഷ്ട്രസഭയുടെ ഉപരോധം നിലനിന്നിരുന്നതിനാൽ യൂഗോസ്ലാവ്യക്ക് പങ്കെടുക്കാനായില്ല.

ഡോപ് ടെസ്റ്റ് ആഘാതം മറഡോണ

ഫിഫയുടെ സസ്പെൻഷൻ ശിക്ഷാവിധി ചിലിക്കും അവസരം നിഷേധിച്ചു. സൗദി അറേബ്യക്കും ദക്ഷിണ കൊറിയയ്ക്കുമെതിരെ തോറ്റ ജപ്പാനും എത്തിയില്ല. തുടർച്ചയായി രണ്ടു ലോകകപ്പുകൾ നഷ്ടമായ പ്രമുഖ ടീമുകൾ ഡെന്മാർക്ക്, പോർച്ചുഗൽ, ഹംഗറി, ഫ്രാൻസ് എന്നിവയായിരുന്നു. മത്സരഘടനയിൽ മാറ്റങ്ങളുണ്ടായിരുന്നില്ലെങ്കിലും ഗ്രൂപ്പ് ഘട്ടത്തിൽ വിജയികൾക്കു നല്കുന്ന പോയിന്റ് രണ്ടിൽനിന്ന് മൂന്നാക്കി ഉയർത്തി. ഇറ്റാലിയ 90 ലെ പ്പോലെ വിരസമായ കളികൾ ആവർത്തിക്കാതിരിക്കാൻ വേണ്ടിയായിരുന്നു അത്.

രണ്ട് ദുരന്തങ്ങൾ ഫുട്ബോൾ പ്രേമികളെ ദുഃഖത്തിലാഴ്ത്തിയതാണ് 15-ാം ലോകകപ്പിനെ ഓർമ്മകളിൽ തളച്ചിടുന്നത്, മരുന്നടി പിടിക്കപ്പെട്ടതോടെ സാക്ഷാൽ മറഡോണ പുറത്താക്കപ്പെട്ടതും സെൽഫ് ഗോൾ അടിച്ചതിന്റെപേരിൽ കൊളംബിയൻ താരം ആന്ദ്രെ എസ്കോബാർ വെടിവെച്ചു കൊല്ലപ്പെട്ടതും ലോകകപ്പിന്റെ കഥയിലെ ദുരന്തം നിറഞ്ഞ അദ്ധ്യായങ്ങളാണ്. 3 ലോകകപ്പുകളിൽ (1982, 1986, 1990) കളിക്കുകയും 86 ൽ അർജന്റീനയെ കിരീട വിജയത്തിലേക്കു നയിക്കുകയും ചെയ്ത മറഡോണ ഡോപ് ടെസ്റ്റിൽ പരാജിതനായത് അർജന്റീനയ്ക്കേറ്റ അടിയായിരുന്നു. റൗണ്ട് റോബിൻ ലീഗിൽ അമേരിക്ക

ദുരന്തകഥാപാത്രം ആന്ദ്രെ എസ്കോബാർ (കൊളംബിയ)

യോട് കൊളംബിയ തോറ്റത് ഡിഫൻഡർ ആന്ദ്രെ എസ്കോബറിന്റെ കാലിൽ തട്ടി സ്വന്തം പോസ്റ്റിൽ വീണ ഗോളിനായിരുന്നു. കോച്ച് ഫ്രാൻസിസ്കോയ്ക്കും എസ്കോബാറിനുമെതിരെ കൊലവിളി ഉയർന്നു. കൊളംബിയയിൽ മടങ്ങിയെത്തിയിന്റെ പത്താം ദിവസം മെഡ്‌ലിനലെ ഒരു ബാറിനു പുറത്തുവച്ച് എസ്കോബാറിന് വെടിയേറ്റു. ആ ജീവിതം അകാലത്തിൽ പൊലിഞ്ഞു.

ഗ്രൂപ്പ് ഘട്ടം (ലീഗ്) - ഒന്നും രണ്ടും സ്ഥാനക്കാർ

ഗ്രൂപ്പ് എ	റുമേനിയ (6), സ്വിറ്റ്സർലണ്ട് (4)
ഗ്രൂപ്പ് ബി	ബ്രസീൽ (7), സ്വീഡൻ (5)
ഗ്രൂപ്പ് സി	ജർമ്മനി (7), സ്പെയിൻ (5)
ഗ്രൂപ്പ് ഡി	നൈജീരിയ (6), ബൾഗേറിയ (6)
ഗ്രൂപ്പ് ഇ	മെക്സിക്കോ (4), അയർലണ്ട് (4)
ഗ്രൂപ്പ് എഫ്	ഹോളണ്ട് (6), ബൽജിയം (6)

പ്രകാശനക്ഷത്രങ്ങൾ അമേരിക്കൻ ലോകകപ്പിൽ ഏറെയുണ്ടായിരുന്നു. അതിൽ ബൾഗേറിയയുടെ തകർപ്പൻ പ്രകടനം മുന്നിട്ടു നില്ക്കുന്നു. ലോകകപ്പിന്റെ 5 ഫൈനൽ റൗണ്ടുകളിൽ കളിച്ചിട്ടുണ്ടെങ്കിലും ഒന്നിൽപ്പോലും വിജയം നേടുവാൻ അവർക്കു കഴിഞ്ഞിരുന്നില്ല. ചാമ്പ്യൻഷിപ്പിലെ ടോപ് സ്കോററായ റിസ്റ്റോ സ്റ്റോയിച്ച് കോവിന്റെ ഉജ്ജ്വല നേതൃത്വത്തിൽ അമേരിക്കയിലെത്തിയ ബൾഗേറിയൻ ടീമിന്റെ ജൈത്രയാത്രയാണ് 15-ാം ലോകകപ്പിൽ കണ്ടത്. ഗ്രൂപ്പ് ഡിയിൽ രണ്ടു വിജയങ്ങളുമായി നൈജീരിയയ്ക്കൊപ്പം നോക്കൗട്ട് രണ്ടാം ഘട്ടത്തിലെത്തിയ ബൾഗേറിയയുടെ എതിരാളികൾ കരുത്തരായ മെക്സിക്കോ ആയിരുന്നു. അധികസമയത്തേക്കു നീണ്ട കളിയിൽ 1- ന്റെ സമനിലയ്ക്കുശേഷം പെനാൽറ്റി ഷൂട്ടൗട്ടിൽ 3-1 ന് മെക്സിക്കോയെ മറികടന്നാണ് ക്വാർട്ടറിൽ കടക്കുന്നത്. ക്വാർട്ടറിലും അവർ കറുത്ത കുതിരകളായിരുന്നു. നിലവിലെ ചാമ്പ്യന്മാരായ ജർമ്മനിയെ 2-1 ന് തോല്പിച്ച് സെമിയിലെത്തുമ്പോൾ ലോകകപ്പിൽ ആദ്യമായി അവസാന നാലു ടീമുകളിലൊന്നായിത്തീർന്നു. പക്ഷേ, സെമിയിൽ ഇറ്റലിയോട് 2-1 ന് പൊരുതിത്തോല്ക്കുവാനായിരുന്നു വിധി. മൂന്നാം സ്ഥാനക്കാരെ നിർണ്ണയിക്കുന്ന മത്സരത്തിൽ സ്വീഡനോട് 4-0 ന് തോറ്റത് ആന്റിക്ലൈമാക്സുമായി.

കഴിഞ്ഞ ലോകകപ്പിൽ ക്വാർട്ടർഫൈനൽവരെ ജൈത്രയാത്ര നടത്തിയ കാമറൂണിന്റെ ദയനീയ പ്രകടനത്തിന് പ്രാഥമിക റൗണ്ട് സാക്ഷ്യം

ഒലെഗ് സാലങ്കോ (റഷ്യ) - ഒറ്റ മത്സരത്തിൽ 5 ഗോളുകളും ഗോൾഡൻ ബൂട്ടും

വഹിച്ചു. അതിൽ രണ്ട് ലോക റിക്കോർഡുകൾ പിന്നെ മത്സരമായിരുന്നു. റഷ്യക്കെതിരെയുള്ള കാമറൂണിന്റെ കളി. ബ്രസീലിനോട് 3-0 ന് തോല്ക്കുകയും സ്വീഡനോട് 2-2 ന്റെ സമനില നേടുകയും ചെയ്ത കാമറൂണിനെ പക്ഷേ, റഷ്യ തകർത്തു കളഞ്ഞു. ആറു ഗോളുകളാണ് റഷ്യ കാമറൂണിന്റെ വലയിൽ വീഴ്ത്തിയത്. അതിൽ അഞ്ചും നേടിയത് ഒലെഗ് സാലങ്കോ ആയിരുന്നു. ലോകകപ്പിൽ ഒരു കളിയിൽ ഏറ്റവുമധികം ഗോൾ നേടുന്ന കളിക്കാരൻ എന്ന ഒലെഗിന്റെ റിക്കാർഡ് ഇനിയും ഭേദിക്കപ്പെട്ടിട്ടില്ല. കളിയിൽ കാമറൂണിന്റെ ആശ്വാസഗോളായി മാറിയ റോജർ മില്ലയുടെ ഏകഗോൾ മറ്റൊരു ലോക റിക്കാർഡായി. 42 വയസ്സുള്ള മില്ല ലോകകപ്പിൽ ഗോൾ നേടുന്ന ഏറ്റവും പ്രായം കൂടിയ കളിക്കാരനായി.

ആതിഥേയരായ അമേരിക്ക അവരുടെ മണ്ണിലെ ലോകകപ്പ് പ്രകടനം മോശമാക്കിയില്ല. ഗ്രൂപ്പ് ഘട്ടത്തിലെ മൂന്നാം സ്ഥാനത്തെത്തിയ ടീമുകളിലെ ആദ്യ നാലിൽപ്പെട്ട് നോക്കൗട്ട് ഘട്ടത്തിൽ കടന്ന അമേരിക്കയുടെ എതിരാളി സാക്ഷാൽ ബ്രസീൽ ആയിരുന്നു. വിറച്ചു പോയിരുന്നിരിക്കണം അമേരിക്കൻ ഫുട്ബോളർമാർ. എൺപത്തിയയ്യായിരം

കാണികളുടെ പിന്തുണയുമായി കളിച്ച അമേരിക്ക പക്ഷേ, ബ്രസീലിനു മുന്നിൽ പതറിയില്ല. കളി അധികസമയത്തേക്കും ചിലപ്പോൾ പെനാൽറ്റി ഷൂട്ടൗട്ടിലേക്കും കടക്കുമെന്നു തോന്നിച്ച ഘട്ടത്തിലാണ് ബെബറ്റോ രസച്ചരട് പൊട്ടിച്ചത്. രണ്ടാം പകുതിയുടെ 27-ാം മിനിട്ടിൽ ബ്രസീലിനുവേണ്ടി ബെബറ്റോ തികച്ചും അപ്രതീക്ഷിതമായി ഗോൾ നേടി അമേരിക്കയുടെ ആശ കെടുത്തി. ശേഷിച്ച സമയത്തും മികവുമായി അമേരിക്ക ബ്രസീലിനെ തടഞ്ഞു നിർത്തി. 1-0 ന് ബ്രസീൽ ക്വാർട്ടറിൽ കടന്നുകൂടി എന്നു പറയുന്നതാവും ഉചിതം.

രണ്ടാം റൗണ്ട് (നോക്കൗട്ട്)

1.	ജർമ്മനി - ബൽജിയം	ജർമ്മനിക്ക് ജയം	3-2
2.	സ്പെയിൻ-സ്വിറ്റ്സർലണ്ട്	സ്പെയിന് ജയം	3-0
3.	സ്വീഡൻ -സൗദി അറേബ്യ	സ്വീഡന് ജയം	3-1
4.	റുമേനിയ - അർജന്റീന	റുമേനിയക്ക് ജയം	3-2
5.	ഹോളണ്ട് - അയർലണ്ട്	ഹോളണ്ടിന് ജയം	2-0
6.	ബ്രസീൽ - അമേരിക്ക	ബ്രസീലിന് ജയം	1-0
7.	ഇറ്റലി - നൈജീരിയ	ഇറ്റലിക്ക് ജയം (എക്സ്ട്രാ ടൈം)	2-1
8.	ബൾഗേറിയ- മെക്സിക്കോ	ബൾഗേറിയക്ക് ജയം (എക്സ്ട്രാടൈം 1-1) (പെനാൽറ്റി ഷൂട്ടൗട്ട് 3-1)	4-2

അർജന്റീനയും ബൾഗേറിയയും അടങ്ങിയ ഗ്രൂപ്പ് ഡിയിൽ ആഫ്രിക്കയെ പ്രതിനിധീകരിച്ചെത്തിയ മൂന്നാമത്തെ ടീമായ നൈജീരിയയുടെ പ്രകടനവും ഓർമ്മയിൽ തങ്ങിനില്ക്കും. ബൾഗേറിയയെയും ഗ്രീസിനെയും തോല്പിച്ച നൈജീരിയ അർജന്റീനയോട് 2-1 നാണ് തോല്ക്കുന്നത്. അക്രമണനിരയിൽ തിളങ്ങിയ ഡാനിയൽ അമോകാച്ചി ബൾഗേറിയയ്ക്കും അർജന്റീനയ്ക്കുമെതിരെ നേടിയ രണ്ടു ഗോളുകളും നിർണ്ണായകമായിരുന്നു. നോക്കൗട്ടിൽ 25-ാം മിനിട്ടിൽ അമുനെകെ നേടിയ ഗോളിലൂടെ ലീഡ് നേടിയ ഇറ്റലിയെ വിറപ്പിക്കുകയും ചെയ്തു. കളി നിശ്ചിത സമയത്തിന്റെ അവസാന നിമിഷങ്ങളിലേക്ക് നീങ്ങവെ റോബർട്ടോ ബാൾജിയോയുടെ മറുപടി ഗോൾ 88-ാം മിനിട്ടിൽ വീണു. അധികസമയത്തേക്കു നീണ്ട കളിയുടെ 102-ാം മിനിട്ടിൽ ബാജിയോ തന്നെ അവ

രുടെ വിജയഗോൾ നേടി - പെനാൽറ്റിയിലൂടെ ഇറ്റലി നേടിയ 2-1 ന്റെ വിജയത്തേക്കാൾ തിളക്കമുള്ളതായിരുന്നു നൈജീരിയയുടെ 1-2 ന്റെ ആ തോല്‌വി.

ക്വാർട്ടർ ഫൈനൽ

1.	ഇറ്റലി - സ്പെയിൻ	ഇറ്റലിക്ക് ജയം	2-1
2.	ബ്രസീൽ - ഹോളണ്ട്	ബ്രസീലിന് ജയം	3-2
3.	ബൾഗേറിയ- ജർമ്മനി	ബൾഗേറിയക്ക് ജയം	2-1
4.	സ്വീഡൻ - റുമേനിയ	സ്വീഡന് ജയം (എക്സ്ട്രാ ടൈം 2-2) (പെനൽറ്റി ഷൂട്ടൗട്ട് 5-4)	7-6

രണ്ടാം സെമിഫൈനലിൽ തുല്യശക്തികൾ തമ്മിലുള്ള ഏറ്റുമുട്ടലിൽ ബ്രസീൽ സ്വീഡനെ തോല്പിച്ചത് റൊമാരിയോ നേടിയ ഏകഗോളിനാണ് - കളിയുടെ 80-ാം മിനിട്ടിൽ. ഒപ്പത്തിനൊപ്പമായിരുന്നെങ്കിലും അസാധാരണമായതൊന്നും രണ്ടാം സെമിയിൽ സംഭവിച്ചില്ല. ഒരുപക്ഷേ, ഒരു ഏകപക്ഷീയ വിജയമായിരുന്നില്ല കാണികൾ പ്രതീക്ഷിച്ചിരുന്നത്. അതും ഒരു ഗോളിന്. ഇതേസമയം തന്നെ ആദ്യ സെമിഫൈനലിൽ പൊരിഞ്ഞ കളി നടക്കുന്നുണ്ടായിരുന്നു റൂതർഫോഡ് സ്റ്റേഡിയത്തിൽ. അവിടെ കാണികൾ മുക്കാൽ ലക്ഷത്തോളം. ഇറ്റലി ബൾഗേറിയയെ നേരിടുമ്പോൾ മത്സരം വിട്ടുകൊടുക്കാൻ ബൾഗേറിയ തയ്യാറായിരുന്നില്ല. ആദ്യ പകുതിയിൽ റോബർട്ടോ ബാജിയോ തുടരെ നേടിയ രണ്ടു ഗോളുകളിലൊന്ന് ഇളവേളയ്ക്കു മുൻപ് വീട്ടിയെങ്കിലും രണ്ടാം പകുതി ഗോൾരഹിതമായിരുന്നത് ഇറ്റലിയുടെ അഞ്ചാം ലോകകപ്പ് ഫൈനലിന് അവസരമേകി. 2-1 ന്റെ വിജയവുമായി ഇറ്റലി ഫൈനലിൽ.

സെമിഫൈനൽ

1.	ഇറ്റലി - ബൾഗേറിയ	ഇറ്റലിക്ക് ജയം	2-1
2.	ബ്രസീൽ - സ്വീഡൻ	ബ്രസീലിന് ജയം	1-0
	മൂന്നാം സ്ഥാനം		
	സ്വീഡൻ - ബൾഗേറിയ	സ്വീഡന് ജയം	4-0

മെക്സിക്കോ ആതിഥേയത്വം നല്കിയ 1970 ലെ ഒൻപതാം ലോകകപ്പ് ഫൈനലിന്റെ ആവർത്തനമായിരുന്നു പതിനഞ്ചാം ലോകകപ്പിലേത്.

24 വർഷങ്ങൾക്കുശേഷം ബ്രസീലിന് എതിരാളികളായി ഇറ്റലിയെ കിട്ടി. അന്ന് 4-1 ന്റെ അനായാസ വിജയം നേടിയ ബ്രസീലിന് ഇക്കുറി ശരിക്കും വിയർപ്പൊഴുക്കേണ്ടിവന്നു. പ്രതിരോധത്തിലൂന്നിയുള്ള കളിക്ക് തടയിടാൻ ബാക്ക് പാസ് നിയമം കൊണ്ടുവന്ന ഫിഫയുടെ നടപടിക്ക് പക്ഷേ, മത്സരത്തെ സ്വാധീനിക്കാനായില്ല. 120 മിനിട്ട് കളിച്ചിട്ടും ഇരുവലയിലും ഗോളൊന്നും വീണില്ല. ലോകകപ്പിന്റെ ചരിത്രത്തിലാദ്യമായി ഫൈനൽ പെനാൽറ്റി ഷൂട്ടൗട്ടിലേക്കു നീങ്ങി.

ഫൈനൽ - 17, ജൂലൈ 1994 പസഡേന

ബ്രസീൽ - ഇറ്റലി
ബ്രസീലിന് ജയം 3-2, എക്സ്ട്രാ ടൈം 0-0 പെനാൽറ്റി ഷൂട്ടൗട്ട് 3-2
ബ്രസീലിന് നാലാം ലോകകപ്പ് കിരീടം

നാലു വർഷത്തെ കാത്തിരിപ്പ് അങ്ങനെ ഭാഗ്യത്തിനു വിട്ടുകൊടുത്തുകൊണ്ട് പെനാൽറ്റിക്ക് എടുക്കേണ്ടവരുടെ പട്ടിക തയ്യാറായി. ഷൂട്ടൗട്ടിൽ പോലും ഗോളടിക്കുന്നതിനുള്ള താല്പര്യം കളിക്കാർക്ക് നഷ്ടമായതുപോലെ തോന്നി. ബ്രസീൽ 3 ഗോളും ഇറ്റലി 2 ഗോളും അടിച്ചതോടെ നാലാമത്തെ ലോകകപ്പ് കിരീടം ബ്രസീലിന്റെ കൈകളിൽ. ഇറ്റലിക്ക് കൈയടക്കാനാവാതെ പോയതും നാലാം കിരീടമായിരുന്നു. അമേരിക്കൻ വൈസ് പ്രസിഡന്റ് അൽഗോറിൽനിന്ന് ബ്രസീൽ നായകൻ ദുംഗ കിരീടം ഏറ്റുവാങ്ങുമ്പോൾ ബ്രസീലിയൻ കളിക്കാരുടെ മനസ്സിൽ രണ്ടര മാസം മുൻപ് അപകടത്തിൽ മരിച്ച ഫോർമുലവൺ റേസിങ് ചാമ്പ്യൻ അയർട്ടൺ സെന്നയുടെ മുഖമായിരുന്നു. ബ്രസീലിന്റെ നാലാം കിരീടം അയട്ടൺ സെന്നയുടെ ഓർമ്മയ്ക്കു മുന്നിൽ സമർപ്പിച്ച ആദരാഞ്ജലിയായി.

മികവുകൾ

ഗോൾഡൻ ബൂട്ട്	റിസ്റ്റോ സ്റ്റോയിച്ച് കോവ് (ബൾഗേറിയ) ഒലെഗ് സാലെങ്കോ (റഷ്യ)
ഗോൾഡൻ ബോൾ	റൊമാരിയോ (ബ്രസീൽ)
മികച്ച യുവതാരം	മാർക്ക് ഓവർ മാർസ് (ഹോളണ്ട്)
ഫിഫ ഫെയർ പ്ലേ	ബ്രസീൽ

52 കളികളിൽ വീണ 141 ഗോളുകൾക്ക് 81 അവകാശികളാണുണ്ടായിരുന്നത്. 6 ഗോളുകൾ വീതം നേടി ബൾഗേറിയയുടെ റിസ്റ്റോ സ്റ്റോയിച്ച്കോവും റഷ്യയുടെ ഒലെഗ് സാലെങ്കോയും ടോപ്പ് സ്കോറർമാരായി ഗോൾഡൻ ബൂട്ട് പുരസ്കാരം നേടി. 5 ഗോളുകൾ വീതം നേടി നാലു പേർ രണ്ടാം സ്ഥാനത്തെത്തി - റൊമാരിയോ (ബ്രസീൽ), റോബർട്ടോ, ബാജിയോ (ഇറ്റലി), ക്രിൻസ്മാൻ (ജർമ്മനി), കെന്നത്ത് ആൻഡേഴ്സൺ (സ്വീഡൻ) എന്നിവർ. മികച്ച യുവതാരമായി ഹോളണ്ടിന്റെ മാർക്ക് ഓവൻ മാർസ് തിരഞ്ഞെടുക്കപ്പെട്ടു. ഫിഫ ഫെയർപ്ലേ ട്രോഫി ബ്രസീൽ നേടി.

പതിനാറാം ലോകകപ്പ്
ഫ്രാൻസ് - 1998
10, ജൂൺ - 12 ജൂലൈ

അറുപതു വർഷത്തെ കാത്തിരിപ്പിനുശേഷമാണ് ലോകകപ്പ് ഫുട്ബോളിന്റെ ഫൈനൽ റൗണ്ട് മത്സരങ്ങൾ ഒരിക്കൽക്കൂടി ഫ്രാൻസിലെത്തിയത്. 1938 ൽ നടന്ന മൂന്നാം ലോകകപ്പിന് ആതിഥ്യമേകുവാനായെങ്കിലും ലോകകിരീടം നേടുവാൻ ഒരിക്കലും ഫ്രാൻസിന് കഴിഞ്ഞിരുന്നില്ല. ലോകകപ്പിൽ ഫ്രാൻസിന്റെ ഏറ്റവും മികച്ച പ്രകടനം 58 ലെ ആറാം ലോകകപ്പിലെയും 86 ലെ പതിമൂന്നാം ലോകകപ്പിലെയും മൂന്നാം സ്ഥാനങ്ങളായിരുന്നു. 82 ൽ സ്പെയിനിൽ നാലാമതെത്തിയ ചരിത്രവുമുണ്ട്. സെമിഫൈനലിനപ്പുറം നിരോധിതമേഖലയായിരുന്നു അവരെ സംബന്ധിച്ചിടത്തോളം. സ്വന്തം മണ്ണിൽ കിരീടനേട്ടം എന്ന സ്വപ്നം ആർക്കും വിലക്കാനാവില്ലല്ലോ. ആദ്യ ലോകകപ്പിൽ ഉറുഗ്വേയും രണ്ടാം ലോകകപ്പിൽ ഇറ്റലിയും നേടിയതുപോലെ ഒരുകിരീട നേട്ടം! പിന്നീട് ഇംഗ്ലണ്ട്, ഇംഗ്ലണ്ടിൽ വെച്ചും (1966), പശ്ചിമ ജർമ്മനി, പശ്ചിമ ജർമ്മനിയിൽ വെച്ചും (1974) ഏറ്റവുമൊടുവിൽ അർജന്റീന, അർജന്റീനയിൽ വെച്ചും (1978) കൈയടക്കിയതുപോലെയുള്ള വിജയങ്ങൾ. 1950 ൽ ബ്രസീലിനു സംഭവിച്ചതുപോലെയും 1962 ൽ ചിലിക്കു സംഭവിച്ചതുപോലെയും ഒടുവിൽ 1990 ൽ ഇറ്റലിക്കു സംഭവിച്ചതുപോലെയും ആകരുതേയെന്ന് സ്വാഭാവികമായും അവർ പ്രാർത്ഥിച്ചിരുന്നിരിക്കണം.

ആദ്യ തവണ ആതിഥ്യം നല്കുമ്പോൾ നേരിട്ട തിരിച്ചടിയുടെ ആവർത്തനത്തെപ്പറ്റി ചിന്തിക്കാൻ പോലുമാകുമായിരുന്നില്ല. ആദ്യ റൗണ്ടിൽ ബൽജിയത്തിനെതിരെ നേടിയ വിജയത്തിനുശേഷം (3-1) അതേ സ്കോറിന് ക്വാർട്ടർഫൈനലിൽ ഇറ്റലിയോട് തോറ്റ് പുറത്തായ ചരിത്രം നിശ്ചയമായും ആവർത്തിക്കാൻ പാടില്ലെന്ന ഉറച്ച തീരുമാനത്തോടെയായിരുന്നു ദിദിയർ ദെസ് ചാംപ്സിന്റെ നേതൃത്വത്തിൽ

ഫ്രാൻസ് ഗ്രൂപ്പ്- സിയിലെ മത്സരത്തിന് ചാമ്പ്യൻഷിപ്പിന്റെ രണ്ടാം ദിനം മാർസില്ലയിലെ വെലോഡ്രോം സ്റ്റേഡിയത്തിൽ ദക്ഷിണാഫ്രിക്കയ്ക്കെതിരെ മത്സരിക്കാനിറങ്ങിയത്. ലോകകപ്പിൽ കന്നിക്കാരായ ദക്ഷിണാഫ്രിക്കയ്ക്കെതിരെ അനായാസ വിജയം (3-0) നേടിയ ആതിഥേയർ ഗ്രൂപ്പിലെ മറ്റു രണ്ടു കളികളിലും ആധിപത്യം നേടി. മുഴുവൻ പോയിന്റുമായാണ് ഗ്രൂപ്പ് ജേതാക്കളായി രണ്ടാം റൗണ്ടിന്റെ നോക്കൗട്ട് ഘട്ടത്തിലെത്തുന്നത്. ഏഷ്യൻ വൻകരയുടെ പ്രതിനിധിയായ സൗദി അറേബ്യക്കെതിരെ 4-0 ന്റെയും സ്വന്തം കോൺഫെഡറേഷനിൽനിന്നുള്ള ഡെന്മാർക്കിനെതിരെ 2-1 ന്റെയും വിജയങ്ങൾ. ആദ്യ റൗണ്ടിൽ മൂന്നുവിജയങ്ങളുമായി മുഴുവൻ പോയിന്റു നേടിയ ഒരു ടീം കൂടിയേ ഉണ്ടായിരുന്നുള്ളൂ - ഗ്രൂപ്പ് എച്ച് ജേതാക്കളായ അർജന്റീന.

ഗ്രൂപ്പ് ഘട്ടം (ലീഗ്) - ഒന്നും രണ്ടും സ്ഥാനക്കാർ

ഗ്രൂപ്പ് എ	ബ്രസീൽ (6), നോർവെ (5)
ഗ്രൂപ്പ് ബി	ഇറ്റലി (7), ചിലി (3)
ഗ്രൂപ്പ് സി	ഫ്രാൻസ് (9), ഡെന്മാർക്ക് (4)
ഗ്രൂപ്പ് ഡി	നൈജീരിയ (6), പരാഗ്വേ (5)
ഗ്രൂപ്പ് ഇ	ഹോളണ്ട് (5), മെക്സിക്കോ (5)
ഗ്രൂപ്പ് എഫ്	ജർമ്മനി (7), യൂഗോസ്ലാവ്യ (7)
ഗ്രൂപ്പ് ജി	റുമേനിയ (7), ഇംഗ്ലണ്ട് (7)
ഗ്രൂപ്പ് എച്ച്	അർജന്റീന (9), ക്രൊയേഷ്യ (6)

രണ്ടാം റൗണ്ടിലെ നോക്കൗട്ട് ഘട്ട മത്സരം കടുത്തതായിരുന്നു. അധികസമയത്തേക്കും നീണ്ട കളിയിൽ ആറു മിനിട്ട് അവശേഷിക്കെ ക്വാറ്റമോക് ബ്ലാങ്കോ നേടിയ ഏക ഗോളിന് പരാഗ്വേയെ മറികടന്നാണ് ക്വാർട്ടറിൽ കടക്കുന്നത്. ക്വാർട്ടറിലെ എതിരാളി അതിനേക്കാൾ ശക്തനായിരുന്നു. നോർവേയ്ക്കെതിരെ കഷ്ടിച്ചു നേടിയ വിജയവുമായി എത്തിയ മുൻ ലോകചാമ്പ്യന്മാർ. നാലാമതൊരിക്കൽ കൂടി ലോകകിരീടം നേടാണെന്ന മോഹവുമായി കഴിഞ്ഞ ലോകകപ്പിൽ അഞ്ചാം ഫൈനൽ കളിച്ച് ബ്രസീലിനോട് തോറ്റ കരുത്തരായ ഇറ്റലി. 120 മിനിട്ട് കളിച്ചിട്ടും ഇരുവർക്കും ഗോൾ നേടാനായില്ല. ഭാഗ്യം പക്ഷേ, ഫ്രാൻസിനൊപ്പമായിരുന്നു. പെനാൽറ്റി ഷൂട്ടൗട്ടിൽ ഫ്രാൻസിന്റെ നാലു ഗോളിനെതിരെ മൂന്നുഗോൾ നേടുവാനേ ഇറ്റലിക്കു കഴിഞ്ഞുള്ളൂ. വീണ്ടുമൊരിക്കൽ കൂടി ഫ്രാൻസ് അവസാന നാലിൽ.

രണ്ടാം റൗണ്ട് (നോക്കൗട്ട്)

1.	ഇറ്റലി - നോർവെ	ഇറ്റലിക്ക് ജയം	1-0
2.	ബ്രസീൽ - ചിലി	ബ്രസീലിന് ജയം	4-1
3.	ഫ്രാൻസ് - പരാഗ്വേ	ഫ്രാൻസിന് ജയം (എക്സ്ട്രാ ടൈം)	1-0
4.	ഡെന്മാർക്ക്-നൈജീരിയ	ഡെന്മാർക്കിന് ജയം	4-1
5.	ജർമ്മനി-മെക്സിക്കോ	ജർമ്മനിക്ക് ജയം	2-1
6.	ഹോളണ്ട് - യൂഗോസ്ലാവ്യ	ഹോളണ്ടിന് ജയം	2-1
7.	ക്രൊയേഷ്യ - റുമേനിയ	ക്രൊയേഷ്യക്ക് ജയം	1-0
8.	അർജന്റീന - ഇംഗ്ലണ്ട്	അർജന്റീനക്ക് ജയം എക്സ്ട്രാ ടൈം 2-2 പെനൽറ്റി ഷൂട്ടൗട്ട്4-3	6-5

ഫൈനൽ റൗണ്ടിൽ ആദ്യമായി കളിക്കുന്ന മറ്റൊരു ടീം ഇതിനിടെ ജൈത്രയാത്ര നടത്തുകയായിരുന്നു. യൂറോപ്യൻ സംഘത്തിലെ ക്രൊയേഷ്യ. ആദ്യ റൗണ്ടിൽ ഗ്രൂപ്പ് എച്ചിൽ നിന്ന് അർജന്റീനയ്ക്കൊപ്പം രണ്ടാം റൗണ്ടിലെത്തിയ ക്രൊയേഷ്യ. നോക്കൗട്ടിൽ കരുത്തരായ റുമേനിയയെ ഒരു ഗോളിന് മറികടന്നാണ് മൂന്നുതവണ ലോകചാമ്പ്യൻഷിപ്പു നേടിയ, ഇക്കുറി സംയുക്ത ടീമായെത്തിയ ജർമ്മനിയെ ക്വാർട്ടറിൽ നേരിട്ടത്. ജർമ്മനിയുടെ ലക്ഷ്യവും നാലാം ലോകകിരീടമായിരുന്നുവെന്ന് പറയേണ്ടതില്ലല്ലോ. എന്നാൽ ലിയോണിലെ ജർലണ്ട് സ്റ്റേഡിയത്തിൽ ജർമ്മനിയുടെ വലിയ സ്വപ്നം കുഴിച്ചു മൂടപ്പെട്ടു. നിശ്ചിത സമയത്തിനുള്ളിൽ ഫുട്ബോൾ കളിയുടെ സൗന്ദര്യം മുഴുവൻ കാട്ടിയ ഉജ്ജ്വലമായ കളിയിൽ എതിരില്ലാത്ത മൂന്നു ഗോളിന് ജർമ്മനിയെ തകർത്ത ആത്മവിശ്വാസവുമായാണ് ക്രൊയേഷ്യ, ആതിഥേയർക്കെതിരെ മത്സരിക്കുവാൻ സെമിഫൈനലിലെത്തുന്നത്.

ക്വാർട്ടർ ഫൈനൽ

1.	ഫ്രാൻസ് - ഇറ്റലി	ഫ്രാൻസിന് ജയം എക്സ്ട്രാ ടൈം 0-0 പെനാൽറ്റി ഷൂട്ടൗട്ട് 4-3	4-3

2.	ബ്രസീൽ- ഡെന്മാർക്ക്	ബ്രസീലിന് ജയം	3-2
3.	ഹോളണ്ട് - അർജന്റീന	ഹോളണ്ടിന് ജയം	2-1
4.	ക്രൊയേഷ്യ-ജർമ്മനി	ക്രൊയേഷ്യക്ക് ജയം	3-0

മുക്കാൽ ലക്ഷത്തിനും മുകളിൽ വരുന്ന കാണികൾക്കു മുന്നിൽ ലക്ഷണമൊത്തൊരു കളി കാഴ്ചവയ്ക്കുവാൻ ആതിഥേയർക്കും കന്നിക്കാർക്കും കഴിഞ്ഞു. തലേന്ന് ഹോളണ്ടിനെ പെനാൽറ്റി ഷൂട്ടൗട്ടിൽ മറികടന്ന് (4-3) ശക്തരായ ബ്രസീൽ ആദ്യ സെമിയിലെ വിജയവുമായി ഫൈനലിലെത്തിയ കാര്യമൊന്നും ഇരു ടീമുകളെയും അലട്ടിയില്ല. ഒപ്പത്തിനൊപ്പം നിന്ന പോരാട്ടത്തിൽ ഗോൾരഹിതമായ ആദ്യ പകുതിക്കു ശേഷം രണ്ടാംപകുതിയുടെ ആദ്യ നിമിഷംതന്നെ ഗോൾ നേടി ക്രൊയേഷ്യ ആതിഥേയരെ അങ്കലാപ്പിലാക്കി. ഡെവർ സക്കറിന്റെ ആ ഗോളിന് തൊട്ടടുത്ത മിനിട്ടിൽ തന്നെ ലിലിയൻ ടുറാമിലൂടെ ഫ്രാൻസ് മറുപടി നല്കി (1-1). 22 മിനിട്ട് കഴിഞ്ഞ് ടുറാം രണ്ടാമത്തെ ഗോൾ നേടിയതോടെ ആതിഥേയരുടെ ഫൈനൽ പ്രവേശനം ഉറപ്പായി. 2-1 ന്റെ നേരിയ വ്യത്യാസമായിരുന്നെങ്കിലും കളിയിൽ നേടിയ ആധിപത്യം ഫ്രാൻസിന് മുൻപൊരിക്കലുമില്ലാത്ത ആത്മവിശ്വാസമാണ് നല്കിയത്. സ്വന്തം മണ്ണിൽ കിരീട വിജയത്തിന് ഒരു കളിയുടെ അകലം മാത്രം.

സെമിഫൈനൽ

1.	ബ്രസീൽ - ഹോളണ്ട്	ബ്രസീലിന് ജയം എക്സ്ട്രാ ടൈം 1-1 പെനാൽറ്റി ഷൂട്ടൗട്ട് 4-2	5-3
2.	ഫ്രാൻസ്- ക്രൊയേഷ്യ	ഫ്രാൻസിസ് ജയം	2-1
	മൂന്നാം സ്ഥാനം		
	ക്രൊയേഷ്യ - ഹോളണ്ട്	ക്രൊയേഷ്യക്ക് ജയം	2-1

കിരീടം നിലനിർത്തുന്നതിനൊപ്പം ബ്രസീൽ കൊതിച്ചത്. 58 ലും 62 ലും നേടിയ തുടർച്ചയായ കിരീട നേട്ടത്തിന്റെ ആവർത്തനമായിരുന്നു. അഞ്ചാം പ്രാവശ്യം ലോകചാമ്പ്യന്മാരായി ചരിത്രത്താളുകളിൽ ഇടം നേടുന്നതിനുള്ള അസുലഭാവസരം അദ്ധ്വാനിച്ചു നേടിയതാണെന്നതിനാൽ നഷ്ടപ്പെടുത്താനും ആവില്ലല്ലോ. ആദ്യ റൗണ്ടിൽ സ്കോട്ട്ലണ്ടിനും (2-1) മൊറോക്കോയ്ക്കെതിരെയും (3-0) വിജയം നേടാനായെങ്കിലും അപ്രതീക്ഷിതമായി നോർവേയോട് തോറ്റ് (1-2) ഗ്രൂപ്പിലെ ആദ്യസ്ഥാനം നിലനിർത്തിക്കൊണ്ടാണ് ബ്രസീൽ രണ്ടാം റൗണ്ടിലെത്തിയത്. രണ്ടാം

റൗണ്ടിൽ ചിലിക്കെതിരെ മികച്ച വിജയം നേടി (4-1) ക്വാർട്ടറിൽ. നന്നായി കളിച്ച ഡെന്മാർക്കിനെതിരെ 3-2 ന്റെ വിജയവുമായി സെമിയിലെത്തുമ്പോൾ എതിരാളികൾ രണ്ടുപ്രാവശ്യം ഫൈനലിലെത്തിയിട്ടും ലോക കിരീടം നേടാനാവാതെപോയ ഹോളണ്ട് പെനാൽറ്റി ഷൂട്ടൗട്ടിലൂടെ ചരിത്രം ആവർത്തിച്ചപ്പോൾ ബ്രസീൽ അകത്ത് ഹോളണ്ട് പുറത്ത്. ക്രൊയേഷ്യക്കും പിന്നിൽ നാലാം സ്ഥാനത്താണ് ഹോളണ്ട് ഇക്കുറി ലോകകപ്പ് പൂർത്തിയാക്കിയത്.

ഫൈനൽ - 12, ജൂലൈ 1998 - സെന്റ് ഡെനിസ്

ഫ്രാൻസ് - ബ്രസീൽ
ഫ്രാൻസിന് വിജയം 3-0
ഫ്രാൻസിന് ആദ്യലോകകപ്പ് കിരീടം

അഞ്ചാം കിരീടത്തിനായി കച്ചകെട്ടിയെത്തിയ ബ്രസീലിനെതിരെ ആദ്യ ലോകകപ്പ് കിരീടത്തിനായി അരയും തലയും മുറുക്കിയെത്തിയ ഫ്രാൻസ് നടത്തിയ ആക്രമണം ലോകകപ്പ് ചരിത്രത്തിലെ ഏറ്റവും മികച്ച മത്സരങ്ങളിലൊന്നായി മാറ്റിയിരുന്നു. സ്കോർ സൂചിപ്പിക്കുന്നതു പോലെയായിരുന്നില്ല മത്സരത്തിന്റെ ഗതി. റൊണാൾഡോയേയും ബെബറ്റോയെയും റിവാൾഡോയെയും സീസറിനെയും വരിഞ്ഞു മുറുക്കിയ

റോബർട്ടോ കാർലോസിനെ വെട്ടിച്ച് സിനദിൻ സിദാന്റെ ഗോൾ

ഫ്രാൻസിന്റെ പ്രതിരോധവും ഗോളി ഫാബിയൻ ബർതേസും അവസരത്തിനൊത്തുയർന്നപ്പോൾ ഫ്രാൻസിന്റെ ഗോൾവലയം ചലിച്ചില്ല. 22-ാം മിനിട്ടിൽ റൊണാൾഡോയ്ക്ക് ലഭിച്ച തുറന്ന അവസരം പോലും മുതലാക്കാൻ ബ്രസീലിനായില്ല. ഫാബിയൻ അജയ്യനായിരുന്നു. സിനദിൻ സിദാൻ 27-ാം മിനിട്ടിൽ കളിയുടെ ഗതിമാറ്റി. ഫ്രാൻസിന് അനുകൂലമായി ലഭിച്ച കോർണർ കിക്ക് തടുക്കുവാൻ ബ്രസീലിന്റെ ഡിഫൻഡർ റോബർട്ടോ കാർലോസിന് കഴിയാതെ പോയപ്പോൾ സിദാൻ കത്യമായി തന്റെ തലവെച്ചു കൊടുത്തു. ആദ്യപകുതി അവസാനിക്കുന്നതിനു തൊട്ടു മുൻപ് മറ്റൊരു കോൺണർ കിക്കിൽനിന്നു സിദാന്റെ രണ്ടാം ഗോളും. 2-0 ന് മുന്നിലെത്തിയ ഫ്രാൻസ് പിന്നെ തിരിഞ്ഞു നോക്കിയില്ല. ആക്രമണഫുട്ബോളിന്റെ ഉദാത്തമായ ശൈലി കാഴ്ചവെച്ചു കൊണ്ടു മുന്നേറിയ ഫ്രാൻസ് പെറ്റിറ്റിലൂടെ മൂന്നാം ഗോളും നേടി ആദ്യ ലോകകപ്പ് കിരീടം എന്ന സ്വപ്നം സാക്ഷാൽക്കരിച്ചു. ദിദിയർ വെസ് ചാംപ്സിന്റെ കൈകളിലേക്ക് ലോകചാമ്പ്യന്മാർക്കുള്ള കിരീടം ഫ്രാൻസ് പ്രസിഡന്റ് ജാക്വസ് ഷിറാസ് നല്കുമ്പോൾ ഷിറാസിനും അഭിമാനത്തിന്റെ നിമിഷമായിരുന്നു അത്. ഫ്രാൻസ് അങ്ങനെ സ്വന്തം മണ്ണിൽ ലോകകപ്പ് നേടുന്ന ആറാമത്തെ രാജ്യമായി. വലിയ മാർജിന്റെ കാര്യത്തിൽ ആറാമത്തെ ലോകകപ്പ് ഫൈനലിനൊപ്പമെത്തി ഈ ഫൈനൽ. ഏകപക്ഷീയ വിജയം നേടുന്ന ഫൈനൽ എന്ന ഖ്യാതിയും പതിനാറാം ലോകകപ്പിനുണ്ട്. ആദ്യ ഏകപക്ഷീയ വിജയം 14-ാം ലോകകപ്പിൽ പശ്ചിമജർമ്മനി അർജന്റീനയ്ക്കെതിരെ നേടിയതായിരുന്നു (1-0)

മികവുകൾ

ഗോൾഡൻ ബൂട്ട്	ഡെവർ സക്കർ (ക്രൊയേഷ്യ)
ഗോൾഡൻ ബോൾ	റൊണാൾഡോ (ബ്രസീൽ)
മികച്ച യുവതാരം	ഹാബിയൻ ബർത്തേസ് (ഫ്രാൻസ്)
ഫിഫ ഫെയർ പ്ലേ	ഇംഗ്ലണ്ട്, ഫ്രാൻസ്

ഗോൾഡൻ ബൂട്ട് ഡെവർ സക്കറിനും (ക്രൊയേഷ്യ) ഗോൾഡൻ ബോൾ റൊണാൾഡോക്കും (ബ്രസീൽ) ആണ് ലഭിച്ചത് ഫ്രാൻസിന്റെ ഹാബിയൻ ബർത്തേസ് മികച്ച യുവ ഫുട്ബോളർ ആയി. ഫിഫ ഫെയർപ്ലേ ട്രോഫി ഇംഗ്ലണ്ടും ഫ്രാൻസും പങ്കിട്ടു. ഡെവർ സക്കർ ആറു ഗോളുകളുമായാണ് ടോപ്പ് സ്കോററായത്. രണ്ടാം സ്ഥാനത്ത് 5 ഗോളുകൾ വീതം നേടിയ അർജന്റീനയുടെ ഗബ്രിയേൽ ബാറ്റിസ്റ്റ്യൂട്ടയും ഇറ്റലിയുടെ ക്രിസ്റ്റ്യൻ വീരിയും. ബെബറ്റോയും റിവോൾഡോയും ക്ലിൻസ്മാനും 3 ഗോളുകൾ വീതം നേടി.

ആദ്യ ലോകകപ്പ് കിരീടം എന്ന സ്വപ്നസാക്ഷാത്ക്കാരം

ലോകകപ്പിന്റെ ചരിത്രത്തിൽ ആദ്യമായിട്ടാണ് 171 ഗോളുകൾ സ്കോർചെയ്യപ്പെട്ടത്. കളികളുടെ എണ്ണം 52 ൽ നിന്ന് 64 ആയി വർദ്ധിച്ചതായിരുന്നു ഗോൾവർദ്ധനയ്ക്ക് കാരണം. ഗോൾ ശരാശരി 2.67 മാത്രമായിരുന്നു. 112 കളിക്കാരാണ് 171 ഗോളുകൾ നേടിയത്. ഏറ്റവും കൂടുതൽ ഗോളുകൾ സ്കോർ ചെയ്യപ്പെട്ടത് അർജന്റീനയും ഇംഗ്ലണ്ടും തമ്മിലുള്ള രണ്ടാം റൗണ്ട് നോക്കൗട്ട് മത്സരത്തിൽ. പെനാൽറ്റി ഷൂട്ടൗട്ടിലേക്കു നീണ്ട കളിയിൽ പതിനൊന്നു ഗോളുകൾ സ്കോർ ചെയ്യപ്പെട്ടു.

പതിനേഴാം ലോകകപ്പ്
ദക്ഷിണകൊറിയ - ജപ്പാൻ
2002 31 മെയ് - 30 ജൂൺ

ഒട്ടേറെ 'ആദ്യ' വിശേഷണങ്ങൾ പേറുന്ന ഒരു ലോകകപ്പ്. ആദ്യമായി ഏഷ്യൻ വൻകരയിലേക്കെത്തിയ 17-ാം ലോകഫുട്ബോൾ മാമാങ്കത്തിന്റെ ഏറ്റവും വലിയ വിശേഷണം അതുതന്നെയായിരുന്നു. ഒന്നിലേറെ രാജ്യങ്ങൾ സംയുക്തമായി ആതിഥേയത്വം നല്കുന്ന ആദ്യ ലോകകപ്പ്. യൂറോപ്പിനും അമേരിക്കയ്ക്കും പുറത്തേക്കു ചെല്ലുന്ന ആദ്യ ലോകകപ്പ്. ഒരു ടീം എല്ലാ മത്സരങ്ങളിലും വിജയം നേടുന്ന ആദ്യ ലോകകപ്പ്. ഏറ്റവും കൂടുതൽ വേദികളിൽ മത്സരം നടന്ന ആദ്യ ലോകകപ്പ്. സെമിഫൈനലിൽ ഒരേഷ്യൻ ടീമിന് പ്രവേശനം ലഭിച്ച ആദ്യ ലോകകപ്പ്. ലോക ചാമ്പ്യന്മാർ ഒന്നോടെ പങ്കെടുത്ത ആദ്യ ലോകകപ്പ്. നിലവിലുള്ള ലോക ചാമ്പ്യൻ ഒരു ഗോളുപോലും നേടാതെ ആദ്യറൗണ്ടിൽതന്നെ പുറത്താകുന്ന ആദ്യ ലോകകപ്പ്. സെമി ഫൈനൽ സ്കോറുകൾ 1-0 ആയ ആദ്യ ലോകകപ്പ്. കളിതുടങ്ങി പത്തു സെക്കന്റിനുള്ളിൽ ഗോൾ സ്കോർ ചെയ്യപ്പെട്ട ആദ്യ ലോകകപ്പ്. പരസ്പരം മത്സരിക്കുന്ന രണ്ടു ടീമുകളും സെൽഫ് ഗോളടിച്ച ആദ്യ ലോകകപ്പ്.

ഇതിനെല്ലാം അപ്പുറം 17-ാം ലോകകപ്പ് ഓർക്കപ്പെടുക ചിലരെ സംബന്ധിച്ചിടത്തോളമെങ്കിലും വിവാദങ്ങളുടെ പേരിലാവും. ലോക ചാമ്പ്യൻഷിപ്പ് ഏഷ്യയിൽ നടക്കുന്നതിൽ യൂറോപ്യൻ- ലാറ്റിനമേരിക്കൻ രാജ്യങ്ങളിലെ ഫുട്ബോൾ പ്രേമികൾക്ക് താല്പര്യമുണ്ടായിരുന്നില്ല. പ്രധാനമായും കളി നടക്കുന്ന സമയത്തിന്റേതായിരുന്നു പ്രശ്നം. ദക്ഷിണ കൊറിയയിലും ജപ്പാനിലും കളി നടക്കുമ്പോൾ അവരുടെ നാട്ടിൽ പ്രഭാത സമയമായിരിക്കുമെന്നത് കളി കാണാൻ തടസ്സമാകുമെന്നതുതന്നെ കാരണം. ജോലിക്കു പോകുന്നവർക്കും വിദ്യാർത്ഥികൾക്കും

കളി കാണാനാവില്ലല്ലോ. മത്സരങ്ങൾക്കു മുൻപു തുടങ്ങിയ വിവാദം ടൂർണമെന്റ് മുന്നേറുന്നതിനനുസരിച്ച് പല കോണുകളിൽ നിന്നും ഉയർന്നുകൊണ്ടേയിരുന്നു.

മെക്സിക്കോയെ പിന്തള്ളി ദക്ഷിണ കൊറിയയ്ക്കും ജപ്പാനുമായി 17-ാം ലോകകപ്പ് അനുവദിച്ചതിനൊപ്പം ആദ്യ വെടിപൊട്ടിച്ചത് പാശ്ചാത്യ പത്രങ്ങളായിരുന്നു ഒരു ലോകകപ്പിൽപോലും ഫൈനൽ റൗണ്ടിലെത്താൻ കഴിഞ്ഞിട്ടില്ലാത്ത രാജ്യത്തിന് മത്സരങ്ങൾ അനുവദിച്ചത് അനുചിതമാണെന്നായിരുന്നു അവരുടെ പക്ഷം. ജപ്പാനെ ഉദ്ദേശിച്ചുകൊണ്ടുള്ള പരാമർശത്തിന്റെ പ്രസക്തി അവസാനനിമിഷം അവർ യോഗ്യത നേടിയതോടെ ഇല്ലാതെയായി. മത്സരങ്ങൾ നോക്കൗട്ട് ഘട്ടത്തിലെത്തിയതോടെ വിവാദങ്ങൾക്ക് ശക്തി കൂടി. നോക്കൗട്ടിന്റെ ആദ്യ ഘട്ടത്തിൽ ദക്ഷിണ കൊറിയ - ഇറ്റലി, ദക്ഷിണ കൊറിയ -സ്പെയിൻ മത്സരങ്ങളാണ് വിവാദങ്ങളിൽപ്പെട്ടത്. 1-1 ന്റെ സമനിലയിൽ നിന്ന് അധിസകയമത്തേക്കു നീണ്ട കളിയുടെ 117-ാം മിനിട്ടിൽ ജങ്ഹുവാൻ നേടിയ ഗോളിനെ ചുറ്റിപ്പറ്റിയുള്ള വിവാദം അമ്പയറിങ്ങിന്റെ പോരായ്മയിലേക്കാണ് വിരൽ ചൂണ്ടിയത്. ദക്ഷിണകൊറിയ -സ്പെയിൻ ക്വാർട്ടർ ഫൈനലിൽ നിശ്ചിത സമയത്തിനുള്ളിൽ തീരുമാനമുണ്ടാകുമായിരുന്നു. അത് സ്പെയിനിന് അനുകൂലമാകുമെന്നുമായിരുന്നു വിവാദങ്ങൾ വ്യക്തമാക്കിയത്. പെനാൽറ്റി ഷൂട്ടൗട്ടിലെത്തിയ കളിയിൽ അഞ്ചു പെനാൽറ്റികളും ഗോളാക്കി ദക്ഷിണ കൊറിയ നേടിയ വിജയം പക്ഷേ, ഏഷ്യൻ ഫുട്ബോളിന് ആശ്വാസകരമായിരുന്നു. ലോകകപ്പിന്റെ ചരിത്രത്തിലാദ്യമായി ഒരു ഏഷ്യൻ ടീം അവസാന നാലു സ്ഥാനങ്ങളിലെത്തിയത് തീർച്ചയായും അഭിമാനത്തിന്റെ നിമിഷങ്ങൾ തന്നെയായിരുന്നു. വ്യക്തിഗത മികവിൽ ബ്രസീലിന്റെ റൊണാൾഡീഞ്ഞോയ്ക്കൊപ്പം രണ്ടു ഗോളുകളുമായി ജങ്ഹുവാനും എത്തിയത് കുറച്ചു കാണാനാവില്ലല്ലോ.

ദക്ഷിണ കൊറിയയുടെ സെമിഫൈനൽ വരെയുള്ള മുന്നേറ്റം തന്നെയായിരുന്നു 17-ാം ലോകകപ്പിന്റെ വലിയ ആകർഷണീയതകളിലൊന്ന്. സഹ ആതിഥേയരായ ജപ്പാനൊപ്പം ഗ്രൂപ്പ് ജേതാക്കളായി ദക്ഷിണ കൊറിയയും രണ്ടാം റൗണ്ടിലെത്തിയത് ഏഷ്യൻ ഫുട്ബോളിന്റെ ശക്തി വിളിച്ചോതി. ഗ്രൂപ്പ് - ഡിയിൽ രണ്ടു വിജയവും ഒരു സമനിലയുമായി ഏഴു പോയിന്റു നേടി ദക്ഷിണ കൊറിയ ജേതാക്കളായപ്പോൾ അതേ മികവുമായി ഗ്രൂപ്പ് എച്ചിൽ ജപ്പാൻ മുന്നിലെത്തി. രണ്ടാം റൗണ്ടിൽ ജപ്പാൻ വീണപ്പോൾ ദക്ഷിണ കൊറിയ മുന്നോട്ടു കുതിച്ചു. മറുപടിയില്ലാത്ത ഒരു ഗോളിന് ടർക്കിയാണ് ജപ്പാനെ വീഴ്ത്തിയത്. ദക്ഷിണ കൊറിയയാകട്ടെ മുൻ ലോകചാമ്പ്യന്മാരായ ഇറ്റലിക്കെതിരെ 2-1 ന്റെ ഉജ്ജ്വല വിജയം നേടി.

ഗ്രൂപ്പ് ഘട്ടം (ലീഗ്) - ഒന്നും രണ്ടും സ്ഥാനക്കാർ

ഗ്രൂപ്പ് എ	ഡെന്മാർക്ക് (7), സെനഗൽ (5)
ഗ്രൂപ്പ് ബി	സ്പെയിൻ (9), പരാഗ്വേ (4)
ഗ്രൂപ്പ് സി	ബ്രസീൽ (9), ടർക്കി (4)
ഗ്രൂപ്പ് ഡി	ദക്ഷിണകൊറിയ (7), അമേരിക്ക (4)
ഗ്രൂപ്പ് ഇ	ജർമ്മനി (7), അയർലണ്ട് (5)
ഗ്രൂപ്പ് എഫ്	സ്വീഡൻ (5), ഇംഗ്ലണ്ട് (5)
ഗ്രൂപ്പ് ജി	മെക്സിക്കോ (7), ഇറ്റലി (4)
ഗ്രൂപ്പ് എച്ച്	ജപ്പാൻ (7), ബൽജിയം (5)

ഗ്രൂപ്പ് മത്സരങ്ങളിൽ വൻ വിജയങ്ങൾ നേടിയത് ഒരു മുൻ ചാമ്പ്യനൊപ്പം (ബ്രസീൽ). ഗ്രൂപ്പ് ബിയിൽ സ്പെയിനും ആയിരുന്നു. മൂന്നു കളികളും ജയിച്ച് മുഴുവൻ പോയിന്റും നേടിയാണ് ഇരുവരും രണ്ടാം റൗണ്ടിലെത്തുന്നത്. ഒപ്പം ഒരു ഗോൾ പോലും നേടാനാവാതെ മറ്റൊരു ലോകചാമ്പ്യൻ ഗ്രൂപ്പിലെ അവസാന സ്ഥാനക്കാരായി ആദ്യ റൗണ്ടിൽ തന്നെ പുറത്താവുന്നതിനും 17-ാം ലോകകപ്പ് സാക്ഷ്യം വഹിച്ചു. ഗ്രൂപ്പ് എയിൽ ഫ്രാൻസിനായിരുന്നു ഈ ദുര്യോഗം. നിലവിലുള്ള ലോക ചാമ്പ്യൻ ഈ രീതിയിൽ തകർന്നത് ലോകകപ്പിൽ ആദ്യമായിരുന്നു. മറ്റൊരു മുൻ ലോകചാമ്പ്യനും ആദ്യ റൗണ്ടിൽത്തന്നെ പുറത്തായി ഗ്രൂപ്പ് എഫിൽ മൂന്നാമതു മാത്രമെത്തിയ അർജന്റീന. ക്രൊയേഷ്യയുടെ പതനവും പ്രതീക്ഷിച്ചതല്ല.

രണ്ടാം റൗണ്ട് (നോക്കൗട്ട്)

1.	ജർമ്മനി - പരാഗ്വേ	ജർമ്മനിക്ക് ജയം	1-0
2.	ഇംഗ്ലണ്ട് - ഡെന്മാർക്ക്	ഇംഗ്ലണ്ടിന് ജയം	3-0
3.	സെനഗൽ - സ്വീഡൻ	സെനഗലിന് ജയം (എക്സ്ട്രാ ടൈം)	2-1
4.	സ്പെയിൻ - അയർലണ്ട്	സ്പെയിന് ജയം (എസ്ക്ട്രാ ടൈം 1-1) (പെനാൽറ്റി ഷൂട്ടൗട്ട് 3-2)	4-3
5.	അമേരിക്ക - മെക്സിക്കോ	അമേരിക്കയ്ക്ക് ജയം	2-0

6.	ബ്രസീൽ - ബൽജിയം	ബ്രസീലിന് ജയം	2-0
7.	ടർക്കി - ജപ്പാൻ	ടർക്കിക്ക് ജയം	1-0
8.	ദക്ഷിണകൊറിയ - ഇറ്റലി	ദക്ഷിണ കൊറിയയ്ക്ക് ജയം	2-1

നോക്കൗട്ടിന്റെ ആദ്യഘട്ടത്തിൽ സ്പെയിനും ബ്രസീലും മുന്നേറ്റം തുടർന്നു. സ്പെയിന് റിപ്പബ്ലിക് ഓഫ് അയർലണ്ടിനെതിരെ 120 മിനിട്ട് കളിക്കേണ്ടി വന്നുവെങ്കിലും പെനാൽറ്റി ഷൂട്ടൗട്ട് അവരെ തുണച്ചു. സ്കോർ ആകെ 4-3. ബ്രസീൽ നിശ്ചിത സമയത്തിനുള്ളിൽതന്നെ റിവോൾഡോയുടെയും റൊണാൾഡോയുടെയും ഗോളുകൾക്ക് ബൽജിയത്തിനുമേൽ ആധിപത്യം നേടി. ക്വാർട്ടറിൽ അങ്ങനെ നാലു മുൻ ചാമ്പ്യന്മാരും നാല് സാധാരണക്കാരും. ആദ്യ ക്വാർട്ടർ, ഫൈനൽ മത്സരം തന്നെയാണെന്ന് തോന്നിപ്പിച്ചു. അവസാനനിമിഷംവരെ പൊരുതിയ ബ്രസീലും ഇംഗ്ലണ്ടും തമ്മിലുള്ള ആദ്യകളിയിൽ ബ്രസീൽ മേല്ക്കൈ നേടി. ഒവന്റെ ഗോളിൽ ലീഡു നേടിയെങ്കിലും ഇംഗ്ലണ്ടിന് പിടിച്ചു നില്ക്കാനായില്ല. റിവാൾഡോയും റൊണാൾഡിഞ്ഞോയും നേടിയ ഗോളുകൾ കളി ബ്രസീലിന് അനുകൂലമാക്കി. 2-1 ന്റെ വിജയം. മറ്റു ക്വാർട്ടറുകളിൽ ദക്ഷിണ കൊറിയയും ടർക്കിയും വിജയം നേടിയപ്പോൾ സ്പെയിൻ പുറത്തായി. സ്പെയിനുമേൽ ദക്ഷിണ കൊറിയ നേടിയത് ആധികാരിക വിജയമായിരുന്നു. 120 മിനിട്ട് കളിച്ചിട്ടും ദക്ഷിണ കൊറിയയെ കീഴടക്കാൻ സ്പെയിന് കഴിഞ്ഞില്ല. പെനാൽറ്റി ഷൂട്ടൗട്ട് പക്ഷേ, സ്പെയിനിന്റെ വിധിയെഴുതി. ദക്ഷിണകൊറിയ അഞ്ചു പെനാൽറ്റികളും ഗോളാക്കി മാറ്റിയപ്പോൾ മൂന്നെണ്ണം നേടുവാനേ സ്പെയിന് കഴിഞ്ഞുള്ളൂ. ആദ്യമായി ഒരു ഏഷ്യൻടീം അങ്ങനെ ലോകകപ്പിന്റെ അവസാന നാലിലെത്തി.

ക്വാർട്ടർ ഫൈനൽ

1.	ബ്രസീൽ - ഇംഗ്ലണ്ട്	ബ്രസീലിന് ജയം	2-1
2.	ജർമ്മനി - അമേരിക്ക	ജർമ്മനിക്ക് ജയം	1-0
3.	ദക്ഷിണ കൊറിയ-സ്പെയിൻ	ദക്ഷിണകൊറിയക്ക് ജയം, എക്സ്ട്രാ ടൈം 0-0, പെനാൽറ്റി ഷൂട്ടൗട്ട് 5-3	5-3
4.	ടർക്കി - സെനഗൽ	ടർക്കിക്ക് ജയം (എക്സ്ട്രാ ടൈം)	1-0

രണ്ടു സെമി ഫൈനലുകളും നിലവാരത്തിന്റെ കാര്യത്തിൽ ഒപ്പത്തിനൊപ്പം നിന്നു. നാലു കിരീടങ്ങൾ നേടിയ ബ്രസീലും മൂന്നുതവണ ചാമ്പ്യന്മാരായ ജർമ്മനിയും അനുഭവ സമ്പത്തിലും കളിയുടെ സാങ്കേതികത്വത്തിലും ടർക്കിയേക്കാളും ദക്ഷിണ കൊറിയയേക്കാളും ഏറെ മുന്നിലായിരുന്നതിനാൽ സെമിഫൈനലുകളിൽ വലിയ അത്ഭുതങ്ങൾ പ്രതീക്ഷിച്ചിരുന്നില്ല. എന്നാൽ രണ്ടു സെമി ഫൈനലുകളിലും കളി കാര്യമായി. ദക്ഷിണ കൊറിയ ജർമ്മനിയെയും ടർക്കി ബ്രസീലിനെയും ശരിക്കും വിറപ്പിക്കുകതന്നെ ചെയ്തു. വാക്കോവർ പ്രതീക്ഷിച്ചെത്തിയ ജർമ്മനിക്കും ബ്രസീലിനും നന്നായി വിയർപ്പൊഴുക്കേണ്ടിവന്നു. എങ്കിലും അന്തിമവിജയം ലോകചാമ്പ്യന്മാർക്കായിത്തീർന്നു. ബല്ലാക്കിന്റെ ഒറ്റ ഗോൾ വീണത് കളിയുടെ 75-ാം മിനിട്ടിലായിരുന്നുവെന്ന് ഓർക്കുക. ജർമ്മനിക്ക് ശ്വാസം വീണത് അപ്പോഴായിരുന്നു. ആദ്യ പകുതിയിൽ ശരിക്കും ബ്രസീൽ ടർക്കിയെ പിടിച്ചു നിർത്തുകയായിരുന്നു. രണ്ടാം പകുതിയിൽ റൊണാൾഡോയുടെ ഒറ്റ ഗോൾ അവർക്കും തുണയായി. അങ്ങനെ വീണ്ടും മുൻചാമ്പ്യന്മാരുടെ ഫൈനൽ.

സെമിഫൈനൽ

1.	ജർമ്മനി - ദക്ഷിണകൊറിയ	ജർമ്മനിക്ക് ജയം	1-0
2.	ബ്രസീൽ - ടർക്കി	ബ്രസീലിന് ജയം	1-0
	മൂന്നാം സ്ഥാനം		
	ടർക്കി - ദക്ഷിണകൊറിയ	ടർക്കിക്ക് ജയം	3-2

ജൂൺ 30 ന് രാത്രി എട്ടു മണിക്കായിരുന്നു ഫൈനൽ. തലേന്ന് ദേഗുവിൽ മൂന്നാം സ്ഥാനക്കാരെ നിർണ്ണയിക്കുന്നതിനുള്ള മത്സരത്തിൽ ആതിഥേയർക്കെതിരെ ടർക്കി നേടിയ വിജയത്തിന്റെ (3-2) ആദ്യഗോൾ ലോകകപ്പ് ചരിത്രത്തിൽ ഇടം നേടി. കിക്കോഫ് ചെയ്തത് ദക്ഷിണകൊറിയ ആയിരുന്നെങ്കിലും കൊറിയയുടെ ആക്രമണ-മദ്ധ്യ-പ്രതിരോധ നിരകളെ ഒരുപോലെ സ്തബ്ധരാക്കിക്കൊണ്ട് ടർക്കിയുടെ ഫോർവേർഡ് ഹകൻ സക്കർ പന്തു തട്ടിയെടുത്ത് കൊടുങ്കാറ്റ് പോലെ കൊറിയൻ ഗോളിലേക്ക് കുതിച്ചു. 10.8 സെക്കന്റുകൊണ്ട്

10.8 സെക്കന്റിൽ ഗോൾ ചരിത്രം. ഹകൻ സക്കർ (ടർക്കി)

കൊറിയൻ ബോക്സിനുള്ളിലെത്തിയ സക്കർ ഗോളിയെയും അമ്പരപ്പിച്ചുകൊണ്ട് പന്ത് നെറ്റിലാക്കി. ലോകകപ്പ് ഫുട്ബോൾ ചരിത്രത്തിലെ ഏറ്റവും വേഗതയേറിയ ഗോൾ. ഈ സമയം കുറച്ച് ഗോൾ നേടുവാൻ മറ്റൊരു കളിക്കാരന് ഇനിയും കഴിഞ്ഞിട്ടില്ല.

ഫൈനൽ - 30, ജൂൺ 2002 - യോക്കഹോമ

ബ്രസീൽ - ജർമ്മനി
ബ്രസീലിന് വിജയം 2-0
ബ്രസീലിന് അഞ്ചാം ലോകകപ്പ് കിരീടം

ബ്രസീൽ - ജർമ്മനി ഫൈനലിൽ ആതിഥേയരായ കാണികളുടെ പിന്തുണ ബ്രസീലിനായിരുന്നു. ഏഷ്യയെ സംബന്ധിച്ചിടത്തോളം പണ്ടു മുതല്ക്കേ ബ്രസീൽ ആണല്ലോ ഫുട്ബോൾ രാജാക്കന്മാർ. ബ്രസീലിന്റെ തുടർച്ചയായ മൂന്നാം ലോകകപ്പ് ഫൈനലാണതെന്ന ചിന്തതന്നെ അവരെ ആവേശം കൊള്ളിച്ചു. ഒന്നിൽ വിജയവും ഒന്നിൽ തോല്വിയും. കഫുവിന്റെ നേതൃത്വത്തിലിറങ്ങിയ ബ്രസീലിന് വിജയമല്ലാതെ മറ്റൊരു ലക്ഷ്യമുണ്ടായിരുന്നില്ല. ഗോൾരഹിതമായ ആദ്യപകുതിക്കുശേഷം രണ്ടാം പകുതിയിൽ റൊണാൾഡോ ദനേടിയ ഇരട്ട ഗോളുകൾക്ക് ജർമ്മ

ഏഷ്യയിലും കിരീടം - ബ്രസീൽ

നിയെ നിഷ്പ്രഭരാക്കിക്കൊണ്ട് അഞ്ചാം ലോകകിരീടം എന്ന അത്യപൂർവ്വ സ്വപ്നം യാഥാർത്ഥ്യമാക്കുവാൻ ബ്രസീലിന്റെ ലോകോത്തര നിരയ്ക്ക് കഴഞ്ഞത് മറ്റൊരു ചരിത്രമായി. മൂന്നു ലോകകപ്പ് ഫൈനലുകളിൽ കളിച്ച ആദ്യ കളിക്കാരനായ കഫു ഒരിക്കൽകൂടി ലോകകിരീടം ബ്രസീലിനുവേണ്ടി സ്വീകരിച്ചു. 17-ാം ലോകകപ്പിന് യോക്കോഹാമയിൽ കൊടിയിറങ്ങി

64 കളികളിലായി വീണ 161 ഗോളുകൾക്ക് 112 കളിക്കാരാണ് അവകാശികൾ. ഗോൾ ശരാശരി 2.52. 8 ഗോൾ നേടിയ ബ്രസീലിന്റെ റൊണാൾഡോ ടോപ്പ് സ്കോററായി. അതുവഴി ഗോൾഡൻ ബൂട്ട് പുരസ്കാരവും റൊണാൾഡോയ്ക്ക്. രണ്ടാം സ്ഥാനത്ത് രണ്ടുപേർ - 5-ഗോൾ വീതം നേടിയ റിവാൾഡോയും (ബ്രസീൽ) മിറോസ്ലാവ് ക്ലോസും (ജർമ്മനി). ഗോൾഡൻ ബോൾ പുരസ്കാരം ജർമ്മനിയുടെ ഒളിവർകാനും, മികച്ച യുവതാരത്തിനുള്ള ബഹുമതി അമേരിക്കയുടെ ലാൻഡൻ ഡൊണോവറും നേടി. ഫിഫ ഫെയർപ്ലേ പുരസ്കാരം ബൽജിയത്തിന്.

മികവുകൾ

ഗോൾഡൻ ബൂട്ട്	റൊണാൾഡോ (ബ്രസീൽ)
ഗോൾഡൻ ബോൾ	ഒളിവർ കാൻ (ജർമ്മനി)
മികച്ച യുവതാരം	ലാൻഡൻ ഡൊണോവൻ (അമേരിക്ക)
ഫിഫ ഫെയർ പ്ലേ	ബൽജിയം

ടൂർണമെന്റിലെ ഏക ഹാട്രിക്കിന്റെ ഉടമ പോർച്ചുഗലിന്റെ പൗലെറ്റ - പോളണ്ടിനെതിരെ. സൗദി അറേബ്യക്കെതിരെ ജർമ്മനി നേടിയ 8-0 ആണ് വലിയ മാർജിൻ വിജയം. ഏറ്റവും കൂടുതൽ ഗോൾ സ്കോർ ചെയ്യപ്പെട്ടതും ഗ്രൂപ്പ് ഇയിലെ ഈ കളിയിലായിരുന്നു.

പതിനെട്ടാം ലോകകപ്പ്
ജർമ്മനി 2006
9 ജൂൺ - 9 ജൂലൈ

കായിക വളക്കൂറിന്റെ കാര്യത്തിൽ സമൃദ്ധമായ ജർമ്മനിയുടെ മണ്ണിൽ പതിനെട്ടാം ലോകകപ്പ് എത്തുന്നതിനു മുൻപുതന്നെ അതുമായി ബന്ധപ്പെട്ടൊരു മത്സരം കൊടി പാറിച്ച് നടത്തപ്പെടുകയുണ്ടായി. ജർമ്മനി, പശ്ചിമ ജർമ്മനിയായിരുന്നപ്പോൾ 1974 ലാണ് ലോകകപ്പ് ജർമ്മൻ മണ്ണിലെത്തുന്നത്. ബർലിൻ മതിൽ തകർത്ത് പൂർവ്വ-പശ്ചിമ ജർമ്മനികൾ ഒറ്റജർമ്മനിയായിത്തീർന്ന ഘട്ടത്തിൽതന്നെ ഒരുലോകകപ്പ് ഫുട്ബോൾ അവർക്ക് സമ്മാനിക്കണമെന്നത് ഫിഫയുടെ ആഗ്രഹമായിരുന്നു. ഫിഫ അദ്ധ്യക്ഷൻ സെപ്ബ്ലാറ്റർക്ക് അക്കാര്യത്തിൽ പ്രത്യേക താല്പര്യം തന്നെയുണ്ടായിരുന്നു. സൂറിക്കിൽ 2000 ൽ ചേർന്ന ഫിഫ കോൺഗ്രസിൽ പക്ഷേ, കാര്യങ്ങൾ ബ്ലാറ്റർക്കും ജർമ്മനിക്കും അനുകൂലമായിരുന്നില്ല. ദക്ഷിണാഫ്രിക്കയും ഇംഗ്ലണ്ടും മൊറോക്കോയും അപേക്ഷ സമർപ്പിച്ചതോടെ കോൺഗ്രസിൽ വോട്ടെടുപ്പു വേണ്ടിവന്നു. റൗണ്ട് റോബിൻ കളി പോലെയായിരുന്നു ആതിഥേയരെ നിശ്ചയിക്കുന്നതിനുള്ള മത്സരവും. മൂന്ന് റൗണ്ട് വോട്ടെടുപ്പ് വേണ്ടിവന്നു അതിനായി. ഓരോ റൗണ്ടിലും ഏറ്റവും കുറവായ രാജ്യത്തെ ഒഴിവാക്കും. അവസാന റൗണ്ടിൽ കൂടുതൽ വോട്ടുനേടുന്ന രാജ്യം തെരഞ്ഞെടുക്കപ്പെടും.

ഒന്നാം റൗണ്ടിൽ ജർമ്മനി 10, ദക്ഷിണാഫ്രിക്ക 6, ഇംഗ്ലണ്ട് 5, മൊറോക്കോ 3 എന്നിങ്ങനെ. മൊറോക്കോ പുറത്ത്. രണ്ടാം റൗണ്ടിൽ 11 വോട്ടുകൾ വീതം നേടി ജർമ്മനിയും ദക്ഷിണാഫ്രിക്കയും തുല്യത പാലിച്ചപ്പോൾ രണ്ടു വേട്ടു നേടിയ ഇംഗ്ലണ്ട് പുറത്ത്. അവസാന റൗണ്ടിൽ 11 രാജ്യങ്ങൾ ദക്ഷിണാഫ്രിക്കയെ പിന്തുണച്ചപ്പോൾ ജർമ്മനിക്കനുകൂലമായി 12 രാജ്യങ്ങൾ വോട്ടുചെയ്തു. "ഏകജർമ്മനി"ക്ക് ആദ്യ ലോകകപ്പ് ആതിഥേയത്വം. ഒപ്പം തന്നെയെത്തി അഴിമതിയാരോപണങ്ങളും.

ജർമ്മനിയിലെ പ്രമുഖ ഹാസ്യവാരികയായ *ടൈറ്റാനിക്* കുക്കുക്ലോക്കുകയും ബ്ലാക്ക് ഫോറസ്റ്റ് ഹാമുകളും നല്കാമെന്ന വാഗ്ദാവുമായി ഫിഫ അംഗങ്ങൾക്ക് കത്തെഴുതി പ്രസിദ്ധീകരിച്ചു. ഇംഗ്ലണ്ടിന്റെ തോല്വിയോടെ ഓഷ്യാനയുടെ പ്രതിനിധിയായ ചാർലി ഡെംപ്സി ദക്ഷിണാഫ്രിക്കയ്ക്കനുകൂലമായി നീങ്ങിയെന്ന പ്രചാരണമുണ്ടായി. എന്നാൽ സമ്മർദ്ദം സഹിക്കവയ്യാതെ ചാർലി വോട്ടെടുപ്പിൽനിന്ന് വിട്ടനില്ക്കുകയായിരുന്നുവത്രേ. ചാർലിയുടെ വോട്ടു ലഭിച്ചിരുന്നുവെങ്കിൽ 12-12 എന്നാകുമായിരുന്നു സ്കോർ. കാസ്റ്റിങ് വോട്ടിലൂടെ ബ്ലാറ്ററയ്ക്ക് അനുകൂല തീരുമാനമെടുക്കുകയുമാകാമായിരുന്നു.

ജർമ്മനിക്ക് ലോകകപ്പ് നല്കിക്കൊണ്ടുള്ള തീരുമാനം കൈക്കൊണ്ടതിനു ശേഷമാണ് രാഷ്ട്രീയക്കാർ ഉൾപ്പെടുന്ന അഴിമതിക്കഥകൾ പുറത്തുവരുന്നത്. വോട്ടിങ്ങിൽ ജർമ്മനിയെ അനുകലിച്ച നാല് ഏഷ്യൻരാജ്യങ്ങളിലേക്ക് ജർമ്മനിയുടെ വ്യാവസായിക പിന്തുണ പ്രവഹിക്കുവാൻ തുടങ്ങിയത്രെ. കൊറിയയിലെ ഹ്യുണ്ടായ് കമ്പനിയിൽ ഡെയ്മ്ലർ ക്രിസ്ലർ എന്ന ജർമ്മൻ വ്യവസായി കോടികളുടെ നിക്ഷേപം നടത്തിയത്രെ. തായ്ലണ്ടിലും ദക്ഷിണകൊറിയയിലും വോക്സ് വാഗനും ബേയറും വൻ നിക്ഷേപങ്ങൾ നടത്തി. അവരുടെ പ്രതിനിധികളിൽനിന്ന് ഉറപ്പുവാങ്ങിയ ശേഷമുള്ള തീരുമാനം. ജർമ്മൻ മാധ്യമരാജാവ് ലിയോ കിർച് അന്നാട്ടുകളിൽനിന്നുള്ള വില കുറഞ്ഞ പരിപാടികളുടെ സംപ്രേഷണാവകാശത്തിന് വൻതുകകൾ കൈമാറി. ജർമ്മനിക്ക് ലോകകപ്പ് ലഭിക്കുന്നതിന് ഒരു 'അഴിമതിഫണ്ട്' തന്നെ അധികാരികളുടെ അനുവാദത്തോടെ രൂപീകരിച്ചുവെന്നതായിരുന്നു വലിയ ആരോപണം. 67 ലക്ഷം യൂറോ അതിനുവേണ്ടി ഉപയോഗിച്ചുവെന്നായിരുന്നു *ദെർസ്പീഗൽ* എന്ന പത്രം റിപ്പോർട്ടു ചെയ്തത്. ജർമ്മൻ ഫുട്ബോൾ അസോസിയേഷൻ പ്രസിഡന്റ് വോൾഫ് ഗാങ് നീർസ്ബാക്ക് എല്ലാ ആരോപണങ്ങളും കൈയോടെ നിഷേധിച്ചു. ഫിഫയുടെ എത്തിക്സ് കമ്മിറ്റിയുടെ പരിശോധനയ്ക്കുവരെ കാര്യങ്ങളെത്തിയെന്നറിയുമ്പോൾ ആരോപണങ്ങളുടെ ഗൗരവം മനസ്സിലാക്കാവുന്നതേയുള്ളൂ.

ഗ്രൂപ്പ് ഘട്ടം (ലീഗ്) - ഒന്നും രണ്ടും സ്ഥാനക്കാർ

ഗ്രൂപ്പ് എ	ജർമ്മനി (9), ഇക്വഡോർ (6)
ഗ്രൂപ്പ് ബി	ഇംഗ്ലണ്ട് (7), സ്വീഡൻ (5)
ഗ്രൂപ്പ് സി	അർജന്റീന (7), ഹോളണ്ട് (7)
ഗ്രൂപ്പ് ഡി	പോർച്ചുഗൽ (9), മെക്സിക്കോ (4)
ഗ്രൂപ്പ് ഇ	ഇറ്റലി (7), ഘാന (6)

ഗ്രൂപ്പ് എഫ്	ബ്രസീൽ (9), ഓസ്ട്രേലിയ (4)
ഗ്രൂപ്പ് ജി	സ്വിറ്റ്സർലണ്ട് (7), ഫ്രാൻസ് (5)
ഗ്രൂപ്പ് എച്ച്	സ്പെയിൻ (9), ഉക്രെയ്ൻ (6)

ഒന്നും പക്ഷേ, ലോകകപ്പ് ഒരുക്കങ്ങളെയോ നിലവാരത്തെയോ ബാധിച്ചില്ല. 12 നഗരങ്ങളിലായി അരലക്ഷത്തിനടുത്ത് കാണികളെ ഉൾക്കൊള്ളാവുന്ന തരത്തിൽ 12 വൻ സ്റ്റേഡിയങ്ങൾ മത്സരങ്ങൾക്കായി ഒരുക്കി. ലോകകപ്പിന്റെ ചരിത്രത്തിലാദ്യമായി എല്ലാ സ്റ്റേഡിയങ്ങളിലും കാണികളുടെ കുത്തൊഴുക്കായിരുന്നു. 1994 ലെ അമേരിക്കൻ ലോകകപ്പിനുശേഷം കാണികളുടെ എണ്ണം ശരാശരി 50,000 നു മുകളിലെത്തി. കളത്തിനു പുറത്ത് കളി കണ്ടവരുടെ എണ്ണവും കുതിച്ചുയർന്നു. ലോക ജനതയുടെ മൂന്നിൽ രണ്ട് ആളുകളിലേക്ക് ടെലിവിഷൻ സംപ്രേഷണം എത്തിയെന്നാണ് ഔദ്യോഗിക കണക്കുകൾ. ഫൈനലിന് മാത്രം 715 മില്യൺ പ്രേക്ഷകരുണ്ടായിരുന്നത്രെ.

നിലവിലുള്ള ജേതാക്കൾക്ക് യോഗ്യതാറൗണ്ടുകൂടാതെ നേരിട്ട് ഫൈനൽ റൗണ്ടിലേക്ക് നല്കിയിരുന്ന പ്രവേശനം ഈ ലോകകപ്പു മുതൽ നിർത്തലാക്കിയിരുന്നു. അതിനാൽ ബ്രസീലിന് ഇക്കുറി യോഗ്യതാ റൗണ്ടിൽ പങ്കേടുക്കേണ്ടിവന്നു. നേരിട്ടുള്ള പ്രവേശനം ആതിഥേയർക്കു മാത്രമായിരുന്നതിനാൽ ജർമ്മനി യോഗ്യതാറൗണ്ടുകൂടാതെ തന്നെ അർഹത നേടി. ആറു കോൺഫെഡറേഷനുകളുടെയും പ്രതിനിധികൾ ജർമ്മനിയിലെത്തി. മത്സരഘടനയിൽ വ്യത്യാസമുണ്ടായിരുന്നില്ല. അട്ടിമറി വിജയങ്ങൾ കൂടാതെയാണ് രണ്ടാം റൗണ്ട് നോക്കൗട്ട് മത്സരങ്ങൾ കടന്നുപോയത്. എല്ലാ മത്സരങ്ങളും ജയിച്ച് ആദ്യ റൗണ്ടിൽ മുഴുവൻ പോയിന്റും നേടിയെത്തിയ ജർമ്മനി, പോർച്ചുഗൽ, ബ്രസീൽ, സ്പെയിൻ എന്നീ ടീമുകളിൽ സ്പെയിൻ ഒഴിച്ചുള്ള മൂന്നു ടീമുകളും രണ്ടാം റൗണ്ട് കടന്ന് ക്വാർട്ടറിലെത്തി. സ്പെയിൻ തോറ്റത് മുൻ ചാമ്പ്യന്മാരായ ഫ്രാൻസിനോടും (3-1)

രണ്ടാം റൗണ്ട് (നോക്കൗട്ട്)

1.	ജർമ്മനി - സ്വീഡൻ	ജർമ്മനിക്ക് ജയം	2-0
2.	അർജന്റീന- മെക്സിക്കോ	അർജന്റീനയ്ക്ക് ജയം എക്സ്ട്രാ ടൈം	2-1
3.	ഇംഗ്ലണ്ട് - ഇക്വഡോർ	ഇംഗ്ലണ്ടിന് ജയം	1-0
4.	പോർച്ചുഗൽ - ഹോളണ്ട്	പോർച്ചുഗലിന് ജയം	1-0
5.	ഇറ്റലി - ഓസ്ട്രേലിയ	ഇറ്റലിക്ക് ജയം	1-0

6.	ഉക്രെയ്ൻ -സ്വിറ്റ്സർലണ്ട്	ഉക്രെയിന് ജയം (എക്സ്ട്രാ ടൈം 0-0 പെനാൽറ്റി ഷൂട്ടൗട്ട് 3-0)	3-0
7.	ബ്രസീൽ - ഘാന	ബ്രസീലിന് ജയം	3-0
8.	ഫ്രാൻസ് - സ്പെയിൻ	ഫ്രാൻസിന് ജയം	3-1

ഓസ്ട്രേലിയ, ഇക്വഡോർ, ഘാന എന്നീ ടീമുകൾ തുടക്കത്തിൽ നേടിയ മുന്നേറ്റമൊഴിച്ചാൽ ലോകകപ്പിലെ സ്ഥിര സാന്നിദ്ധ്യമായ കരുത്തന്മാരായ ടീമുകൾ പതിനെട്ടാം ലോകകപ്പിലും നിയന്ത്രണം കൈക്കലാക്കിയത് അപ്രതീക്ഷിതമായിരുന്നില്ല. 2002 ൽ തിളങ്ങിയ അമേരിക്ക, സെനഗൽ, ദക്ഷിണകൊറിയ, ടർക്കി എന്നിവരൊഴികെ, നോക്കൗട്ട് ഘട്ടത്തിലെത്തിയവർ യൂറോപ്പിൽനിന്നും ലാറ്റിനമേരിക്കയിൽനിന്നുമുള്ള ടീമുകളായിരുന്നു. 18-ാം ലോകകപ്പിന്റെ ക്വാർട്ടറിൽ ആറ് മുൻ ലോക ചാമ്പ്യന്മാരാണ് കളിച്ചത്. അവരിൽ അർജന്റീനയും ഇംഗ്ലണ്ടും പെനാൽറ്റി ഷൂട്ടൗട്ടുകളിൽ തോറ്റു പുറത്തായി.

ക്വാർട്ടർ ഫൈനൽ

1.	ജർമ്മനി - അർജന്റീന	ജർമ്മനിക്ക് ജയം (എക്സ്ട്രാ ടൈം 1-1 പെനാൽറ്റി ഷൂട്ടൗട്ട് 4-2)	5-3
2.	ഇറ്റലി - ഉക്രൈൻ	ഇറ്റലിക്ക് ജയം	3-0
3.	പോർച്ചുഗൽ - ഇംഗ്ലണ്ട്	പോർച്ചുഗലിന് ജയം എക്സ്ട്രാ ടൈം 0-0 പെനാൽറ്റി ഷൂട്ടൗട്ട് 3-1	3-1
4.	ഫ്രാൻസ് - ബ്രസീൽ	ഫ്രാൻസിന് ജയം	1-0

അർജന്റീന ജർമ്മനിയോടാണ് തോറ്റതെങ്കിൽ (5-3) 66 ലെ ലോകകപ്പിന്റെ സെമി ഫൈനലിലേറ്റ തോല്‌വിക്ക് ഇംഗ്ലണ്ടിനോട് പകരം വീട്ടിക്കൊണ്ട് പെനാൽറ്റിഷൂട്ടൗട്ടിൽ ഇംഗ്ലണ്ടിനെ തറപറ്റിച്ചു. പോർച്ചുഗൽ രണ്ടാം തവണ അവസാന നാലു ടീമുകളിൽ ഇടം പിടിച്ചു. ഉക്രൈനിനെതിരെ ഇറ്റലിയും (3-0) ബ്രസീലിനെ ഫ്രാൻസും നേടിയ വിജയങ്ങൾ (1-0) ഏകപക്ഷീയമായിരുന്നു. ലോകകപ്പിന്റെ ചരിത്രത്തിൽ അങ്ങനെ നാലു യൂറോപ്യൻ ടീമുകൾ വീണ്ടും അവസാന നാല് ടീമുകളായി- 1934-1966, 1982 എന്നീ മേളകൾക്കുശേഷം.

ആദ്യസെമിഫൈനലിന് ആതിഥേയർ ഇറങ്ങിയത് പ്രതീക്ഷകളോടെയും ആത്മവിശ്വാസത്തോടെയുമാണ്. ആദ്യ റൗണ്ടിന്റെ ഗ്രൂപ്പ് എയിൽ എല്ലാ കളികളും ജയിച്ച് ഗ്രൂപ്പ് ജേതാക്കളായെത്തിയ ജർമ്മനിയുടെ രണ്ടാം റൗണ്ട് വിജയം സ്വീഡനെതിരെയും (2-0) ക്വാർട്ടർഫൈനൽ വിജയം അർജന്റീനക്കെതിരെയുമായിരുന്നു. ഇറ്റലിക്ക് ആദ്യ റൗണ്ടിന്റെ ഗ്രൂപ്പ് ഇയിൽ ഘാനയ്ക്കെതിരെയും (2-0) ചെക്ക് റിപ്പബ്ലിക്കിനെതിരെയും (2-0) വിജയങ്ങൾ. അമേരിക്കയുമായി 1-1 ന്റെ സമനില, രണ്ടാം റൗണ്ടിൽ ഓസ്ട്രേലിയയെ കഷ്ടിച്ചു തോല്പിച്ചപ്പോൾ (1-0) ക്വാർട്ടർ ഫൈനലിൽ ഉക്രൈനെതിരെ മിന്നുന്ന വിജയം (3-0). സെമി ഫൈനലിന്റെ നിശ്ചിത സമയത്തിനുള്ളിൽ ഇരുവർക്കും ഗോൾ നേടാനായില്ല.

സെമിഫൈനൽ

1.	ഇറ്റലി - ജർമ്മനി	ഇറ്റലിക്ക് ജയം (എക്സ്ട്രാ ടൈം)	2-0
2.	ഫ്രാൻസ്-പോർച്ചുഗൽ	ഫ്രാൻസിന് ജയം	1-0
	മൂന്നാം സ്ഥാനം		
	ജർമ്മനി -പോർച്ചുഗൽ	ജർമ്മനിക്ക് ജയം	3-1

അധികസമയത്തേക്കു നീങ്ങിയ മത്സരത്തിന്റെ അവസാന മിനിട്ടു വരെയും ഗോൾവലയങ്ങൾ ചലിച്ചില്ല. പിന്നീടായിരുന്നു നാടകീയ നിമിഷങ്ങൾ. ആതിഥേയരെ ഞെട്ടിച്ചുകൊണ്ട് ഒരു മിനിട്ടുള്ളപ്പോൾ ഗ്രോസോയുടെ വക ഗോൾ. പിന്നെ ടച്ച് ലൈനിൽനിന്ന് പെനാൽറ്റി ബോക്സിലെത്തുന്ന സമയം മാത്രമെടുത്തുകൊണ്ട് ദെൽ പീയറോയുടെ രണ്ടാം ഗോൾ. ഡോർട്മണ്ട് സ്റ്റേഡിയവും അറുപത്തിയയ്യായിരം കാണികളും ജർമ്മൻ ടീമും സ്തബ്ധരായിരുന്നുപോയി. അവിശ്വസനീയമായിരുന്നു ഇറ്റലിയുടെ വിജയം. അല്ലെങ്കിൽ ജർമ്മനിയുടെ തോല്വി. ഫ്രാൻസും പോർച്ചുഗലും തമ്മിലുള്ള രണ്ടാം സെമിഫൈനലും ആവേശകരമായിരുന്നു. സിദാൻ നേടിയ ഒരു പെനാൽറ്റി വേണ്ടിവന്നു ഫ്രാൻസിന് മുന്നിലെത്താനും വിജയം നേടുവാനും (1-0). മൂന്നാം സ്ഥാനത്തിനുവേണ്ടിയുള്ള കളിയിൽ പോർച്ചുഗലിനെ 3-1 ന് തോല്പിച്ച് ജർമ്മനി ആശ്വാസം കൊണ്ടു.

നാലു കിരീടങ്ങളുടെ കരുത്താണ് ഫൈനലിൽ മാറ്റുരച്ചത്. ഇറ്റലിയുടെ മൂന്നും ഫ്രാൻസിന്റെ ഒന്നും തമ്മിൽ. സിദാന്റെ പെനാൽറ്റി കളിയുടെ തുടക്കത്തിൽതന്നെ ഫ്രാൻസിനെ മുന്നിലെത്തിച്ചുവെങ്കിലും ആന്ദ്രെ പിർലോയുടെ കോർണർകിക്ക് സ്വീകരിച്ച് കാർക്കോ മറ്ററാസി 19-ാം മിനിട്ടിൽ ഗോൾ മടക്കി. കളി തൊണ്ണൂറു മിനിട്ടും അധികമായി

കിട്ടിയ മുപ്പതും കഴിഞ്ഞിട്ടും തുല്യത പാലിച്ചവർ (1-1) പെനാൽറ്റി ഷൂട്ടൗട്ടിന്റെ ഭാഗ്യത്തിന് വിജയത്തെ വിട്ടുകൊടുത്തു. വെറും ഭാഗ്യപരീക്ഷണമെന്നതിനേക്കാളുപരി നിലവാരമളക്കുന്ന അളവുകോലായി മാറി ഈ ഷൂട്ടൗട്ട്.

ഫൈനൽ - 9, ജൂലൈ, 2006 ബർലിൻ

ഇറ്റലി - ഫ്രാൻസ്
ഇറ്റലിക്ക് വിജയം 6-4 (എക്സ്ട്രാ ടൈം 1-1) പെനാൽറ്റി ഷൂട്ടൗട്ട് 5-3
ഇറ്റലിക്ക് നാലാം ലോകകപ്പ് കിരീടം

മികച്ച ലക്ഷ്യബോധത്തോടെ ഇറ്റലി അഞ്ചു കിക്കുകളും ഗോളാക്കി മാറ്റിയപ്പോൾ മൂന്നു കിക്കുകൾ ഗോളാക്കി മാറ്റുവാനേ ഫ്രാൻസിനു കഴിഞ്ഞുള്ളൂ. ഫ്രാൻസിന്റെ രണ്ടാം ലോകകപ്പ് കിരീട സ്വപ്നം പൊലിഞ്ഞു. ഇറ്റലിക്ക് നാലാം കിരീടം നേടുവാനായി. ഹാബിയോ കനാവോറ ഇറ്റലിക്കുവേണ്ടി കിരീടമേറ്റുവാങ്ങി. കളിയുടെ അവസാന നിമിഷങ്ങളിലാണ് കുപ്രസിദ്ധമായ സിദാൻ- മറ്റാരസി ഏറ്റുമുട്ടൽ മൈതാനത്തിന് മദ്ധ്യത്തിൽ അരങ്ങേറിയത്. ഞെട്ടലോടെ ലോകം അതു കാണുകയും ചെയ്തു.

ലോകവും ലോകകപ്പും ഞെട്ടിയപ്പോൾ. സിദാനും മറ്റാരസിയും

ഇറ്റലിക്ക് നാല് ലോകകപ്പ് വിജയങ്ങൾ

മികവുകൾ

ഗോൾഡൻ ബൂട്ട്	മിറോസ്ലാവ് ക്ലോസ് (ജർമ്മനി)
ഗോൾഡൻ ബോൾ	സിനദിൻ സിദാൻ (ഫ്രാൻസ്)
മികച്ച യുവതാരം	ലൂക്കാസ് പെഡോൾസ്കി (ജർമ്മനി)
ഫിഫ ഫെയർ പ്ലേ	ബ്രസീൽ, സ്പെയിൻ

ആകെ സൃഷ്ടിക്കപ്പെട്ട 147 ഗോളുകൾ 110 കളിക്കാരാണ് നേടിയത്. അഞ്ചു ഗോളുമായി ജർമ്മനിയുടെ മിറോസ്ലാവ് ക്ലോസ് ടോപ്പ് സ്കോററും ഗോൾഡൻ ബൂട്ട് ജേതാവുമായി. രണ്ടാം സ്ഥാനത്ത് മൂന്നു ഗോൾവീതം നേടിയ എട്ടുപേരുണ്ടായിരുന്നു. അവരിൽ റൊണാൾഡോയും സിദാനും ലൂക്കാസും ഉൾപ്പെടുന്നു. ഗോൾഡൻ ബോൾ ജേതാവ് ഫ്രാൻസിന്റെ സിനദിൻ സിദാൻ. മികച്ച യുവതാരത്തിനുള്ള പുരസ്കാരം ജർമ്മനിയുടെ ലൂക്കാസ് പൊഡോൾസ്കി നേടി. ഫിഫ ഫെയർ പ്ലേ ട്രോഫി ബ്രസീലും സ്പെയിനും പങ്കിട്ടു. സെർബിയോ മൊണ്ടേനെ ഗ്രോയ്ക്കെതിരെ അർജന്റീന നേടിയ 6-0 ന്റെ വിജയമായിരുന്നു. മികച്ച മാർജിൻ വിജയം. ഏറ്റവും കൂടുതൽ ഗോൾ സ്കോർ ചെയ്യപ്പെട്ടത് ഫൈനലിൽ. പെനാൽറ്റി കളടക്കം പത്തുഗോൾ. ഇറ്റലി -6. ഫ്രാൻസ് -4.

പത്തൊൻപതാം ലോകകപ്പ്

ദക്ഷിണാഫ്രിക്ക - 2010
11, ജൂൺ - 11, ജൂലൈ

യൂറോപ്പിന്റെയും ലാറ്റിനമേരിക്കയുടെയും അതിർത്തികൾ ഭേദിച്ച് അമേരിക്കൻ വൻകരയിലും പിന്നെ ഏഷ്യൻ ഭൂഖണ്ഡത്തിലും എത്തിയ ലോകകപ്പ് ഫുട്ബോൾ ഒടുവിൽ ആഫ്രിക്കൻ വൻകരയിലുമെത്തി. ഒരു ചരിത്ര മുഹൂർത്തമായി അതും. 19-ാം ലോകകപ്പിനായുള്ള അപേക്ഷകൾ ആഫ്രിക്കൻ രാജ്യങ്ങളിൽനിന്നു മാത്രമാകണമെന്ന ഫിഫയുടെ തീരുമാനത്തോട് പ്രതികരിച്ചത് ദക്ഷിണാഫ്രിക്കയ്ക്കൊപ്പം ഈജിപ്തും മൊറോക്കയും ആയിരുന്നു. സാമ്പത്തികമായി പിന്നാക്കം നില്ക്കുന്ന പല രാജ്യങ്ങൾക്കും ലോകകപ്പ് നടത്തുന്നതിനുള്ള കെല്പുണ്ടായിരുന്നില്ലല്ലോ. യൂറോപ്യൻ-ലാറ്റിനമേരിക്കൻ ശൈലികൾക്കൊപ്പം വെക്കാനാവില്ലെങ്കിലും ചടുലവും ആക്രമണോത്സുകവുമായ ആഫ്രിക്കൻ ശൈലിയുടെ മനോഹാരിത വളർന്നു പന്തലിക്കുമെന്ന വിശ്വാസം സംഘാടകർക്കുണ്ടായിരുന്നു. 'വക്കാ... വക്കാ...' യുടെ താളം ഉയരവെ 'വുവുസോല'യുടെ ആരവത്തിൽ ദക്ഷിണാഫ്രിക്കൻ ജനത 19-ാം ലോകകപ്പിനെ അവിസ്മരണീയമായ ആഘോഷമാക്കി മാറ്റി. ചരിത്രത്തിലാദ്യമായി ആറ് ആഫ്രിക്കൻ ടീമുകൾക്ക് ഫൈനൽ റൗണ്ടിൽ കളിക്കുവാൻ അർഹത ലഭിച്ചു. ആതിഥേയരെന്ന നിലയിൽ ദക്ഷിണാഫ്രിക്കയും യോഗ്യതാ റൗണ്ട് കടന്നെത്തിയ അൾജീരിയ, കാമറൂൺ, ഘാന, നൈജീരിയ, ഐവറി കോസ്റ്റ് എന്നിവരും.

കാമറൂൺ ഒഴികെ മറ്റാർക്കും മുൻലോകകപ്പുകളിൽ വലിയ ചലനങ്ങളുണ്ടാക്കുവാൻ കഴിഞ്ഞിരുന്നില്ല. വാഴ്ത്തപ്പെടുവാൻ തക്ക പ്രകടനം ആതിഥേയരിൽ നിന്നുമുണ്ടായിട്ടില്ല. 1998 ലെ ഫ്രാൻസ് ലോകകപ്പിലാണ് ദക്ഷിണാഫ്രിക്ക ആദ്യമായി ഫൈനൽ റൗണ്ടിൽ കളിക്കുന്നത്. ആദ്യ റൗണ്ടിന്റെ ഗ്രൂപ്പ്- സിയിൽ ഒറ്റ മത്സരവും ജയിക്കാനാവാതെ പുറത്താ

വുകയും ചെയ്തു. ഡെന്മാർക്കിനും സൗദി അറേബ്യക്കുമെതിരെയുള്ള സമനിലകൾ സമാശ്വാസങ്ങൾ മാത്രമായിരുന്നു. വീണ്ടും 2002 ൽ 17-ാം ലോകകപ്പിന്റെ ആദ്യ റൗണ്ടിൽനിന്ന് പുറത്താകുന്ന സ്പെയിനും പരാഗ്വേയും ഉണ്ടായിരുന്ന ഗ്രൂപ്പ് ബിയിൽ ഒരു വിജയം, ഒരു തോല്‌വി, ഒരു സമനില. ഫൈനൽ റൗണ്ടിൽ ദക്ഷിണാഫ്രിക്ക നേടിയ ഏക വിജയവും അതുതന്നെയായിരുന്നു- സ്ലൊവേനിയക്കെതിരെ 1-0, യോഗ്യതാ റൗണ്ട് കടക്കാൻ കഴിയാഞ്ഞതിനാൽ കഴിഞ്ഞ ലോകകപ്പിനെത്തിയതുമില്ല.

എന്നിട്ടും ഒരുലോകകപ്പ് ഫുട്ബോളിന് ആതിഥേയത്വം നല്കുവാനുള്ള വലിയഭാഗ്യമാണ് ദക്ഷിണാഫ്രിക്കയ്ക്ക് ലഭിച്ചത്. ആഫ്രിക്കയിലേക്കെത്തിയ ആദ്യ ലോകകപ്പിനു കിട്ടിയ വരവേല്പ് മറ്റ് വൻകരകളെ അത്ഭുതപ്പെടുത്തി. 5 സ്റ്റേഡിയങ്ങൾ പുതുതായി നിർമ്മിച്ചു. മറ്റ് അഞ്ചെണ്ണം പുതുക്കിപ്പണിത്തു. ജൊഹന്നാസ് ബർഗ് അടക്കമുള്ള നഗരങ്ങളിൽ മെട്രോ സർവീസ് ഉൾപ്പെടെയുള്ള ഗതാഗത സൗകര്യങ്ങൾ ഏർപ്പെടുത്തി. സ്റ്റേഡിയങ്ങളെ തമ്മിൽ ബന്ധിപ്പിക്കുന്ന ആധുനിക റോഡുകൾ നിർമ്മിച്ചു. എല്ലാ ജോലികളും പൂർത്തിയാക്കി ആറുമാസം മുൻപുതന്നെ സ്റ്റേഡിയങ്ങൾ തയ്യാറാവുമെന്ന് സംഘാടക സമിതി അദ്ധ്യക്ഷൻ ഡാനി ജോർഡൻ ഒരു വർഷം മുമ്പ് ഉറപ്പു നല്കി.

എഴുപതിനായിരത്തോളം വരുന്ന നിർമ്മാണത്തൊഴിലാളികൾ കൂടുതൽ വേതനം ആവശ്യപ്പെട്ട് പണിമുടക്ക് നടത്തിയപ്പോഴായിരുന്നു അത്. കാണികളുടെ സുരക്ഷയ്ക്ക് വേണ്ടി പ്രത്യേക സംവിധാനമൊരുക്കി. മത്സരങ്ങൾ നടക്കുമ്പോൾ വിമാനപഥം ഒഴിവാക്കി ആകാശത്തു പോലും സുരക്ഷയൊരുക്കി. ലോകകപ്പ് തുടങ്ങുന്നതിന് കൃത്യം 100 ദിവസം മുമ്പ് പ്രത്യേകം സംഘടിപ്പിച്ച ചടങ്ങിൽ ഫിഫ പ്രസിഡന്റ് സെപ് ബ്ലാറ്റർ 19-ാം ലോകകപ്പിന്റെ ഉദ്ഘാടനച്ചടങ്ങുകൾ ജൊഹന്നാസ് ബർഗ് സോക്കർ സിറ്റി സ്റ്റേഡിയത്തിൽ പത്താം തീയതി ഉച്ചയ്ക്ക് രണ്ടു മണിക്ക് നടക്കുമെന്ന് പ്രഖ്യാപിച്ചു. 11-ാം തീയതി വൈകുന്നേരം 4 മണിക്ക് ആതിഥേയരും മെക്സിക്കോയും തമ്മിലുള്ള ഉദ്ഘാടന മത്സരവും.

ഗ്രൂപ്പ് ഘട്ടം (ലീഗ്) - ഒന്നും രണ്ടും സ്ഥാനക്കാർ

ഗ്രൂപ്പ് എ	ഉറുഗ്വേ (7), മെക്സിക്കോ (4)
ഗ്രൂപ്പ് ബി	അർജന്റീന (9), ദക്ഷിണകൊറിയ (4)
ഗ്രൂപ്പ് സി	അമേരിക്ക (5), ഇംഗ്ലണ്ട് (5)
ഗ്രൂപ്പ് ഡി	ജർമ്മനി (6), ഘാന (4)
ഗ്രൂപ്പ് ഇ	ഹോളണ്ട് (9), ജപ്പാൻ (6)
ഗ്രൂപ്പ് എഫ്	പരാഗ്വേ (5), സ്ലൊവാക്യ (4)

ഗ്രൂപ്പ് ജി	ബ്രസീൽ (7), പോർച്ചുഗൽ (5)
ഗ്രൂപ്പ് എച്ച്	സ്പെയിൻ (6), ചിലി (6)

എന്നാൽ ദക്ഷിണാഫ്രിക്കയുടെ കളിക്കളത്തിലെ പ്രകടനങ്ങൾക്ക് ആ ഉശിരുണ്ടായിരുന്നില്ല. മുൻപ് രണ്ടു പ്രാവശ്യവും ലോകകപ്പിൽ കളിച്ചപ്പോഴത്തെ അനുഭവമായിരുന്നു. ആതിഥേയരുടേത്; ആദ്യ റൗണ്ടിൽ ഗ്രൂപ്പ് - എയിലെ ആദ്യ മത്സരത്തിൽ മെക്സിക്കോയോട് 1-1 ന്റെ സമനിലയിൽ തുടങ്ങിയ ദക്ഷിണാഫ്രിക്ക രണ്ടാമത്തെ കളിയിൽ ഉറുഗ്വേയോട് 3-0 ന് തോറ്റു. മുൻലോകചാമ്പ്യനും കഴിഞ്ഞ ലോകകപ്പിലെ രണ്ടാം സ്ഥാനക്കാരുമായ ഫ്രാൻസിനെതിരെ 2-1 ന് വിജയം നേടാനായെങ്കിലും ആതിഥേയർ ആദ്യ റൗണ്ടിൽതന്നെ പുറത്തായി. മെക്സിക്കോയോട് പോയിന്റു നിലയിൽ ഒപ്പമായിരുന്നുവെങ്കിലും ഗോൾ ശരാശരിയിൽ മൂന്നാം സ്ഥാനത്തേക്ക് തള്ളപ്പെടുകയായിരുന്നു. ഫ്രാൻസ് അതിനും താഴെയായിരുന്നുവെന്നത് ആശ്വാസം നല്കുന്ന കാര്യമല്ലല്ലോ. ഫ്രാൻസിനെതിരെ ഒരു ഗോൾ കൂടി നേടാനായിരുന്നെങ്കിൽ കഥ മാറിയേനെ.

മറ്റ് ആഫ്രിക്കൻ രാജ്യങ്ങളായ നൈജീരിയയും അൾജീരിയയും കാമറൂണും ഐവറികോസ്റ്റും ആദ്യ റൗണ്ടിൽ തന്നെ പുറത്തായി. ഘാന മാത്രമാണ് രണ്ടാം റൗണ്ടിലെത്തിയത്. ഗ്രൂപ്പ് ഡിയിൽ അധികസമയത്തു നേടിയ ഗോളിന് (2-1) അമേരിക്കയെ മറികടന്ന് ക്വാർട്ടറിലെത്തിയ ഘാന പക്ഷേ, പെനാൽറ്റി ഷൂട്ടൗട്ടിൽ ഉറുഗ്വേയോട് തോറ്റു പുറത്തായി (5-3) 19-ാം ലോകകപ്പിൽ ആഫ്രിക്കയുടെ വെല്ലുവിളി അവിടെ അവസാനിച്ചു. ആദ്യ റൗണ്ടിൽ അതാതു ഗ്രൂപ്പുകളിൽ ഒടുവിലത്തെ സ്ഥാനത്തെത്തി നാണംകെട്ട മുൻ ചാമ്പ്യന്മാരായ ഫ്രാൻസിന്റെയും ഇറ്റലിയുടെയും കഥ വിട്ടേക്കുക.

രണ്ടാം റൗണ്ട് (നോക്കൗട്ട്)

1.	ഉറുഗ്വേ - ദക്ഷിണകൊറിയ	ഉറുഗ്വേക്ക് ജയം	2-1
2.	ഘാന- അമേരിക്ക	ഘാനയ്ക്ക് ജയം (എക്സ്ട്രാ ടൈം)	2-1
3.	ജർമ്മനി - ഇംഗ്ലണ്ട്	ജർമ്മനിക്ക് ജയം	4-1
4.	അർജന്റീന -മെക്സിക്കോ	അർജന്റീനയ്ക്ക് ജയം	3-1
5.	ഹോളണ്ട് -സ്ലോവാക്യ	ഹോളണ്ടിന് ജയം	2-1
6.	ബ്രസീൽ - ചിലി	ബ്രസീലിന് ജയം	3-0

7.	പരാഗ്വേ - ജപ്പാൻ	പരാഗ്വേയ്ക്ക് ജയം എക്ട്രാ ടൈം 0-0 പെനാൽറ്റിഷൂട്ടൗട്ട് 5-3	5-3
8.	സ്പെയിൻ - പോർച്ചുഗൽ	സ്പെയിന് ജയം	1-0

പ്രാഥമിക റൗണ്ടിലെ ഗ്രൂപ്പ് മത്സരങ്ങളിൽ സമ്പൂർണ്ണ വിജയങ്ങളുമായി അർജന്റീനയും ഹോളണ്ടും രണ്ടാം റൗണ്ടിൽ കടന്നപ്പോൾ ഏറ്റവും അധികം വിയർപ്പൊഴുക്കി നോക്കൗട്ട് ഘട്ടത്തിലെത്തിയത് സ്പെയിൻ ആയിരുന്നു. രണ്ടു വിജയങ്ങളും ഒരു തോല്‌വിയുമായി ചിലിയും ഒപ്പമെത്തിയപ്പോൾ ഗോൾ വ്യത്യാസത്തിൽ കഷ്ടിച്ചു കടന്നുകൂടുകയായിരുന്നു സ്പെയിൻ. ബ്രസീലും പരാഗ്വേയും കടുത്ത എതിർപ്പുകൾ മറികടന്നാണ് ഗ്രൂപ്പ് ജേതാക്കളായത്. തോല്‌വി ഒഴിവാക്കി ഗ്രൂപ്പ് എയിൽ നിന്ന് ഉറുഗ്വേ രണ്ടാം റൗണ്ടിലെത്തിയപ്പോൾ ഗ്രൂപ്പ് സിയിൽ അമേരിക്കയും ഇംഗ്ലണ്ടും രണ്ടു തോല്‌വികൾ വഴങ്ങി തുല്യ നിലയിൽ. ഗോൾ വ്യത്യാസവും തുല്യ നിലയിൽ. രണ്ടു ടീമുകളും രണ്ടാം റൗണ്ടിലെത്തി. ഒന്നിൽ തോറ്റുവെങ്കിലും ജർമ്മനിയും ഗ്രൂപ്പ് ജേതാക്കളായിത്തന്നെ ജയിച്ചുകയറി. രണ്ടാം റൗണ്ടിൽ ഘാന അമേരിക്കയെ തോല്പിച്ചതൊഴിച്ചാൽ മറ്റ് അട്ടിമറികളൊന്നും നടന്നില്ല. ഉറുഗ്വേ ദക്ഷിണ കൊറിയയെയും (2-1) ജർമ്മനി ഇംഗ്ലണ്ടിനെയും (4-1) അർജന്റീന മെക്സിക്കോയെയും (3-1) ഹോളണ്ട് സ്ലോവാക്യയെയും (2-1) ബ്രസീൽ ചിലിയെയും (3-0) പരാഗ്വേ ജപ്പാനെയും (പെനാൽറ്റി ഷൂട്ടൗട്ടിൽ 5-3) സ്പെയിൻ പോർച്ചുഗലിനെയും (1-0) മറികടന്ന് അവസാന എട്ടു ടീമുകളായി.

ക്വാർട്ടർ ഫൈനൽ

1.	ഹോളണ്ട് - ബ്രസീൽ	ഹോളണ്ടിന് ജയം	2 -1
2.	ഉറുഗ്വേ- ഘാന	ഉറുഗ്വേക്ക് ജയം എക്സ്ട്രാ ടൈം 1-1 പെനാൽറ്റി ഷൂട്ടൗട്ട് 4-2	5-3
3.	ജർമ്മനി-അർജന്റീന	ജർമ്മനിക്ക് ജയം	4-0
4.	സ്പെയിൻ-പരാഗ്വേ	സ്പെയിനിന് ജയം	1-0

ക്വാർട്ടർ ഫൈനലുകളിൽ യൂറോപ്യൻ ആധിപത്യം പ്രകടമായിരുന്നു. അട്ടിമറികളുടെ സ്വഭാവവും ചില കളികൾക്കുണ്ടായിരുന്നു. ആദ്യപകുതിയിൽ 0-1 ന് പുറകിലായിരുന്ന ഹോളണ്ട് രണ്ടാം പകുതിയിൽ നേടിയ രണ്ടു ഗോളുകൾക്ക് ആറാം ലോകകപ്പ് കിരീടത്തിനായെത്തിയ

ബ്രസീലിനെ പുറത്താക്കിയതായിരുന്നു കൂട്ടത്തിലെ വലിയ അട്ടിമറി. അർജന്റീയുടെ കീഴടങ്ങലാണ് ശരിക്കും അർജന്റീന- ജർമ്മനി മത്സരത്തിൽ കണ്ടത്. 0-4 ന്റെ അപ്രതീക്ഷിത തോല്വി. പെനാൽറ്റി ഷൂട്ടൗട്ട് വരെയെത്തിയ കളിയിൽ ഘാന ഉറുഗ്വേയെ വിറപ്പിച്ചു. 5-3 ന് ഉറുഗ്വേ സെമിയിലെത്തി. അവസാന ക്വാർട്ടർ ഒരു ഫൈനൽ മത്സരത്തിന്റെ നിലവാരത്തിലേക്കുയർന്നുവെന്ന് പറയാം. ആദ്യ രണ്ട് റൗണ്ടുകൾ കഷ്ടിച്ചു കടന്നുകൂടിയ സ്പെയിൻ എൺപത്തിമൂന്നു മിനിട്ടുകൾക്കു ശേഷമാണ് പരാഗ്വേയ്ക്കെതിരെ ഗോൾ കണ്ടെത്തിയത്. സമനിലയ്ക്കായി പരാഗ്വേ എല്ലാം മറന്നുള്ള കളി കളിച്ചുവെങ്കിലും ലക്ഷ്യം കണ്ടില്ല.

സെമിഫൈനൽ

1.	ഹോളണ്ട് - ഉറുഗ്വേ	ഹോളണ്ടിന് ജയം	3-2
2.	സ്പെയിൻ - ജർമ്മനി	സ്പെയിന് ജയം	1-0
	മൂന്നാം സ്ഥാനം		
	ജർമ്മനി - ഉറുഗ്വേ	ജർമ്മനിക്ക് ജയം	3-2

എന്നാൽ യൂറോപ്യൻ ചാമ്പ്യന്മാർ എന്ന ഖ്യാതി നേടിയിട്ടും ഒരിക്കൽപോലും ലോകകപ്പിന്റെ അവസാന നാലിലെത്താൻ ഭാഗ്യമില്ലാതെ പോയ സ്പെയിനിന്റെ കഥ രേഖപ്പെടുത്താൻ ലോകകപ്പ് ഫുട്ബോളിന്റെ ചരിത്രത്താളുകൾ ഒഴിച്ചിടപ്പെട്ടിരുന്നു. ആദ്യ സെമിയിൽ ഉറുഗ്വേയെ 3-2 ന് മറികടന്ന ഹോളണ്ടിനെ ഫൈനലിൽ നേരിടണമെന്നത് സ്പെയിനിന്റെ നിയോഗമായിരുന്നു. ലോകകപ്പ് ഫുട്ബോളിന്റെ എട്ടുപതിറ്റാണ്ടത്തെ ചരിത്രത്തിൽ ആദ്യമായാണ് സ്പെയിൻ-ഹോളണ്ട് മത്സരം അരങ്ങേറിയത്. മുഖാമുഖമുള്ള ആദ്യ ഏറ്റുമുട്ടലിനെ അവിസ്മരണീയമാക്കുവാൻ ഇരു ടീമുകൾക്കും കഴിയുകയും ചെയ്തു. രണ്ടാം സെമിയിൽ ഗോൾ രഹിതമായ ആദ്യ പകുതിക്കു ശേഷം രണ്ടാം പകുതിയുടെ 28-ാം മിനിട്ടിൽ പൂയൂൾ നേടിയ ഒറ്റ ഗോളിന് ജർമ്മനിയെ തോല്പിച്ചാണ് ഹോളണ്ടിനെ ഫൈനലിൽ നേരിടുവാൻ സ്പെയിനിന് അവസരം കിട്ടിയത്.

ഫൈനൽ - 11 ജൂലൈ 2010 - ജൊഹന്നസ് ബർഗ്

സ്പെയിൻ - ഹോളണ്ട്
സ്പെയിന് വിജയം 1-0
സ്പെയിന് ആദ്യ ലോകകപ്പ് കിരീടം

സ്പെയിനിന്റെ വിജയ ഗോൾ ഇനിയെസ്റ്റ

അങ്ങനെ ജൂലൈ 11 സ്പെയിനിന്റെ കായിക ചരിത്രത്തിലെ നിർണ്ണായക ദിനമായി. ലോകകപ്പിന്റെ ഫൈനലിലെത്തുന്നത് ആദ്യം. രണ്ടു തവണ ഫൈനലിലെത്തിയിട്ടും കിരീടം നേടാനാവാതെ മടങ്ങിയവർ എതിരാളികൾ. 1982 ലെ 12-ാം ലോകകപ്പ് സ്വന്തം മണ്ണിലായിരുന്നിട്ടുകൂടി അവസാന നാലു ടീമുകളിൽ ഒന്നാകാനുള്ള ഭാഗ്യം പോലും ഇല്ലാതെ പോയവരാണ് സ്പെയിൻ. അവർക്ക് മുന്നിൽ മരണക്കളിയല്ലാതെ മറ്റൊരു മാർഗ്ഗമുണ്ടായിരുന്നില്ല. ഹോളണ്ടിന്റെ കഥയും മറിച്ചായിരുന്നില്ല. രണ്ടുവട്ടം കൈവിട്ടുപോയ ലോകാധിപത്യം കൈയകലം ദൂരത്ത്. അങ്ങനെ പുതിയൊരു ലോകചാമ്പ്യനെ വരവേല്ക്കുന്നതിനാണ് ജൊഹന്നസ് ബർഗിലെ സോക്കർസിറ്റി സ്റ്റേഡിയത്തിൽ 85,000 കാണികളെത്തിയത്. നിശ്ചിത സമയത്ത് ഗോളടിക്കാനാവാതെ ഇരുടീമുകളും തൊട്ടുതൊട്ടു മുന്നേറുമ്പോൾ ഹോളണ്ടോ സ്പെയിനോ എന്ന ചോദ്യത്തിന് ഇനിയെസ്റ്റ ഉത്തരം നല്കി (1-0). അപ്പോൾ കളി അവസാനിക്കാൻ നാലു മിനിട്ടുകൾ മാത്രമേ ഉണ്ടായിരുന്നുള്ളൂ ലോകകപ്പിന്റെ തുടക്കത്തിനു മുൻപ് ജർമ്മനിക്കും ബ്രസീലിനും അർജന്റീനയ്ക്കും സ്തുതി പാടിയവർ ആ നിമിഷം സ്പെയിനിന് സ്തോത്രം ചൊല്ലി. പുതിയ ലോകചാമ്പ്യൻ ആഫ്രിക്കൻ വൻകരയിൽ ഉദയം കൊണ്ടു. 'വുവുസോല'യുടെ താളം മുറുകിക്കൊണ്ടിരുന്നു. ഇകാർ കസ്സില്ലാസ് നെൽസൺ മണ്ടേലയുടെ സാന്നിദ്ധ്യത്തിൽ സ്പെയിനിനു വേണ്ടി ആദ്യ ലോകകപ്പ് കിരീടം ഏറ്റുവാങ്ങി. സ്പെയിൻ കൈയടക്കിയ വിജയങ്ങൾക്ക് കളിയുടെ കാര്യത്തിലെന്നപോലെ കണക്കിന്റെ കാര്യത്തിലും ഏകതാനത നിറഞ്ഞൊരു ഭംഗിയുണ്ടായിരുന്നു. നോക്കൗട്ട് സ്റ്റേജിലെ മത്സരങ്ങളിലെല്ലാം ഏകപക്ഷീയ വിജയങ്ങളായിരുന്നു സ്പെയിനിന്റേത്. അതും ഒറ്റ ഗോൾ വിജയങ്ങൾ.

രണ്ടാം ഘട്ടത്തിൽ പോർച്ചുഗലിനെയും ക്വാർട്ടറിൽ പരാഗ്വേയെയും, സെമിയിൽ ജർമ്മനിയെയും ഒടുവിൽ ഫൈനലിൽ ഹോളണ്ടിനെയും 1-0 നാണ് സ്പെയിൻ തോല്പിച്ചത്

മികവുകൾ

ഗോൾഡൻ ബൂട്ട്	തോമസ് മുള്ളർ (ജർമ്മനി)
ഗോൾഡൻ ബോൾ	ഡിയാഗോ ഫൊർലാൻ (ഉറുഗ്വേ)
മികച്ച യുവതാരം	തോമസ് മുള്ളർ (ജർമ്മനി)
ഫിഫ ഫെയർ പ്ലേ	സ്പെയിൻ

ആകെ സ്കോർ ചെയ്യപ്പെട്ടത് 145 ഗോളുകൾ. അഞ്ചുഗോൾ വീതം നേടിയ 4 കളിക്കാരിൽ ജർമ്മനിയുടെ തോമസ് മുള്ളർക്കാണ് ഗോൾഡൻ ബൂട്ട് ലഭിച്ചത്. മികച്ച യുവതാരമായി തെരഞ്ഞെടുക്കപ്പെട്ടതും തോമസ് മുള്ളറിനെ. ഗോൾഡൻ ബോൾ പുരസ്കാരം ഉറുഗ്വേയുടെ ഡിയാഗോ ഫൊർലാന് ലഭിച്ചു. ഫിഫ ഫെയർ ട്രോഫി ജേതാക്കളായി സ്പെയിനും. വലിയ മാർജിൻ വിജയം നേടിയ ടീം പോർച്ചുഗൽ ഗ്രൂപ്പ് ജിയിൽ വടക്കൻ കൊറിയയെ 7-0 ന് തോല്പിച്ചു

ആഫ്രിക്കൻ വൻകരയിൽ പുതിയ ലോക ചാമ്പ്യൻ - സ്പെയിൻ

ഇരുപതാം ലോകകപ്പ്
ബ്രസീൽ - 2014
12, ജൂൺ - 13 ജൂലൈ

എന്താ സംഭവിച്ചതെന്ന് വീണ്ടുമൊരു ചിന്തയിൽ ഓർത്തെടുക്കാനായെങ്കിലും എങ്ങനെ അതു സംഭവിച്ചുവെന്ന് ആർക്കുമറിയില്ലായിരുന്നു. സ്വപ്നത്തിൽ നിന്ന് ഉണർന്നെന്നോണം ജർമ്മനിയുടെ നായകൻ ഫിലിപ്പ് ലാമും പരിശീലകൻ ജവോക്കിമും അതു മനസ്സിലാക്കി. അപ്പോഴും ബ്രസീൽ നായകൻ ഡേവിഡ് ലൂയിസിനും ഗോളി ജൂലിയോ സീസറിനും കോച്ച് ലൂയിസ് സ്കൊളാരിക്കും ഒന്നും മനസ്സിലായില്ല. ബെലോ ഹൊറിസോണ്ടയിലെ മിനിറ സ്റ്റേഡിയത്തിലെ നിറഞ്ഞ ഗാലറികളിലെ 58,141 കാണികൾക്കും ഒന്നും മനസ്സിലായില്ല. 202 രാജ്യങ്ങളിലെ ടെലിവിഷൻ പ്രേക്ഷകർക്കും കാര്യം പിടികിട്ടിയില്ല. കളി നിയന്ത്രിച്ച മെക്സിക്കോക്കാരൻ മാർക്കോ റോഡ്റിസിനും ഒന്നും മനസ്സിലായില്ല. താൻ എന്നെന്നേക്കുമായി അമ്പയറിങ് അവസാനിപ്പിക്കുകയാണെന്ന കാര്യം ഒരുപക്ഷേ, ലോങ് വിസിൽ മുഴക്കുമ്പോൾ അദ്ദേഹം ഓർമ്മിച്ചിരിക്കാം. തങ്ങൾ ഏഴു ഗോൾ അടിച്ചുവെന്നും ഒരു ഗോൾ മാത്രം തിരികെ വാങ്ങിയെന്നും ജർമ്മൻ താരങ്ങൾ അത്ഭുതത്തോടെ മനസ്സിലാക്കി. തങ്ങൾ ഒരു ഗോൾ മാത്രമേ അടിച്ചുള്ളുവെന്നും അതിനു മുൻപ് ഏഴെണ്ണം വാങ്ങിയെന്നും ബ്രസീൽ താരങ്ങൾ അവിശ്വസനീയതയോടെ, അമ്പരപ്പോടെ മെല്ലെ മനസ്സിലാക്കിത്തുടങ്ങി...

ലോകകപ്പ് ഫുട്ബോളിന്റെ 84 വർഷത്തെ കഥയിലെ, ഇരുപതു ടൂർണമെന്റുകളുടെ ചരിത്രത്തിലെ ഏറ്റവും ദയനീയമായ തോല്‌വികളിലൊന്നായിരുന്നു അത്. 2014 ജൂലൈ എട്ടിലെ ആ ചരിത്രം ലോകമെമ്പാടുമുള്ള മാധ്യമങ്ങൾ എരിവും പുളിയും ചേർത്ത് രേഖപ്പെടുത്തി. 20-ാം ലോകകപ്പ് ബ്രസീലിന് അനുവദിക്കുമ്പോൾ ഫിഫയും അത്രത്തോളം പ്രതീക്ഷിച്ചിരുന്നില്ല. അഞ്ചു പ്രാവശ്യം ലോക കിരീടം ചൂടി ഫുട്ബോൾ

എന്ന കായികകലയുടെ മുടിയേറ്റിയ മന്നന്മാരായ ബ്രസീലിന് സ്വന്തം മണ്ണിൽ ഇങ്ങനെ ഒരു വിധിയോ? ബ്രസീലിന്റെ ഗോൾ വലയത്തിലേക്ക് ഒന്നിനു പിറകേ ഒന്നായി ഗോളുകൾ വർഷിച്ച മുള്ളറും ക്ലോസും ക്രൂസും ഖെദിരയും ഷൂറിയും തങ്ങൾ ചെയ്ത പാതകത്തെയോർത്ത് പരിതപിച്ചിരിക്കുമോ? ഫൈനൽ വിസിൽ മുഴങ്ങുന്നതിന് സെക്കന്റുകൾക്കു മുൻപ് താൻ നേടിയത് ആശ്വാസഗോളായിരുന്നുവെന്ന കാര്യം ഓസ്കർ വിശ്വസിച്ചിരിക്കുമോ? ആദ്യസെമിഫൈനലിലെ ബ്രസീലിന്റെ വൻതോല്‌വിയെക്കുറിച്ചുള്ള ചർച്ചകൾക്ക് ഇനിയും അവസാനമായിട്ടില്ല. കാരണം തോറ്റത് ബ്രസീലും തോല്പിച്ചത് ജർമ്മനിയുമാണല്ലോ.

ലോകകപ്പിന്റെ ചരിത്രത്തിൽ അവസാന നാലു ടീമുകൾ തമ്മിലുള്ള മത്സരങ്ങളിൽ ബ്രസീലിനു സംഭവിച്ചതുപോലൊരു തോല്‌വി മുൻപുണ്ടായിട്ടില്ല. സെമി ഫൈനലിലോ ഫൈനലിലോ ഇതിനടുത്തെത്തിയ വിജയമാർജിൻ ആദ്യ ലോകകപ്പിന്റെ സെമിഫൈനലുകളിലും പിന്നെ 54 ലെ അഞ്ചാം ലോകകപ്പിന്റെ ആദ്യ സെമിയിലും മാത്രമേ ഉണ്ടായിട്ടുള്ളൂ. ആദ്യ ലോകകപ്പിന്റെ രണ്ടു സെമിഫൈനലുകളിലും സ്കോർ 6-1 എന്നായിരുന്നു. അമേരിക്കക്കെതിരെ അർജന്റീനയും യൂഗോസ്ലാവ്യക്കെതിരെ ഉറുഗ്വേയും നേടിയ വിജയങ്ങൾ. അഞ്ചാം ലോകകപ്പിന്റെ ആദ്യ സെമിയിൽ ഓസ്ട്രിയയ്ക്കെതിരെ ജർമ്മനിയുടെ വിജയവും 6-1 നായിരുന്നു. 5 ഗോൾ വ്യത്യാസം. പെനാൽറ്റിഷൂട്ടൗട്ടിലൂടെ വിജയം നിശ്ചയിക്കപ്പെട്ട ഇറ്റലിയിൽ നടന്ന 14-ാം ലോകകപ്പിന്റെ രണ്ടു സെമിഫൈനലുകളിലും ഒമ്പതു ഗോൾ വീതം സ്കോർ ചെയ്യപ്പെട്ടെങ്കിലും വിജയമാർജിൻ ഒരൊറ്റ ഗോളിന്റേതായിരുന്നു. അർജന്റീന ഇറ്റലിയെയും (5-4) പശ്ചിമ ജർമ്മനി ഇംഗ്ലണ്ടിനെയുമാണ് (5-4) തോല്പിച്ചത്. ലോകകപ്പിന്റെ ചരിത്രത്തിൽ ഏറ്റവുമധികം ഗോൾ വീണ 82 ലെ 12-ാം ലോകകപ്പിലും ആദ്യസെമിയിലെ വിജയമാർജിൻ ഒരു ഗോളായിരുന്നു. പെനാൽറ്റി ഷൂട്ടൗട്ടിലൂടെ അന്നും വിജയം നേടിയത് പശ്ചിമ ജർമ്മനിയായിരുന്നു. ഫ്രാൻസിനുമേൽ 8-7 ന്റെ ജയം. ഈ ലോകകപ്പിലെ സെമിഫൈനൽ തോല്‌വി 1950 ൽ സ്വന്തം മണ്ണിൽ നടന്ന ലോകകപ്പിലെ ഒരു മത്സരത്തെപ്പറ്റി ബ്രസീലിനെ ഓർമ്മിപ്പിച്ചിട്ടുണ്ടാവണം. ജേതക്കളെ നിശ്ചയിക്കുന്നതിനുള്ള അവസാന മത്സരത്തിൽ ബ്രസീൽ സ്വീഡനെ പരാജയപ്പെടുത്തിയത് 7-1 നായിരുന്നു

20-ാം ലോകകപ്പിന്റെ വിലയിരുത്തലിൽ ജർമ്മനിയുടെ നാലാം കിരീടനേട്ടത്തേക്കാൾ പ്രാധാന്യം ലഭിച്ചത് ബ്രസീലിന്റെ വലിയ തോല്‌വി തന്നെയായിരുന്നു. കളിയുടെ 3-ാം മിനിട്ടിൽ മാർസെലയുടെ ഷോട്ട് ഇടതു പോസ്റ്റിന് അകലെക്കൂടി പോയിരുന്നില്ലെങ്കിൽ കളിയുടെ ഗതി തന്നെ ചിലപ്പോൾ മാറുമായിരുന്നേനെ. 11-ാം മിനിട്ടിൽ ആദ്യ കോർണർ മുതലാക്കി മുള്ളർ ജർമ്മനിയെ മുന്നിലെത്തിച്ചപ്പോൾ ബ്രസീൽ കളം നിറഞ്ഞു കളിക്കുകയായിരുന്നു. മുള്ളറും ക്രോസും ആസൂത്രണം ചെയ്തൊരു നീക്കം ക്ലോസ് നേടിയ ഗോളിൽ കലാശിച്ചത് ബ്രസീലിനെ പിടിച്ചു കുലുക്കി. പിന്നീടായിരുന്നു ജർമ്മനിയുടെ പടയോട്ടം. തൊട്ടടുത്ത

മിറോസ്ലാവ് ക്ലോസ് (ജർമ്മനി) - ലോകകപ്പിൽ 16 ഗോളുകളുമായി ചരിത്രമെഴുതി

മിനിട്ടിൽ ക്രൂസിന്റെ ഗോൾ. രണ്ടു മിനിട്ടിനുള്ളിൽ വീണ്ടും ക്രൂസ് ലക്ഷ്യം കണ്ടതോടെ ബ്രസീലിന്റെ പ്രതിരോധ നിര അപ്പാടെ ചിതറി. ഗോളി ജൂലിയോ സീസർ നിരായുധനെപ്പോലെ പകച്ചുനിന്നുപോയി. മൂന്നു മിനിട്ടു കഴിഞ്ഞില്ല ഖെദിര അഞ്ചാം ഗോളുമായി ബ്രസീലിനെ വരിഞ്ഞു മുറുക്കി. ആദ്യ പകുതിയിൽ 5-0 ന്റെ വൻ ലീഡ്. രണ്ടാം പകുതിയിലും ജർമ്മനി ആഞ്ഞടിച്ചു. 29-ാം മിനിട്ടിലും 39-ാം മിനിട്ടിലും ഷൂറിയുടെ വക രണ്ടു ഗോൾ. 7-0 ന്റെ ഏകപക്ഷീയ തോല്വിയിൽനിന്ന് ബ്രസീലിനെ രക്ഷിക്കുവാൻ ഒടുവിൽ ഒരു ഓസ്കർ ഉണ്ടായി. ആ മത്സരത്തെ കുറിച്ച് ഇതിലേറെ ഒന്നും പറയാനില്ലെന്നതാണ് യാഥാർത്ഥ്യം. ജർമ്മനിക്കുവേണ്ടി മിറോസ്ലാവ് ക്ലോസ് നേടിയ ടൂർണ്ണമെന്റിലെ രണ്ടാം ഗോളിനെപ്പറ്റി പരാമർശിക്കാതിരിക്കാനാവില്ല. ക്ലോസിന്റെ ലോകകപ്പിലെ 16-ാം ഗോളായിരുന്നു അത്. എക്കാലത്തെയും ഏറ്റവും വലിയ നേട്ടമെന്ന് വാഴ്ത്തപ്പെട്ട ബ്രസീലിന്റെ റൊണാൾഡോയുടെ 15 ഗോൾ നേട്ടത്തെയാണ് ക്ലോസ് മറികടന്നത്. മറ്റൊന്നുകൂടിയുണ്ട്. നെയ്മർ എന്നൊരു കളിക്കാരനെ 20-ാം ലോകകപ്പിൽ ലോകഫുട്ബോളിന് സമ്മാനിക്കാൻ കഴിഞ്ഞുവെന്ന കാര്യം വിസ്മരിച്ചുകൂടാ.

ഗ്രൂപ്പ് ഘട്ടം (ലീഗ്) - ഒന്നും രണ്ടും സ്ഥാനക്കാർ

ഗ്രൂപ്പ് എ	ബ്രസീൽ (7), മെക്സിക്കോ (7)
ഗ്രൂപ്പ് ബി	ഹോളണ്ട് (9), ചിലി (3)
ഗ്രൂപ്പ് സി	കൊളംബിയ (9), ഗ്രീസ് (4)
ഗ്രൂപ്പ് ഡി	കൊസ്റ്ററിക്ക (7), ഉറുഗ്വേ (6)
ഗ്രൂപ്പ് ഇ	ഫ്രാൻസ് (7), സ്വിറ്റ്സർലണ്ട് (6)
ഗ്രൂപ്പ് എഫ്	അർജന്റീന (9), നൈജീരിയ (4)
ഗ്രൂപ്പ് ജി	ജർമ്മനി (7), അമേരിക്ക (4)
ഗ്രൂപ്പ് എച്ച്	ബൽജിയം (9), അൾജീരിയ (4)

ആദ്യ റൗണ്ടിൽ അതാതു ഗ്രൂപ്പുകളിൽ എല്ലാ മത്സരങ്ങളും ജയിച്ച് ഗ്രൂപ്പ് ജേതാക്കളായി നോക്കൗട്ടിലേക്കു കടന്ന നാലുടീമുകളുടെ പ്രകടനം ഓർമ്മിക്കപ്പെടേണ്ടതുണ്ട്. പോളണ്ട്, കൊളംബിയ, അർജന്റീന, ബൽജിയം എന്നീ ടീമുകൾ. രണ്ടു വിജയങ്ങളും ഒരു സമനിലയുമായി ആദ്യ റൗണ്ട് ജേതാക്കളായി രണ്ടാം റൗണ്ടിലെത്തുവാൻ ബ്രസീലിനും കോസ്റ്ററിക്കയ്ക്കും ഫ്രാൻസിനും ജർമ്മനിക്കും കഴിഞ്ഞു. രണ്ടാം റൗണ്ടിലെത്തിയ മെക്സിക്കോ, ചിലി, ഗ്രീസ്, ഉറുഗ്വേ, സ്വിറ്റ്സർലണ്ട്, നൈജീരിയ, അമേരിക്ക, അൾജീരിയ എന്നീ ടീമുകളായിരുന്നു. നിലവിലുള്ള ജേതാക്കളായ സ്പെയിൻ ആദ്യ റൗണ്ടിൽ തന്നെ പുറത്തായത് വലിയ ദുരന്തമായി. മൂന്നിൽ രണ്ടു കളികളിലും സ്പെയിൻ തോറ്റു. ലോകകപ്പ് ജേതാക്കളായ ഇറ്റലിയും ഇംഗ്ലണ്ടും സ്പെയിനിന്റെ പാത പിന്തുടർന്നു. ആഫ്രിക്കൻ പ്രതിനിധിയായെത്തിയ കറുത്ത കുതിരകളായ കാമറൂണിന് ഒരു പോയിന്റുപോലും നേടാനായില്ല. ഏഷ്യൻ സാന്നിദ്ധ്യം ജപ്പാന്റെയും ദക്ഷിണ കൊറിയയുടെയും തോല്‌വികളോടെ ഇല്ലാതെയായി.

രണ്ടാം റൗണ്ട് (നോക്കൗട്ട്)

1.	ബ്രസീൽ - ചിലി	ബ്രസീലിന് ജയം (എക്സ്ട്രാ ടൈം 1-1) പെനാൽറ്റി ഷൂട്ടൗട്ട് 3-2	4-3
2.	കൊളംബിയ - ഉറുഗ്വേ	കൊളംബിയയ്ക്ക് ജയം	2-0
3.	ഹോളണ്ട് - മെക്സിക്കോ	ഹോളണ്ടിന് ജയം	2-1

4.	കോസ്റ്ററിക്ക - ഗ്രീസ്	കോസ്റ്ററിയ്ക്ക് ജയം എക്സ്ട്രാ ടൈം 1-1 പെനാൽറ്റി ഷൂട്ടൗട്ട്5-3	6-4
5.	ഫ്രാൻസ്-നൈജീരിയ	ഫ്രാൻസിന് ജയം	2-0
6.	ജർമ്മനി-അൾജീരിയ	ജർമ്മനിക്ക് ജയം എക്സ്ട്രാ ടൈം	2-0
7.	അർജന്റീന - സ്വിറ്റ്സർലണ്ട്	അർജന്റീനയ്ക്ക് ജയം (എക്സ്ട്രാ ടൈം)	1-0
8.	ബൽജിയം-അമേരിക്ക	ബൽജിയത്തിന് ജയം എക്സ്ട്രാ ടൈം	2-1

നോക്കൗട്ട് ഘട്ടത്തിന്റെ ആദ്യ റൗണ്ടിൽ വലിയ അട്ടിമറികളൊന്നും സൃഷ്ടിക്കപ്പെടുകയുണ്ടായില്ല. പ്രമുഖ ടീമുകൾ നേരിയ മാർജിൻ വിജയങ്ങളുമായാണ് ഈ ഘട്ടം കടന്നു കൂടിയത്. പെനാൽറ്റി ഷൂട്ടൗട്ട് വരെയെത്തിയ ബ്രസീൽ - ചിലി മത്സരത്തിൽ ബ്രസീൽ കടന്നുകൂടിയത് 4-3 ന്. അർജന്റീന സ്വിറ്റ്സർലണ്ടിനെതിരെ വിജയം നേടിയത് അധിക സമയത്തുവീണ ഏകഗോളിന്. ജർമ്മനിയും അധിക സമയത്തുവീണ ഗോളിനാണ് അൾജീരിയയെ തോല്പിച്ചത് (2-1). കൊളംബിയ ഉറുഗ്വേയ്ക്കെതിരെ നേടിയ വിജയവും (2-0) കോസ്റ്ററിക്ക ഗ്രീസിനെതിരെ നേടിയ വിജയവും (പെനാൽറ്റിഷൂട്ടൗട്ടിൽ 6-4) രണ്ടാം റൗണ്ട് മത്സരങ്ങളിൽ ശ്രദ്ധിക്കപ്പെട്ടവയാണ്. ഫ്രാൻസ് നൈജീരിയയ്ക്കു മേലും (2-0) ഹോളണ്ട് മെക്സിക്കോയ്ക്കു മേലും (2-1) പ്രതീക്ഷിച്ച വിജയങ്ങൾ നേടി ക്വാർട്ടർ ഫൈനൽ റൗണ്ടിലെത്തി.

ക്വാർട്ടർ ഫൈനൽ

1.	ജർമ്മനി - ഫ്രാൻസ്	ജർമ്മനിക്ക് ജയം	1-0
2.	ബ്രസീൽ - കൊളംബിയ	ബ്രസീലിന് ജയം	2-1
3.	അർജന്റീന -ബൽജിയം	അർജന്റീനയ്ക്ക് ജയം	1-0
4.	ഹോളണ്ട് - കോസ്റ്ററിക്ക	ഹോളണ്ടിന് ജയം എക്സ്ട്രാ ടൈം0-0 പെനാൽറ്റി ഷൂട്ടൗട്ട് 4-3	4-3

നാലിൽ മൂന്ന് ക്വാർട്ടർ ഫൈനൽ മത്സരങ്ങളും നിശ്ചിത സമയത്തുതന്നെ തീർന്നു. ജർമ്മനി ഫ്രാൻസിനെയും (1-0) ബ്രസീൽ കൊളംബിയയെയും

(2-1) അർജന്റീന ബൽജിയത്തെയും (1-0) തോല്പിച്ചപ്പോൾ ഹോളണ്ടും കോസ്റ്ററിക്കയും തമ്മിലുള്ള അവസാന ക്വാർട്ടർ പെനാൽറ്റി ഷൂട്ടൗട്ടിലേക്ക് നീണ്ടു. 4-3 ന് കോസ്റ്ററിക്കയെ തോല്പിച്ച ഹോളണ്ട് തുടർച്ചയായ രണ്ടാമതു പ്രാവശ്യം സെമി ഫൈനലിലെത്തി.

സെമിഫൈനൽ

1.	ജർമ്മനി- ബ്രസീൽ	ജർമ്മനിക്ക് ജയം	7-1
2.	അർജന്റീന-ഹോളണ്ട്	അർജന്റീനയ്ക്ക് ജയം (എക്സ്ട്രാ ടൈം0-0) പെനാൽറ്റി ഷൂട്ടൗട്ട് 4-2	4-2
	മൂന്നാം സ്ഥാനം		
	ഹോളണ്ട്-ബ്രസീൽ	ഹോളണ്ടിന് ജയം	3-0

ഹോളണ്ടും അർജന്റീനയും തമ്മിലുള്ള രണ്ടാം സെമി ഫൈനൽ തീരുമാനമായതും പെനാൽറ്റി ഷൂട്ടൗട്ടിലായിരുന്നു. ലയണൽ മെസിക്കുപോലും അധിക സമയമെടുത്ത കളിയിൽ ഗോൾ നേടാനായില്ല. ഷൂട്ടൗട്ടിൽ 4-2 ന് ഹോളണ്ടിനെ തോല്പിച്ച് അർജന്റീന ഫൈനലിലെത്തുമ്പോൾ അവരെ നേരിടാൻ ബ്രസീലിനെ തകർത്ത ആത്മവീര്യവുമായി ജർമ്മനി മാറക്കാനാ സ്റ്റേഡിയത്തിലുണ്ടായിരുന്നു. അർജന്റീനയ്ക്ക് പിന്തുണയുമായി മുക്കാൽ ലക്ഷം കാണികൾ ഗാലറികളിൽ ആർത്തുവിളിച്ചപ്പോൾ പലവട്ടം ജർമ്മനിയുടെ കാലിടറിയിരുന്നു. ഫൈനൽ അധികസമയത്തേക്കു നീണ്ടു. കളിയവസാനിക്കാൻ ഏഴു മിനിട്ടുള്ളപ്പോൾ ദൈവം മരിയോ ഗോട്സെയുടെ വേഷത്തിലെത്തി അർജന്റീനയുടെ ഗോൾ വലയം ചലിപ്പിച്ചു. മുൻ ലോകകപ്പിലെപ്പോലെ അധിക സമയത്തു നേടിയ 1-0 ന്റെ വിജയം. 1990 ലെ 14-ാം ലോകകപ്പിന്റെ ഫൈനലിന്റെ ആവർത്തനം. അർജന്റീനയ്ക്കെതിരെ മറുപടിയില്ലാത്ത ഒരു ഗോളിന് വിജയം ഒരിക്കൽക്കൂടി. ഫിലിപ്പ് ലാം ജർമ്മനിക്കുവേണ്ടി നാലാമത്തെ ലോകകപ്പ് കിരീടം ഏറ്റുവാങ്ങി.

ഫൈനൽ - 13 ജൂലൈ, 2014- റിയോ ഡി ജനീറോ

ജർമ്മനി - അർജന്റീന
ജർമ്മനിക്ക് വിജയം 1-0 (എക്സ്ട്രാ ടൈം)
ജർമ്മനിയുടെ നാലാം ലോകകപ്പ് കിരീടം

16-ാം ലോകകപ്പിലെ റിക്കാർഡ് ഗോൾ നേട്ടത്തിനൊപ്പമെത്തി 20-ാം ലോകകപ്പിലെ ആകെ ഗോളുകളും. 64 കളികളിൽ 121 കളിക്കാർ സ്കോർ ചെയ്ത 171 ഗോളുകൾ. നിയമമനുസരിച്ച് പെനാൽറ്റി ഷൂട്ടൗട്ടിലെ ഗോളുകൾ വ്യക്തിനേട്ടമെന്ന നിലയിൽ മൊത്തം ഗോളിൽ ഉൾപ്പെടുന്നില്ലെങ്കിലും വിജയത്തിന്റെ കണക്കിൽ പെനാൽറ്റി ഗോളുകളും ചേർക്കപ്പെടും. 4 പെനാൽറ്റി ഷൂട്ടൗട്ടുകളിലായി 26 ഗോളുകളാണ് സ്കോർ ചെയ്യപ്പെട്ടത്. ആറു ഗോളുകൾ നേടിയ കൊളംബിയയുടെ ജയിംസ് റോഡ്റിഗസ് ടോപ്പ് സ്കോററായി. ഒപ്പം ഗോൾഡൻ ബൂട്ട് പുരസ്കാരവും. ഗോൾഡൻ ബോൾ ബഹുമതി ലയണൽ മെസിയും (അർജന്റീന) മികച്ച യുവതാരത്തിനുള്ള പുരസ്കാരം ഫ്രാൻസിന്റെ പോൾ പോംഗ്ബയും നേടി. ഫിഫ ഫെയർ പ്ലേ ട്രോഫി നേടിയത് കൊളംബിയ.

ജർമ്മനിക്ക് നാല് ലോകകപ്പ് വിജയങ്ങൾ

മികവുകൾ

ഗോൾഡൻ ബൂട്ട്	ജയിംസ് റോഡ്റിഗസ് (കൊളംബിയ)
ഗോൾഡൻ ബോൾ	ലയണൽ മെസി (അർജന്റീന)
മികച്ച യുവതാരം	പോൾ പോഗ്ബ (ഫ്രാൻസ്)
ഫിഫ ഫെയർ പ്ലേ	കൊളംബിയ

ലോക ചാമ്പ്യന്മാരുടെ കുപ്പായത്തിന്
ഒരവസാന വില നിശ്ചയിക്കാനാവില്ല....
ഇരുപതു ലോകകപ്പുകൾ,
എൺപത്തിനാല് വർഷങ്ങൾ....
പിന്നൊരു നാലു വർഷം കൂടി,
ഇരുപത്തിയൊന്നാം ലോകകപ്പിന്
“പാണ്ടിയും പഞ്ചാരിയും” ചേർന്നുള്ള
കേളി കൊട്ടുയരുമ്പോൾ
കായികലോകം കാതോർക്കുകയാണ്,
റഷ്യയിലേക്ക്...

www.ingramcontent.com/pod-product-compliance
Lightning Source LLC
LaVergne TN
LVHW100835051026
849519LV00006B/2300
* 9 7 8 9 3 8 7 8 4 2 5 6 4 *